வெற்றி விளையாட்டு

வெற்றியைப் பலமடங்காக்கும் விளையாட்டு உத்திகள்!

முத்தம்பட்டி ஜான் ராபர்ட்

முன்முயற்சி வழங்கல்:

மூன்ஷாட் சிஸ்டம்ஸ் (Moonshot Systems)

MOONSHOT SYSTEMS

எண் 14, 2-வது தளம்,
பாரதியார் தெரு,
விவேகானந்தர் நகர்,
சென்னை – 600118.

முதற்பதிப்பு

வழிநடத்துபவர்களுக்கு.

(For those who lead)

உருவாக்குபவர்களுக்கு.

(For those who build)

தொடர்ந்து முன்னேறுவதை ஒருபோதும் நிறுத்தாதவர்களுக்கு.

(For those who never stop improving)

பொருளடக்கம்

அறிமுகம்

நாம் அனைவருமே பிறப்பால் விளையாட்டு வீரர்கள்!

உங்கள் குழந்தைப்பருவத்தை ஒருமுறை நினைத்துப் பாருங்கள். ஒரு விளையாட்டில் வெற்றி பெறும்போது கிடைக்கும் அந்தத் தூய்மையான, கலப்படமில்லாத மகிழ்ச்சி. உங்களுக்குப் பிடித்தமான ஒரு கணினி விளையாட்டின் இறுதி நிலையை வெல்ல வேண்டும் என்ற அந்தத் தீவிரமான உறுதி. விளையாட்டு சீட்டுகளை (Trading cards) முழுமையாகச் சேகரித்து முடித்த அந்தப் பெருமிதம். இப்போது, இன்றைய காலத்திற்கு வருவோம். உங்கள் அன்றாட வேலையில் அதே போன்றதொரு உற்சாகத்தையும் ஈடுபாட்டையும் எத்தனை முறை உணர்கிறீர்கள்? கடைசியாக எப்போது ஒரு காலாண்டு நிதி அறிக்கையை (Quarterly report) முடிக்கும்போதோ அல்லது ஒரு பயிற்சி வகுப்பை (Compliance training) நிறைவு செய்யும்போதோ உண்மையான மெய்சிலிர்ப்பை உணர்ந்தீர்கள்?

இதற்கான பதில் "அடிக்கடி இல்லை" என்பதாக இருந்தால், நீங்கள் தனி ஆள் அல்ல. ஊக்கத்துடன் விளையாடிய நமது இளமைக் காலத்திற்கும், சலிப்பூட்டும் சடங்காகிப்போன நமது வயதுவந்த காலத்தின் பணிச் சூழலுக்கும் இடையே உள்ள இந்த மிகப்பெரிய முரணே இன்றைய பணியிட சவால்களுக்கு முக்கியக் காரணம். நாம் வாழும் இந்த உலகில், சலிப்பான, மீண்டும் மீண்டும் செய்யக்கூடிய, வேலைகளை செய்வதில் கணினியே முன்னணி வகிக்கின்றது. மற்றும் பல வேலைகளைச் செயற்கை நுண்ணறிவு சிறப்பாய் செய்கிறது. ஆனால் மனிதன்? மனிதனுக்கு சிறப்பாக செயலாற்ற ஒரு பிடிப்புத் தேவை. நாம் சுவாரசியமான சவால்களை விரும்புகிறோம்; ஒரு நோக்கத்தை நோக்கி பயணிக்கவே நாம் வடிவமைக்கப்பட்டுள்ளோம். புகழ்பெற்ற மேலாண்மைச் சிந்தனையாளர் பீட்டர் டிரக்கர் உரைத்தது போல, அறிவுசார் பணியாளர்களை உண்மையிலேயே ஊக்கப்படுத்துவது எதுவென்றால், அன்றாட வேலைகளுக்கு அப்பாற்பட்டுத் தாங்கள் அளிக்கும் பங்களிப்பும், நோக்கமுமே ஆகும். நம்மிடம் உள்ள அந்தத் துடிப்புமிக்க, விளையாட்டுத்தனமான பக்கம் நம்மை விட்டு என்றும் நீங்கவில்லை; அது வெறும் உறக்க நிலையில் இருக்கிறது, மீண்டும் விழித்தெழுவதற்கான ஒரு தூண்டுதலுக்காக அது காத்திருக்கிறது.

இந்தத் தளத்தை பயன்படுத்துவதைப் பற்றியதே இந்தப் புத்தகம். மனித வரலாற்றின் மிகப்பழைய உத்தியைப் பயன்படுத்தி, அதாவது வேலையை விளையாட்டாக மாற்றுவதன் மூலம், செயல்களை வேகமாகவும், எளிமையாகவும், சிறப்பாகவும் செய்து முடிப்பதைப் பற்றியது இது.

இந்தப் புத்தகம் மூன்று பகுதிகளாக பிரிக்கப்பட்டுள்ளது.

பகுதி 1: விளையாட்டக்கம் பற்றிய அறிமுகம், பின்னணி அதில் இருக்கும் உத்திகள் உள்ளடக்கியது

பகுதி 2: பதினாறு வேறுபட்ட துறை சார்ந்த முன்னேற்ற உத்திகளைக் விரிவாக அலசுகிறது. இதில் உங்களுக்கு தேவையான அத்தியாயங்களை மட்டும் படித்து முன்னேறலாம்.

பகுதி 3: தனிமனித மற்றும் தொழில் வளர்ச்சிக்கு இன்றியமையாத மற்றும் பல நுண்ணிய விழுமியங்களை கொண்டது.

ஏன் கோடிக்கணக்கான மக்கள் ஆப்பிள் கைக்கடிகாரத்தில், ஆண்டிராய்டு போனில் இருக்கும் வளையங்களை பூர்த்தி செய்யவதில் தீவிரம் காட்டுகிறார்கள்? அது தொழில்நுட்பத்தினால் அல்ல; அது வழங்கும் இலக்கு நிர்ணயம் (Goal-setting), பின்னூட்டம் (Feedback) மற்றும் ஒரு சாதனையைச் செய்த உணர்வு ஆகியவற்றால்தான். ஸ்டார்பக்ஸ் நிறுவனம் காபி வாங்குவதை ஏன் அதன் செயலி மூலம் ஒரு நட்சத்திரச் சேகரிப்புப் பயணமாக (Star-collecting adventure) மாற்றியுள்ளது? ஏனெனில், அது ஒரு தொடர்ச்சியான முன்னேற்றத்தையும் (Progression) பரிசையும் உருவாக்கி, அந்தப் பானத்தையும் தாண்டிய ஒரு பற்றுதலை ஏற்படுத்துகிறது. பணியாளர்களைப் பொறுத்தவரை, விளையாட்டாக மாற்றப்பட்ட (Gamified) பயிற்சி வகுப்புகளில் ஈடுபாடு காட்டும் விகிதம் 20%-லிருந்து 90%-க்கும் மேலாக உயர்ந்துள்ளது. ஏனெனில், அது ஒரு சுமையான வேலையை ஒரு சுவையான சவாலாக மாற்றுகிறது.

வணிகங்களை வளர்க்கவும், குழுக்களை ஊக்கப்படுத்தவும், உங்களையே நீங்கள் மறுசீரமைப்பு செய்யவும் 'விளையாட்டாக்கம்' (Gamification) என்ற முறையை ஒரு உத்தியாக (Strategic imperative) எவ்வாறு பயன்படுத்தலாம் என்பதை இந்தப் புத்தகம் ஆராய்கிறது. கடினமான கேள்விகளில் கவனத்தைச் செலுத்தவும், வெற்றிக்குத் தேவையான ஒழுக்கமான கவனத்தை (Disciplined attention) உறுதிப்படுத்தவும் தலைவர்களுக்கு உதவும் ஒரு கருவியே இது. 'வியூக விளையாட்டாக்கம்' (Strategic Gamification) என்பது தனிமனிதத் திறன்களை ஒன்றிணைத்து, நிறுவனத்தின் இலக்குகளோடு அவற்றை ஒத்திசையச் செய்யும் ஒரு தெளிவான வழிகாட்டியாகும்.

ஆட்டம் இங்கேயே தொடங்குகிறது

இது விளையாட்டாக்கம் பற்றிய ஒரு புத்தகம் மட்டுமல்ல. விளையாடி நீங்கள் அனுபவிக்கக்கூடிய ஒரு புத்தகம். "பற்றாக்குறையை விளையாட்டாக்குதல்" (Gamifying the constraints) என்பதைப் பற்றி நீங்கள் விரைவில் கற்கப்போகிறீர்கள்.

ஒரு புத்தக வாசகரின் பற்றாக்குறையை எது?

அது ஆர்வக்குறைபாடு அல்ல, அது 'நேரம்'.

பெரும்பாலானோர் நல்ல எண்ணத்துடன்தான் புத்தகங்களை வாங்குகிறார்கள், ஆனால் அவற்றைத் தொடாமல் புத்தக அலமாரியில் ஒரு பரிசுக்கோப்பை போல அடுக்கி வைத்துவிடுகிறார்கள். ஆனால் ஒரு புத்தகம் உங்கள் நூலகத்தை அலங்கரிக்கப் பயன்படுவது அல்ல. அது உங்கள் சிந்தனை, உழைப்பு மற்றும் வளர்ச்சியின் பாதையை சீரமைக்க வேண்டிய ஒன்றாகும்.

எனவே நாங்கள் சற்று வித்தியாசமாகச் செய்யத் தீர்மானித்தோம். விளையாட்டாக்கம் குறித்த இந்தப் புத்தகத்தையே விளையாட்டாக்குவதன் மூலம், உங்கள் வாசிப்பு அனுபவத்தையும் ஒரு விளையாட்டாக மாற்ற முடிவு செய்தோம். ஒவ்வொரு விளையாட்டும் ஒரு சவாலுடன் தொடங்கும், உங்களுக்கான சவாலோ மிகவும் எளிது:

இந்தப் புத்தகத்தை 24 நிமிடங்களில் படித்து முடியுங்கள்.

ஆம், நீங்கள் படிப்பது சரிதான். அதைச் சாத்தியமாக்க, ஒரு உண்மையான விளையாட்டைப் போலவே பல அடுக்கு ஈடுபாடுகளை நாங்கள் வடிவமைத்துள்ளோம்.

படி 1: கருத்துப்பேழைகள் (Idea Capsules) ஒவ்வொரு அத்தியாயத்திலும் எங்களது ஓவியர் ஜே.ஆர். ஷெரோன் செயற்கை நுண்ணறிவின்[1] துணைகொண்டு வடிவமைத்த விளக்கப்படம் (Infographic) மற்றும் கருத்துப்பேழை இடம்பெற்றுள்ளது. இந்த விளக்கப்படங்கள் அத்தியாயத்தின் மையக்கருத்தை ஒரு வலிமையான காட்சியாக நமக்கு வழங்குகின்றன. இந்தத் தகவல்களை மேலோட்டமாகப் பாருங்கள்.

ஒரு படம் ஆயிரம் வார்த்தைகளுக்குச் சமம் என்பார்கள்; இதோ இங்கே அது உள்ளது. இது 24 நிமிடங்களில் புத்தகத்தை முடிக்க உங்களுக்கு உதவும். இதைச் செய்து முடித்தவுடன், நீங்கள் "கேமிஃபை ப்ரோ" (Gamify Pro) என்ற பட்டத்தைப் பெறுவீர்கள்.

---

[1] குறிப்பு : செயற்கை நுண்ணறிவு படங்கள் சற்றே குறைபாடுள்ளதாய் இருக்க வாய்ப்பு உண்டு, இருப்பினும் நமக்கு அந்தந்த பகுதியின் சாராம்சம் கிடைக்கும்.

படி 2: புத்தகத்தை வாசித்தல் கருத்துப்பேழைகளைப் பார்த்து மையப்பொருளைப் புரிந்துகொண்ட பிறகு, உரைப்பகுதிக்குத் திரும்புங்கள்.

அங்குதான் உண்மையான புதையல் உள்ளது: ஆழமான விபரங்கள், கதைகள், ஆய்வுக்கட்டுரைகள் (Case studies) மற்றும் அவற்றின் பயன்பாடுகள். நேரமெடுத்து நிதானமாக வாசியுங்கள். இதை முடித்ததும், நீங்கள் "கேமிஃபை சேம்பியன்" (Gamify Champion) எனும் தகுதியை அடைவீர்கள்.

படி 3: ஆய்வுக்கட்டுரை காணொளிகளைக் காணுங்கள் புத்தகப் பக்கங்களில் ஆங்காங்கே க்யூ.ஆர் குறியீடுகள் (QR codes) இருப்பதைக் காண்பீர்கள். அவற்றை வருடுவதன் (Scan) மூலம், கருத்துகளுக்கு உயிர் கொடுக்கும் குறுகிய காணொளிகளையும் ஆய்வுக்கட்டுரைகளையும் நீங்கள் காணலாம். இதில் இன்னும் ஆழமாகப் பயணித்து "வல்லுநர்" நிலையை அடையுங்கள்.

இந்த மூன்று நிலைகளையும் நீங்கள் முடிக்கும்போது, நீங்கள் ஒரு "கேமிஃபை நிஞ்சா" (Gamify Ninja) ஆகிறீர்கள். பின்வரும் இணைப்பில் உள்ள தேர்வை எழுதி இந்தச் சவாலை நிறைவு செய்யலாம். உங்கள் சாதனையைப் பாராட்டி நாங்கள் சான்றிதழ் வழங்குவதோடு, உங்களை 'நிஞ்சா' குழுவிலும் இணைத்துக்கொள்வோம். https://forms.gle/HEDSrtAaxmfvaMCz5

எனவே, இது ஒரு வழக்கமான புத்தகம் அல்ல; இது ஒரு விளையாட்டு. இதில் உங்கள் வேகத்தை நீங்களே தீர்மானிக்கலாம், உங்கள் புரிதல்களை நீங்களே ஈட்டலாம், மேலும் உங்கள் அறிவின் உச்சங்களை நீங்களே கண்டடையலாம்.

ஒரு சாதாரண பகடைக்கு 0 முதல் 6 வரையிலான எண்கள் கொண்ட ஆறு முகங்கள் மட்டுமே இருக்கும். ஆனால், அதன் இந்த புத்தகத்தின் அட்டைப்படத்திலுள்ள பகடை ஆறு, ஏழு, ஒன்பது என்று அதிகமான எண்ணிக்கை கொண்டுள்ளது. இந்த "மருவிய பகடை" (Imperfect Dice) விளையாட்டாக்கத்தின் ஆற்றலைக் குறிக்கும் ஒரு உருவகமாகும். விளையாட்டாக்கம் என்பது ஊக்கம், பங்கேற்பு மற்றும் முடிவெடுத்தல் ஆகியவற்றில் தாக்கத்தை ஏற்படுத்துவதன் மூலம் ஒட்டுமொத்த விளைவுகளைப் பலமடங்கு பெருக்குகிறது. பகடையில் உள்ள இந்த வழக்கத்திற்கு மாறான எண்கள் அந்த மாற்றத்தின் அடையாளமே ஆகும்.

வெற்றி வேட்டையை துவங்குங்கள்!

முத்தம்பட்டி ஜான் ராபர்ட்

சித்திரை - பராபவ வருடம்

May 2026

இந்தப் புத்தகத்தை 24 நிமிடங்களில் படித்து முடியுங்கள்.

இது ஒரு வழக்கமான புத்தகம் அல்ல; இது ஒரு விளையாட்டு.

படி 1 — கருத்துப்பேழைகள் (Idea Capsules)

கேமிஃபை ப்ரோ (Gamify Pro)

- ஒவ்வொரு அத்தியாயத்திலும் "கருத்துப்பேழை" என்ற விளக்கப்படம் (Infographic) இடம்பெற்றுள்ளது.
- அத்தியாயத்தின் மையக்கருத்தை ஒரு வலிமையான காட்சியாக வழங்குகிறது.
- இந்தத் தகவல்களை மேலோட்டமாகப் பாருங்கள்.
- ஒரு படம் ஆயிரம் வார்த்தைகளுக்குச் சமம் — இதோ இங்கே அது உள்ளது.
- இது 24 நிமிடங்களில் புத்தகத்தை முடிக்க உங்களுக்கு உதவும்.

படி 2 — புத்தகத்தை வாசித்தல்

கேமிஃபை சேம்பியன் (Gamify Champion)

- கருத்துப்பேழைகளைப் பார்த்து மையப்பொருளைப் புரிந்துகொண்ட பிறகு, உரைப்பகுதிக்குத் திரும்புங்கள்.
- அங்குதான் உண்மையான புதையல் உள்ளது: ஆழமான விபரங்கள், கதைகள், ஆய்வுக்கட்டுரைகள் (Case studies) மற்றும் அவற்றின் பயன்பாடுகள்.
- நேரமெடுத்து நிதானமாக வாசியுங்கள்.
- இதைத் முடித்ததும், நீங்கள் பெறுவீர்கள் →

படி 3 — ஆய்வுக்கட்டுரை காணொளிகளைக் காணுங்கள்

கேமிஃபை நிஞ்சா (Gamify Ninja)

- புத்தகப் பக்கங்களில் ஆங்காங்கே க்யூ.ஆர் குறியீடுகள் (QR codes) இருப்பதைக் காண்பீர்கள்.
- அவற்றை வருடுவதன் (Scan) மூலம், கருத்துகளுக்கு உயிர் கொடுக்கும் குறுகிய காணொளிகளையும் ஆய்வுக்கட்டுரைகளையும் நீங்கள் காணலாம்.
- இதில் இன்னும் ஆழமாகப் பயணித்து "வல்லுநர்" நிலையை அடையுங்கள்.

பின்வரும் இணைப்பில் உள்ள தேர்வை எழுதி இந்தச் சவால்யை நிறைவு செய்யலாம். உங்கள் சாதனையைப் பாராட்டி நாங்கள் சான்றிதழ் வழங்குவதோடு..., உங்களை "நிஞ்சா" குழுவிலும் இணைத்துக்கொள்வோம்.

உங்கள் வேகத்தை நீங்களே தீர்மானிக்கலாம்.	உங்கள் அறிவின் உச்சங்களை நீங்களே கண்டடையலாம்.	இது ஒரு புத்தகம் அல்ல, இது ஒரு விளையாட்டு! **விளையாடுங்கள். வளருங்கள். வெல்லுங்கள்!**

இந்த புத்தகத்தின் தமிழ் மொழியாக்கத்தை பற்றி சிறு குறிப்பு:

இந்த புத்தகம் "Gamify to Multiply, The art of geting things done Faster, Better and Simpler" என்ற ஆங்கில வடிவிலும் வெளியிடப்பட்டிருக்கிறது. இது ஒரு வணிகம் சார்ந்த புனைவிலா இலக்கியம் (Non-fiction). அதனால் நாங்கள் நேரடியாக இதை மொழி பெயர்க்கவில்லை. சற்றும் சுவாரசியம் குறையாமல், தமிழில் கலைச் சொற்களைத் தேடி எடுத்து அதை உபயோகப்படுத்தும் பொறுப்புணர்வை கடைபிடித்தோம். வணிகம், மேலாண்மை மற்றும் தலைமைத்துவம் (Business, Management and Leadership) சார்ந்த அனைத்து முன்னெடுப்பும் ஆங்கிலத்திலும் கலந்துள்ளதால் ஒவ்வொரு தமிழ் கலைச் சொற்களுக்கும் அதன் ஈடான ஆங்கில சொற்பதத்தையும் கொடுத்துள்ளோம். ஆக நீங்கள் தமிழை சுவைக்கும் பொழுது, ஆங்கிலத்தையும் ஒரு ஊறுகாய் அளவு தொட்டு தொட்டுக் கொள்ளலாம்.

இதன் நோக்கம் உங்களுக்கு தமிழ் புத்தகம் படிக்கும் பொழுது, ஆங்கில புத்தகம் படித்தால் வரும் நுண்ணறிவையும் கொண்டு வந்து சேர்ப்பதே. ஒரு சில தமிழ் வார்த்தைகள் புதிதாய் இருந்தால் அதன் ஈடான ஆங்கில வார்த்தைகள் உங்களுக்கு விளக்கம் கொடுக்கும். ஆனால் வடமொழிக்கு எந்த விதத்திலும் வாய்ப்பு தராமல் இந்த மொழியாக்கம் செய்யப்பட்டு உள்ளது.

பகுதி 1

விளையாட்டாக்கம்

எழுதப்படாத விளையாட்டு

The Unscripted Game

சடங்கிலிருந்து வருவாய் வரை (From Ritual to Revenue)

நீங்கள் கடைசியாகச் சென்ற ஓர் இந்தியத் திருமணத்தை நினைவுகூருங்கள். ஆடம்பரமான திருமணங்களை விடுத்து, பழங்கால மரபுகள் முதன்மை பெறும் ஒரு எளிய திருமணத்தை எண்ணிப் பாருங்கள். அந்தத் தொன்மையான மரபுகளுள், தென்னிந்தியாவின் **'காசி யாத்திரை'** சடங்கு தனித்துவமான அழகைக் கொண்டது.

அங்கு ஒரு பெரும் நாடகமே அரங்கேறும்: திருமணத்தின் விளிம்பில் இருக்கும் மணமகன், உலக வாழ்க்கையைத் துறப்பதாக ஒரு பாசாங்கு செய்கிறார். ஒரு துறவியைப் போல வேடமணிந்து, இல்லற வாழ்வை விடுத்து, புனித நகரான காசிக்குச் சென்று முக்தி (ஆன்மீக விடுதலை) அடையப் போவதாக அறிவிக்கிறார். இது உண்மையான துறவல்ல; மாறாக, அவரது பிணைப்பை உறுதிப்படுத்துவதற்காக வடிவமைக்கப்பட்ட ஒரு விளையாட்டான நாடகம்.

மணமகன் கிளம்ப முயலும்போது, மணப்பெண்ணின் சகோதரர் அவரைத் தடுத்து நிறுத்துகிறார். இந்தத் நாடகத்தில் அவர் குடும்பத்தின் பிரதிநிதியாக, அதாவது 'இலக்கை வழங்கும் பொறுப்பாளராக' (Quest-Giver) செயல்படுகிறார். அவர் பணத்தைக் கையூட்டாகத் தருவதில்லை; மாறாக, ஒரு வலிமையான உடன்படிக்கையை முன்வைக்கிறார்: அர்த்தமுள்ள வாழ்க்கை, குடும்ப அன்பு மற்றும் தனது சகோதரியின் கரம் ஆகிய உன்னதப் பரிசுகளை வழங்குகிறார்.

மணமகன், அந்த வாழ்க்கையின் மதிப்பால் ஈர்க்கப்பட்டு, தனது துறவற உடைகளைத் துறந்து திருமண மேடைக்குத் திரும்புகிறார். இப்போது அந்தத் திருமணம், வெறும் எதிர்பார்ப்பினால் அல்லாமல், மணமகனின் மேலான விருப்பத்தேர்வால் உறுதி செய்யப்படுகிறது.

நாம் இங்கே காண்பது தலைமுறை கடந்து வரும் ஒரு நுணுக்கமான 'விளையாட்டாக்க முறை'. காசி யாத்திரை என்பது வாழ்க்கையை மாற்றும் ஒரு முடிவை (திருமணம்), ஒரு சவாலாக மாற்றி, அதில் ஒருவரை முழுமையாக ஈடுபட வைக்கிறது. இது சாதாரணமான ஒன்றை அசாதாரணமானதாக உயர்த்துகிறது.

இந்தத் தொன்மையான ஞானம் நவீனத் தலைவர்களுக்கு ஒரு முக்கியமான பாடத்தைக் கற்பிக்கிறது: மனித ஈடுபாடும் நீடித்த அர்ப்பணிப்பும் கட்டாயப்படுத்துவதால் வருவதில்லை; அவை அர்த்தமுள்ள சவால்களின் மூலம் உருவாக்கப்படுகின்றன.

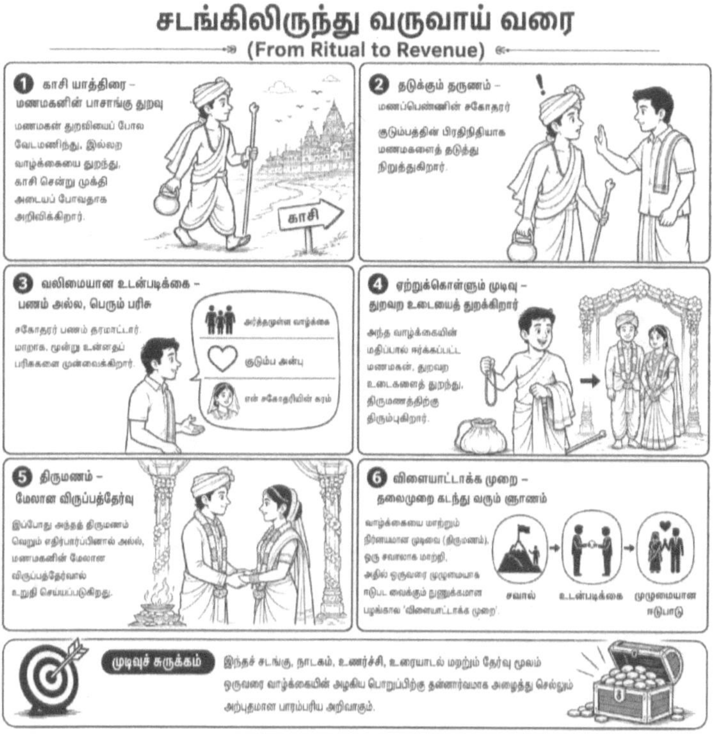

காந்த ஒத்ததிர்வு வரைவு (Magnetic Resonance Imaging - MRI) என்பது இயல்பாகவே அச்சமூட்டக்கூடிய ஒன்று. குறுகிய சுரங்கம் போன்ற அமைப்பு, இயந்திர எழுப்பும் பெரும் சத்தம் மற்றும் நீண்ட நேரம் அசையாமல் இருக்க வேண்டிய கட்டாயம் ஆகியவை பெரியவர்களுக்கே பதற்றத்தை உண்டாக்கும். சிறுவர்களுக்கோ, இது ஒரு தாங்க முடியாத அனுபவமாகவே அமைகிறது. இத்தகைய பதற்றத்தைத் தணிக்க மயக்க மருந்துகள் (Sedation) பயன்படுத்தப்பட்டு வந்தன. ஆனால், இந்த அணுகுமுறை அபாயகரமானது, செலவுமிக்கது, மருத்துவ நேரத்தை வீணாக்குவது மட்டுமன்றி, குடும்பத்தினருக்கும் மருத்துவக் குழுவினருக்கும் கூடுதல் மன அழுத்தத்தைத் தரக்கூடியது.

இந்த முறையியல் சிக்கலை உணர்ந்த ஜி.இ ஹெல்த்கேர் (GE Healthcare) நிறுவனத்தின் உலகளாவிய வடிவமைப்புக் குழு, சிறுவர்களுக்கான இந்த 'எம்.ஆர்.ஐ' அனுபவத்தை அடிப்படையிலேயே மாற்றியமைக்கத் தீர்மானித்தது. மயக்க மருந்து வழங்கும் முறையை மேம்படுத்துவதற்குப் பதிலாக, அவர்கள் ஒரு மாற்றத்திற்கான வினாவை எழுப்பினர்: **"ஏன்**

பயத்திற்குப் பதிலாக ஆர்வத்தையும் விளையாட்டையும் புகுத்தக்கூடாது?"

சாகசத் தொடர் – ஜி.இ ஹெல்த்கேர்

இதன் விளைவாக உருவானதே 'சாகசத் தொடர்' (The Adventure Series). இது மருத்துவத் துறையில் 'விளையாட்டாக்க முறையை' (Gamification) புகுத்திய ஒரு முன்னோடி முயற்சியாகும். பிட்ஸ்பர்க் பல்கலைக்கழக மருத்துவ மையத்துடன் இணைந்து இது உருவாக்கப்பட்டது. இதன் அடிப்படைக் கருப்பொருள் எளிமையானது ஆனால் வலிமையானது: மருத்துவச் சோதனையை ஒரு வேதனையான அனுபவமாகப் பார்க்காமல், குழந்தைகளை மையப்படுத்திய ஒரு சாகசப் பயணமாக மாற்றுவது.

'எம்.ஆர்.ஐ' அறைகள் கடற்கொள்ளையர் கப்பல், விண்வெளிப்பயணம் அல்லது காடு சார்ந்த தேடல் போன்ற அதிவேகக் சூழல்களாக மறுவடிவமைப்பு செய்யப்பட்டன. காட்சி வழிக் கதைகள், சூழலுக்கு ஏற்ற ஒளி அமைப்பு, ஒலிக் கோவைகள் மற்றும் இசை ஆகியவை அந்த ஸ்கேனிங் அறையை ஒரு பயணத்தின் களமாக மாற்றின. அங்கு குழந்தைகள் வெறும் 'சோதனைக்காகக் காத்திருக்கும் நோயாளிகள்' அல்ல; மாறாக, ஒரு இலக்கை அடைய அமைதியாகவும் ஒத்துழைப்புடனும் செயல்பட வேண்டிய 'சாகச நாயகர்கள்'.

மருத்துவச் செய்முறைகளை ஒரு கதையோடு இணைத்ததன் மூலம், தாங்கள் ஏன் அசையாமல் இருக்க வேண்டும் என்பதையும், தங்களுடைய பங்களிப்பு அந்தச் சாகசத்தை எப்படி முழுமையாக்கும் என்பதையும் குழந்தைகள் புரிந்துகொண்டனர். 'விளையாட்டாக்க முறை' என்பது டிஜிட்டல் சுகாதாரத் துறையில் ஒரு முதன்மையான கருத்தாக வெகு காலத்திற்கு முன்பே நிகழ்ந்துவிட்டது.

இதன் தாக்கம் அளவிடக்கூடியதாகவும் அர்த்தமுள்ளதாகவும் இருந்தது:

குறைந்த பதற்றம்: குழந்தைகள் மிகக் குறைந்த மன அழுத்தத்தையே உணர்ந்தனர்; அச்சத்திற்குப் பதில் ஆர்வத்துடன் அறைக்குள் நுழைந்தனர்.

மேம்பட்ட படத் தரம்: அசைவுகள் குறைந்ததால், பிம்பங்கள் மிகத் தெளிவாகக் கிடைத்தன. இது துல்லியமான நோயறிதலுக்கு

உதவியதுடன், மீண்டும் சோதனை செய்ய வேண்டிய அவசியத்தையும் தவிர்த்தது.

குறைந்த மயக்க மருந்து பயன்பாடு: பல குழந்தைகள் மயக்க மருந்து இல்லாமலேயே சோதனையை நிறைவு செய்தனர். இது மருத்துவ அபாயத்தையும் செலவையும் குறைத்தது.

அதிக ஒத்துழைப்பு: குழந்தைகள் வெறும் சிகிச்சைப் பெறுபவர்களாக இல்லாமல், அதில் ஆர்வத்துடன் பங்கேற்பாளர்களாக மாறினர். இது மருத்துவர்கள் மற்றும் பெற்றோரின் சுமையைக் குறைத்தது.

தேனீ உத்தி (Bee Strategy)

மும்பையின் பரபரப்பான பன்னாட்டுப் போக்குவரத்து முனையத்தில் எனது விமானம் தாமதமானதால், எனக்குக் கூடுதல் நேரம் கிடைத்தது. தேடி அமர்ந்து ஒரு புத்தகத்தை வாசிக்க தொடங்கினேன். சற்று நேரம் கழித்து அருகில் இருக்கும் ஓய்வறைக்கு சென்றேன். ஆனால், அங்கு நான் கண்டது வெறும் வசதியை மட்டுமல்ல, நடத்தை சார்ப் பொருளியல் (Behavioral Economics) மற்றும் மேலாண்மை குறித்த ஒரு ஆழமான பாடத்தை.

நான் சிறுநீர் கழிப்பிடத்தின் அருகே சென்றபோது எதிர்பாராத ஒன்றை கவனித்தேன்: பீங்கான் தட்டின் மீது, துளைக்குச் சரியாக மேலே, ஒரு ஈ அல்லது தேனீ போன்ற சிறிய கருப்பு நிறச் சித்திரம் ஒட்டப்பட்டிருந்தது.

முதலில் தோன்றிய எண்ணம்: "ஏன் இங்கே ஒரு ஈ இருக்கிறது?" என்பதுதான். பின்னர் தான் அதன் உண்மைப் பொருள் விளங்கியது. அது தூய்மைக் குறைபாடு அல்ல; நான் எங்கோ வாசித்திருந்த ஒரு புத்திசாலித்தனமான, நுட்பமான 'விளையாட்டாக்க' செயல்முறை அது.

ஆண்கள் அதிகம் பயன்படுத்தும் கழிவறைகளில் இருக்கும் ஒரு பெரிய சவால் 'சிந்துதல்' (Spillage). இது சிறிய விஷயமாகத் தோன்றினாலும், பராமரிப்புச் செலவு, துர்நாற்றம் மற்றும் சுகாதாரக் குறைவு ஆகியவற்றில் பெரும் தாக்கத்தை ஏற்படுத்துகிறது. இந்தப் பிரச்சனை கவனக்குறைவினால் ஏற்படுகிறது; அந்த வேலை சலிப்பானது என்பதால், பயனர் பெரும்பாலும் கைபேசியிலோ அல்லது வேறு சிந்தனையிலோ கவனம் செலுத்துகிறார். இதன் விளைவாகக் குறி தவறி, மற்றவர்கள் சுத்தம் செய்ய வேண்டிய சூழல் உருவாகிறது.

இதற்குத் தீர்வு நடத்தை சார் விஞ்ஞானிகளால் முன்னெடுக்கப்பட்டு, ஆம்ஸ்டர்டாமின் ஷிபோல் (Schiphol)

விமான நிலையத்தில் புகழ்பெற்ற முறையில் நடைமுறைப்படுத்தப்பட்ட 'தேனீ உத்தி'. இது ஒரு எச்சரிக்கைப் பலகையோ அல்லது விதியோ அல்ல, மாறாக அது ஒரு 'இலக்கு' (Target).

அந்தச் சிறிய ஈ சித்திரத்தைச் சிறுநீர் கழிப்பிடத்தின் மையத்தில் ஒட்டியதன் மூலம், பராமரிப்புக் குழுவினர் அந்தச் சலிப்பான வேலையை ஒரு சிறு விளையாட்டாக மாற்றினர். பொதுவாகவே ஓர் இலக்கைக் குறிவைக்கும் இயல்புடைய ஆண்கள், (நீங்கள் இதை சிறுவயதில் செய்துள்ளீர்களா?) ஆழ்மனதில் அந்தச் சித்திரத்தைக் குறிவைக்கத் தொடங்கினர். இதன் விளைவாகக் கவனம் அதிகரித்தது, குறிதவறுதல் குறைந்தது. இந்த யோசனையை முதலில் செயல்படுத்திய ஷிபோல் விமான நிலையம், இதன் மூலம் சிந்துதல் 80% குறைந்ததாகத் தெரிவித்தது.

இந்த 'தேனீ உத்தி' என்பது இன்றைய தலைவர்களுக்கான ஒரு வலிமையான கருவியின் குறியீடாகும்: மிகவும் சிக்கலான நிறுவனப் பிரச்சனைகளைக் கூட, ஒரு சிறிய விளையாட்டு நுட்பத்தைப் பயன்படுத்துவதன் மூலம் எளிதாகத் தீர்க்க முடியும்.

கருத்துப்பேழை

விளையாட்டாக்கம் (Gamification) மனித நடத்தையை நேர்மறையாக மாற்றும் ஒரு உன்னத உத்தி. ஒரு சில உதாரணங்கள்:

- **காசி யாத்திரை:** குடும்ப வாழ்வை ஏற்கும் முன், ஒரு துறவற வாழ்வை நோக்கி செல்வது போன்ற நாடகத்தின் மூலம், சுவாரசியமான சவாலாக மாற்றி, மணமகனின் முழுமையான ஈடுபாட்டை உறுதி செய்கிறது.
- **ஜி.இ சாகசத் தொடர்:** அச்சமூட்டும் 'எம்.ஆர்.ஐ' சோதனையை, குழந்தைகளுக்கான கடற்கொள்ளையர் சாகசக் கதையாக மாற்றி, அவர்களின் பதற்றத்தைக் குறைத்து, மயக்க மருந்துப் பயன்படைக் கட்டுப்படுத்துகிறது.
- **தேனீ உத்தி:** கழிவறையில் ஒரு சிறிய 'இலக்கை' (ஈ சித்திரம்) அமைப்பதன் மூலம், கவனக்குறைவை ஒரு விளையாட்டாக மாற்றி, சிந்துதலை 80% குறைக்கிறது.

முடிவு: கட்டாயப்படுத்துதலைக் காட்டிலும், அர்த்தமுள்ள சவால்களே சிக்கலான நிறுவன மற்றும் சமூகப் பிரச்சினைகளுக்கு எளிய, நீடித்த தீர்வுகளைத் தருகின்றன. விளையாட்டக்கத்தின் மூலம் இந்த சவால்களை எளிதில் வடிவமைக்க முடிகிறது.

ஒரு கண்ணுக்குத் தெரியாத வளர்ச்சிக் கருவி

The Invisible Growth Engine

வளர்ச்சி என்பது வாழ்வின் இயற்கையான லயம்; விளையாட்டுகள் அந்த வளர்ச்சியை இயக்கும் கண்ணுக்குத் தெரியாத எந்திரங்கள்.

திட்டங்களை மேலாண்மை செய்யவோ, குழுக்களை வழிநடத்தவோ அல்லது சிக்கல்களைத் தீர்க்கவோ நாம் கற்றுக்கொள்வதற்கு நீண்ட காலத்திற்கு முன்பே, விளையாட்டின் மூலமாகவே நாம் அனைத்தையும் கற்றோம். நீங்கள் எங்கே பிறந்திருந்தாலும், உங்களின் ஆரம்பகால பாடங்கள் புத்தகங்களிலிருந்து கிடைக்கவில்லை; அவை குழந்தைப்பருவ விளையாட்டுகளிலிருந்தே கிடைத்தன. ஒரு பொருளைப் பிடிக்கவோ, எறியவோ, உருவாக்கவோ அல்லது ஒன்றைப்போலச் செய்து காட்டவோ (Mimic) நாம் பழகிய அந்த நொடியிலிருந்தே, நாம் வாழ்க்கையை ஒரு விளையாட்டாக மாற்றி (Gamifying), அதில் சோதனைகளைச் செய்து, வென்று, தோற்று, கற்றுக் கொண்டு, வளர்ந்து வருகிறோம்.

இந்த நூல் ஒரு முக்கியமான, மாற்றத்தை ஏற்படுத்தக்கூடிய நுண்ணறிவின் அடிப்படையில் உருவானது: **விளையாட்டுகள் என்பவை வெறும் பொழுதுபோக்கு அல்ல; அவை ஒரு கற்றல் முறைகள் (Structured learning systems).** அதன் சாராம்சத்தில், ஒரு விளையாட்டு என்பது நாம் துரத்திச் செல்ல ஓர் இலக்கையும், செய்து முடிக்க ஒரு பணியையும், விளையாடுவதற்கு ஒரு களத்தையும், நமது செயல்பாட்டை ஊக்கப்படுத்த ஒரு பரிசையும் வழங்குகிறது. வாழ்வின் ஒவ்வொரு துறையிலும் நிகழும் வளர்ச்சியின் அடிப்படை கட்டமைப்பும் இதுவே.

கற்றலின் உலகளாவிய மொழி (The Universal Language of Learning)

விளையாடிக்கொண்டிருக்கும் குழந்தைகளைக் கூர்ந்து கவனித்தால், இயற்கையின் மிகச் சிறந்த கற்றல் ஆய்வகத்தை நாம் நேரில் காணலாம். அடுக்கி வைக்கும் கட்டைகளை (Blocks) வைத்து விளையாடும் ஒரு குழந்தை, புவிஈர்ப்பு விசை மற்றும் பொறுமையைப் பற்றி ஆராய்கிறது. 'தொட்டுப் பிடித்தல்' (Tag) விளையாடும் ஒரு குழு, இடஞ்சார்ந்த விழிப்புணர்வு, உத்திகள் மற்றும் சுறுசுறுப்பைக் கற்றுக்கொள்கிறது. ஒரு எளிய கைதட்டல் விளையாட்டு கூட, லயத்தையும் மொழி சார்ந்த நினைவாற்றலையும் கூர்மைப்படுத்துகிறது. இவை சும்மா செய்யும் செயல்கள் அல்ல; இவை வளர்ச்சியின் அடிப்படைச் சூத்திரங்கள் (Algorithms of growth).

பரிணாம வளர்ச்சி உயிரியலாளர்கள் (Evolutionary biologists), 'விளையாட்டு' என்பது உயிர்வாழும் அறிவை வளர்ப்பதற்காக இயற்கையிலேயே அமைக்கப்பட்ட ஒரு வழிமுறை என்று நம்புகிறார்கள். சிங்கக் குட்டிகள் பாய்வதும், ஓநாய் குட்டிகள் மல்யுத்தம் செய்வதும், டால்பின்கள் ஒன்றையொன்று துரத்துவதும் அவற்றின் பிழைப்புத் திறனை மேம்படுத்திக்கொள்ளவே. எனவே, சிறுவயது விளையாட்டுகள் உழைப்பிற்கு எதிரானது அல்ல; அவை உழைப்பிற்கான ஒத்திகைகள்.

கண்ணுக்குத் தெரியாத வளர்ச்சிக் குறியீடு (The Invisible Growth Code)

ஒவ்வொரு விளையாட்டும் ஒரு வியக்கத்தக்க, வலிமையான முறையைப் பின்பற்றுகிறது. இது மனித வளர்ச்சி எப்படி நிகழ்கிறது என்பதையே பிரதிபலிக்கிறது: **இலக்கு → சவால் → பின்னூட்டம் → தேர்ச்சி → பரிசு.** (Goal → Challenge → Feedback → Mastery → Reward), இந்த ஐந்து நிலைக் சுழற்சி வாழ்க்கை முழுவதும் தொடர்கிறது:

- **நடக்கக் பழகுதல்:** நகர வேண்டும் என்பது 'இலக்கு', உடலைச் சமநிலைப்படுத்துவது 'சவால்', கீழே விழுவது ஒரு 'பின்னூட்டம்', தட்டுத் தடுமாறி நடப்பது 'தேர்ச்சி', சுற்றியிருப்பவர்களின் பாராட்டு ஒரு 'பரிசு'.
- **தொழில் வாழ்க்கை (Career):** இலக்குகள் (Goal), பணித்திறன் மதிப்பாய்வு (Feedback), பதவி உயர்வு (Reward) மற்றும் வளர்த்துக் கொண்ட திறன்கள் (Mastery) என அதே முறை இங்கும் வெளிப்படுகிறது.

விளையாட்டுகள் என்பவை மனித மூளை எதைச் சிறந்த முறையில் கற்கிறதோ, அதன் பிரதிபலிப்புகள் மட்டுமே. அவை நோக்கம், பயிற்சி மற்றும் வெளிப்படையான முன்னேற்றம் ஆகியவற்றின் மூலம் செயல்படுகின்றன. அவை நீண்டகால இலக்குகளை உடனடி மைல்கற்களாகவும், கண்ணுக்குத் தெரியாத லட்சியங்களை நிஜமான வெற்றிகளாகவும் மாற்றுகின்றன.

விளையாட்டு மைதானத்திலிருந்து ஆலோசனைக் கூடம் வரை (From the Playground to the Boardroom)

நாம் வளர, வளர, நமது பொம்மைகளைத் துறக்கலாம், ஆனால் விளையாட்டின் தேவையை நாம் ஒருபோதும் துறப்பதில்லை. இந்தத் தத்துவத்தைப் புரிந்துகொண்ட நிறுவனங்கள், மற்றவர்களை விடச் சிறப்பாகச் செயல்படுகின்றன. இன்று, விளையாட்டின் ஆன்மா தீவிரமான பணிகளில் பின்னிப் பிணைந்துள்ளது:

- விற்பனைக் குழுக்கள் தரவரிசைப் பட்டியலில் (Leaderboards) போட்டியிடுகின்றன.

- புதிய கண்டுபிடிப்பாளர்கள் 'ஹேக்கத்தான்' (Hackathons) போன்ற போட்டிகளில் இணைகிறார்கள்.
- திட்ட மேலாளர்கள் மைல்கற்களை (Milestones) எட்டுகிறார்கள்.
- வாடிக்கையாளர்கள் பதக்கங்களையும் (Badges) விசுவாசப் புள்ளிகளையும் (Loyalty points) சேகரிக்கிறார்கள்.

இவை தேவையற்ற கவனச்சிதறல்கள் அல்ல; இவை பழங்கால கற்றல் முறைகளின் நவீன வடிவங்கள். சாதனைகளை நோக்கிய நரம்பியல் உந்துதல், பின்னூட்டம் தரும் சிலிர்ப்பு மற்றும் முன்னேற்றத்தினால் கிடைக்கும் திருப்தி ஆகியவற்றை இவை அறுவடை செய்கின்றன. சுருக்கமாகச் சொன்னால், விளையாட்டுகள் எப்போதும் வளர்ச்சியின் இயந்திரங்களாகவே இருந்துள்ளன; நாம் காலப்போக்கில் அவற்றிற்குப் புதிய பெயர்களைச் சூட்டியுள்ளோம்.

விளையாட்டின் கட்டவிழ்க்கப்படாத ஆற்றல் (The Unlocked Potential of Play)

விளையாட்டாக்கம் (Gamification) என்பது வேலையைச் சாதாரணமாக்குவதோ அல்லது வாழ்க்கையைக் குழந்தைத் தனமாக மாற்றுவதோ மட்டுமல்ல; அது வாழ்க்கையை ஈடுபாடு மிக்கதாகவும், அர்த்தமுள்ளதாகவும், மகிழ்ச்சியானதாகவும் மாற்றுவதாகும். இது விளையாட்டு வடிவமைப்பின் காரணிகளை, விளையாட்டு அல்லாத சூழல்களில் (Non-game contexts) பயன்படுத்தி, நிஜ உலக வணிகச் சிக்கல்களைத் தீர்க்கவும், அளவிடக்கூடிய முடிவுகளைப் பெறவும் உதவும் ஒரு அணுகுமுறையாகும்.

பல தசாப்தங்களாக, வணிக உலகம் "வேலை" மற்றும் "விளையாட்டு" ஆகிய இரண்டையும் முரணான விஷயங்களாகவே கருதி வந்தது. வேலை என்பது தீவிரமானது, கட்டமைக்கப்பட்டது மற்றும் விதிகளுக்கு உட்பட்டது; விளையாட்டு என்பது ஒரு ஆடம்பரம், கவனச்சிதறல் அல்லது தப்பித்தல் என்று கருதப்பட்டது. இந்த நூல் அந்தப் பழைய காலாவதியான பார்வையைச் சவாலுக்கு உட்படுத்துகிறது.

அறிவார்ந்த மற்றும் டிஜிட்டல் பொருளாதாரத்தில் (Digital economy), புதுமையும் நீடித்த ஈடுபாடும் தான் இறுதிப் போட்டித் திறன்களாக உள்ளன. அங்கு, கட்டுப்பாடும் விதிகளும் கொண்ட பழைய மேலாண்மை முறைகள் தோல்வியடைந்து வருகின்றன. பணி ஈடுபாடு குறித்த ஆய்வுகள், ஊழியர்களின் சோர்விற்கு அதிகப்படியான வேலை காரணம் அல்ல, மாறாகப் பணியில் வெளிப்படையான முன்னேற்றம், அங்கீகாரம் மற்றும் அர்த்தம் இல்லாததே காரணம் என்று மீண்டும் மீண்டும் சுட்டிக்காட்டுகின்றன. தொழில்நுட்ப ஜாம்பவான்கள் முதல் வேகமாக வளரும் நிறுவனங்கள் வரை, இன்று வெற்றிபெறும் பல நிறுவனங்கள் ஒரு விஷயத்தைக் கண்டறிந்துள்ளன: தொடர்ச்சியான உழைப்பிற்கான உளவியல் இயந்திரம் என்பது

புதிய ஊக்கத்தொகைத் திட்டங்கள் அல்ல, அது மனிதகுலம் அறிந்த மிகத் தொன்மையான கற்றல் முறையான 'விளையாட்டு' தான்.

விளையாட்டாக்க முறை (Gamify) என்பது நிறுவனப் பணிப் பட்டியலில் சில புள்ளிகளையும் பதக்கங்களையும் சேர்ப்பது மட்டுமல்ல. இது கற்றல், பணி மேலாண்மை, பண்பாடு மற்றும் தலைமைத்துவம் என நிறுவன வாழ்வின் ஒவ்வொரு பகுதியையும் மறுவடிவமைப்பு செய்வதற்கான ஒரு மூலோபாய வரைபடமாகும் (Strategic blueprint). இது வளர்ச்சியின் மீதான மனித மூளையின் இயல்பான உந்துதலோடு நிறுவனத்தைச் சீரமைக்கிறது.

இது ஏன் இப்போது முக்கியமானது? (Why This Matters Now)

துரதிர்ஷ்டவசமாக, நாம் வளர வளர, "தீவிரமான வேலையை" "விளையாட்டில்" இருந்து பிரித்து விடுகிறோம். பெரும்பாலும் உற்பத்தித் திறனை வேலை நேரத்தைக் கொண்டு அளவிடுகிறோமே தவிர, அந்த வேலையில் உள்ள ஈடுபாட்டைக் கொண்டு அல்ல. வேலையில் விளையாட்டின் அம்சம் குறையும் போது, ஊக்கம் குறைகிறது. பணியிடத்தில் ஏற்படும் சலிப்பு என்பது அதிக வேலையினால் வருவதல்ல, மாறாகப் போதிய தூண்டுதல் இல்லாமை, முன்னேற்றம் தெரியாத நிலை மற்றும் உடனடிப் பின்னூட்டம் இல்லாததால் ஏற்படுகிறது என்று ஆய்வுகள் கூறுகின்றன.

இதற்கு நேர்மாறாக, விளையாட்டாக்கச் சூழல்கள் கற்றலின் இயல்பான லயத்தை மீட்டெடுக்கின்றன. நமது உழைப்பு வெளிப்படையானது, வெற்றி அளவிடக்கூடியது மற்றும் முன்னேற்றம் தொடர்ச்சியானது என்பதை அவை நமக்கு நினைவூட்டுகின்றன. சரியாக வடிவமைக்கப்படும்போது, விளையாட்டாக்க முறை வேலையைக் குழந்தைத் தனமாக மாற்றாது; மாறாக, அதை மனிதத் தன்மையுடன் (Human)

மாற்றுகிறது.

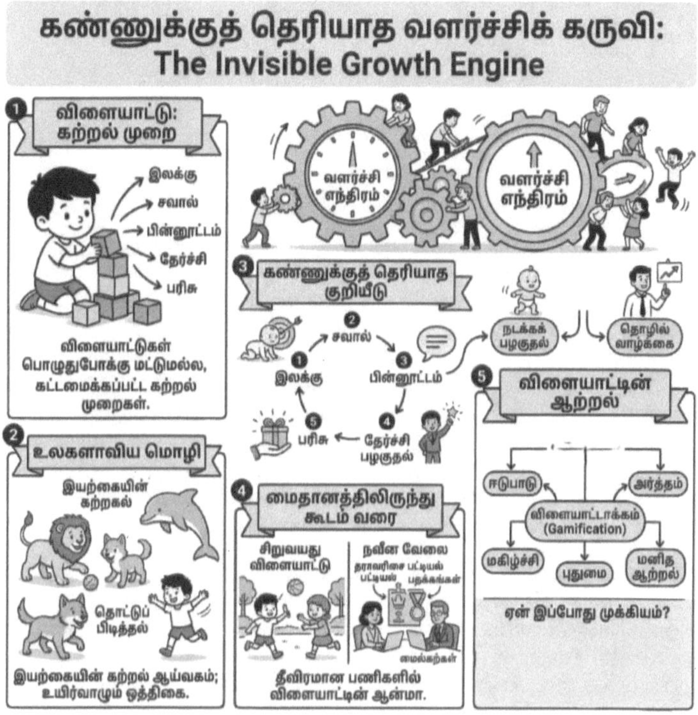

கருத்துப்பேழை

விளையாட்டு என்பது வெறும் பொழுதுபோக்கல்ல; அது மனித மூளை எளிதாகக் கற்கும் ஒரு உலகளாவிய கற்றல் முறையாகும்

நவீன மேலாண்மை: வணிகத்தில் விளையாட்டாக்க முறை (Gamification) என்பது புள்ளிகள் வழங்குவது மட்டுமல்ல; அது ஊழியர்களின் சோர்வை நீக்கி, நீடித்த ஈடுபாட்டையும் புதுமையையும் உருவாக்கும் உத்தி.

விளையாட்டாக்க முறை வேலையை 'மனிதத்தன்மையுடன்' மாற்றி, நிறுவனங்களின் சிக்கல்களுக்குத் தீர்வு காணும் வளர்ச்சி எந்திரம்.

விளையாட்டின் மொழியை உங்கள் குழுவிலும் எப்படிப் புகுத்தி, மனித ஆற்றலை மிகப்பெரிய அளவில் வெளிப்படுத்துவது என்பதை இது உங்களுக்குக் காட்டும்.

முன்னேற்றத்தின் அறிவியல்

The Science of Progress

வளர்ச்சி ஏன் மகிழ்ச்சியைத் தருகிறது?

முன்னேற்றத்தினால் ஏற்படும் மகிழ்ச்சி என்பது வெறும் உளவியல் சார்ந்த உணர்வு மட்டுமல்ல; அது ஒரு உயிரியல் உண்மை. நாம் ஏதேனும் ஒன்றைச் சாதிக்கும்போது, அது எவ்வளவு சிறியதாக இருந்தாலும், நமது மூளை 'டோபமைன்' (Dopamine) எனும் நரம்பியக்கடத்தியைச் (Neurotransmitter) சுரக்கிறது. இது கற்றலையும் ஊக்கத்தையும் வலுப்படுத்துகிறது. இதனால்தான், ஒரு டிஜிட்டல் செயலியில் தோன்றும் "நீங்கள் அடுத்த நிலைக்கு உயர்ந்துள்ளீர்கள்!" (You've leveled up!) என்ற சிறிய செய்தி கூட நமக்கு மகிழ்ச்சியைத் தருகிறது; ஏனெனில் இந்த செய்தி மிகப்பெரிய சாதனைகளின் போது மூளையில் செயல்படும் அதே பாதைகளைத் தூண்டுகிறது.

உண்மையில், விளையாட்டுக்கும் முன்னேற்றத்திற்கும் இடையில் நமது மூளை பெரிய வேறுபாடுகளைக் காண்பதில்லை. மூளை விரும்புவதெல்லாம் 'வெளிப்படையான வளர்ச்சி' மட்டுமே; அதாவது நமது உழைப்பு நேரடியாக ஒரு முன்னேற்றத்திற்கு வழிவகுக்கிறது என்ற உணர்வை அது எதிர்பார்க்கிறது. இந்த நரம்பியல் ஒருங்கமைவுதான் 'விளையாட்டாக்க' (Gamification) முறையின் ஆற்றலுக்குப் பின்னால் இருக்கும் அறிவியல்.

வளர்ச்சியைத் தூண்டும் ஐந்து உயிரியல் காரணிகள்

விளையாட்டுகள் வளர்ச்சியை மூளையோடு ஆழமாகப் பிணைக்கின்றன என்பதை நவீன நரம்பியல் மற்றும் நடத்தை சார் உளவியல் உறுதிப்படுத்துகின்றன. திட்டமிட்ட விளையாட்டாக்க முறை இந்த ஐந்து முக்கியத் தூண்டிகளைப் பயன்படுத்துகிறது:

நரம்பு-வேதியியல் தூண்டி	செயல்பாடும் விளையாட்டோடு அதன் தொடர்பும்	வணிகப் பாடம்
டோபமைன்: ஊக்கமூட்டும் மூலக்கூறு	ஓர் இலக்கை நோக்கி நாம் முன்னேறும்போது இது சுரக்கிறது. விளையாட்டுகள் இந்தப் பின்னூட்டச் சுழற்சியைச்	ஆண்டுக்கு ஒருமுறை பாராட்டுவதை விட, நுண்-பரிசுகள் (பதக்கங்கள், புள்ளிகள், உடனடிப் பாராட்டு) தினசரி

நரம்பு-வேதியியல் தூண்டி	செயல்பாடும் விளையாட்டோடு அதன் தொடர்பும்	வணிகப் பாடம்
	சுருக்குவதன் மூலம் ஊக்கத்தை அதிகப்படுத்துகின்றன.	ஈடுபாட்டைத் திறம்பட வளர்க்கின்றன.
⚡ 'ஃப்ளோ' (Flow) நிலை: சவாலும் திறனும் இணையும் இடம்	உளவியலாளர் மிஹாலி சிசென்ட்மிஹாலி என்பவரால் வரையறுக்கப்பட்டது. ஒருவரின் திறமைக்கு ஏற்பச் சவால் அமையும்போது, கவனம் தீவிரமடையும் நிலையே இது. விளையாட்டுகள் இந்தச் சமநிலையை உருவாக்குவதில் வல்லவை.	திறமைக்கு ஏற்ப வளரும் சவால்களை வடிவமைக்க வேண்டும். மிக எளிதாக இருந்தால் சலிப்பு ஏற்படும்; மிகக் கடினமாக இருந்தால் மனச்சோர்வு (Burnout) ஏற்படும்.
❤ உணர்வுகள் கற்றலை நிலைநிறுத்துகின்றன	உணர்வுப்பூர்வமான அனுபவங்கள் மூளையின் 'அமிக்டாலா' (Amygdala) பகுதியைத் தூண்டி, நினைவாற்றலை வலுப்படுத்துகின்றன. ஒரு பாடத்தைக் கேட்பதை விட, ஒரு பெரிய வெற்றியையோ அல்லது தோல்வியையோ நாம் தெளிவாக நினைவில் கொள்கிறோம்.	ஈடுபாடு என்பது அறிவு சார்ந்தது என்பதற்கு முன்னால், அது உணர்வு சார்ந்தது. கற்றலைத் தகவலாகத் தராமல், அனுபவமாக மாற்ற வேண்டும்.
⊟ பின்னூட்டச் சுழற்சி:	செயல் → பின்னூட்டம் →	தாமதமான பின்னூட்டங்களுக்

நரம்பு-வேதியியல் தூண்டி	செயல்பாடும் விளையாட்டோடு அதன் தொடர்பும்	வணிகப் பாடம்
மூளையின் இயற்கை அமைப்பு	சரிசெய்தல் → முன்னேற்றம் என்ற சுழற்சி நரம்புப் பாதைகளை வலுப்படுத்துகிறது. பின்னூட்டம் எவ்வளவு விரைவாகக் கிடைக்கிறதோ, கற்றல் அவ்வளவு வேகமாகும்.	குப் (ஆண்டு மதிப்பாய்வு) பதிலாக, உடனடிப் பின்னூட்டங்களை (நேரடித் தரவுப் பலகைகள், சக ஊழியர் பாராட்டு) அறிமுகப்படுத்துங்கள்.
🚀 **சமூக மூளை: கூட்டாகச் செயல்படும் உத்தி**	விளையாட்டுகள் சமூகப் பிரதிபலன் மையங்களைத் தூண்டுகின்றன. பகிரப்பட்ட வெற்றிகளும் குழுச் சவால்களும் 'ஆக்ஸிடோசின்' (Oxytocin) ஹார்மோனைச் சுரக்கச் செய்து, நம்பிக்கையையும் பிணைப்பையும் வலுப்படுத்துகின்றன.	விளையாட்டாக்கப் பட்ட கூட்டுமுயற்சிகள் (குழுத் தேடல்கள், குழு இலக்குகள்), சாதாரணக் கூட்டங்களை விட மிக வேகமாகவும் ஆழமாகவும் நம்பிக்கையை உருவாக்குகின்றன.

விளையாட்டு-வளர்ச்சிச் சுழற்சி (The Game-to-Growth Loop)

எந்தவொரு விளையாட்டாக்க அமைப்பின் வெற்றியும், இந்த நரம்பியல் உந்துதல்களை ஒரு தொடர்ச்சியான சுழற்சியாக மாற்றுவதில்தான் உள்ளது.

சுழற்சியின் படிநிலைகள்:

டோபமைன் ஒரு புதிய பணியைத் தொடங்குவதற்கான ஆரம்பகால **ஊக்கத்தை (Motivation)** வழங்குகிறது.

இந்த ஊக்கம் **கவனத்தை (Focus)** ஈர்க்கிறது, இது **'ஃப்ளோ' (Flow)** நிலைக்கு வழிவகுக்கிறது.

'ஃப்ளோ' நிலை, உடனடிப் **பின்னூட்டத்தின் (Feedback)** மூலம் விரைவான **கற்றலை (Learning)** உண்டாக்குகிறது.

கற்றல் என்பது **தேர்ச்சி (Mastery)** மற்றும் மேம்பட்ட **நினைவாற்றலுக்கு (Retention)** வழிவகுக்கிறது.

தேர்ச்சி என்பது சிறந்த **செயல்திறனை (Performance)** தருகிறது, இது மீண்டும் ஒரு **பரிசினால் (Reward)** (கூடுதல் டோபமைன்) உறுதிப்படுத்தப்பட்டு, சுழற்சி மீண்டும் தொடங்குகிறது.

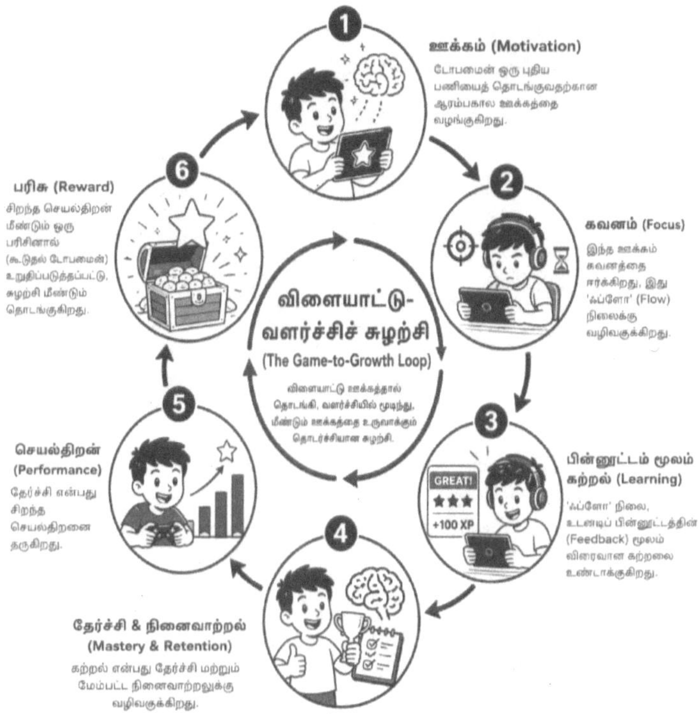

விளையாட்டுகள் ஏன் நம்மை இவ்வளவு ஈர்க்கின்றன என்பதற்கு இந்தச் சுழற்சியே காரணம்; அவை விரைவான மற்றும் தங்களைத் தாங்களே வலுப்படுத்திக் கொள்ளும் முன்னேற்றத்தை வழங்குவதற்காக மிகச் சரியாக வடிவமைக்கப்பட்டுள்ளன. ஒரு தலைவராகவோ அல்லது மேலாளராகவோ உங்கள் பணி, இதே முன்னேற்றச் சுழற்சியை உங்கள் பணி அமைப்பின் மரபணுவிலேயே (DNA)

உருவாக்குவதுதான்.

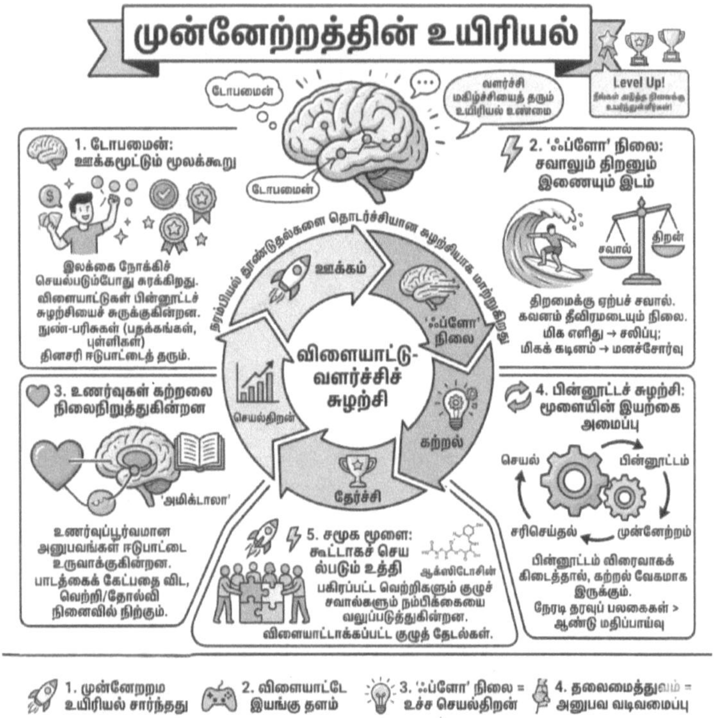

கருத்துப்பேழை

- **விளையாட்டே நமது 'இயக்க முறைமை' (Operating System):** விளையாட்டுகள் பின்னூட்டச் சுழற்சியைச் சுருக்கி, நீண்ட கால இலக்குகளை உடனடி மைல்கற்களாக மாற்றுகின்றன. இது கற்றலையும் செயல்திறனையும் நிலைக்கச் செய்கிறது.
- **'ஃப்ளோ' நிலை தான் உச்சபட்ச செயல்திறன்:** ஒருவரின் கவனத்தையும் நினைவாற்றலையும் உச்சத்திற்குக் கொண்டு செல்ல, அவரது திறமைக்கு இணையான சவால்களை வடிவமைக்க வேண்டும் (அதிகமாகவும் அல்ல, குறைவாகவும் அல்ல).
- **தலைமைத்துவம் என்பது ஓர் அனுபவ வடிவமைப்பு:** உங்கள் இலக்கு, மந்தமான அதிகாரத்துவ முறைகளை (தாமதமான பின்னூட்டம்) நீக்கிவிட்டு, வளர்ச்சிச் சுழற்சியைத் தூண்டக்கூடிய வேகமான, வெளிப்படையான மற்றும் அர்த்தமுள்ள தொடர்புகளை (முன்னோடிப் பின்னூட்டம்) உருவாக்குவதாகும்.

மறைந்திருக்கும் மேலாண்மைப் பாடம்

The Hidden MBA

"நாம் வயதாகிவிடுவதால் விளையாடுவதை நிறுத்துவதில்லை; விளையாடுவதை நிறுத்துவதால்தான் வயதாகிவிடுகிறோம்."

ஜார்ஜ் பெர்னார்ட் ஷா.

விளையாட்டு என்பது வெறும் பொழுதுபோக்கு அல்ல; அது ஆர்வம், சவால் மற்றும் மகிழ்ச்சியின் வழியாகப் பேசும் கற்றலின் அடிப்படை மொழி. ஒரு குழந்தை கட்டைகளை அடுக்குவது முதல், ஒரு தலைமைச் செயல் அதிகாரி (CEO) வணிக உருவகப்படுத்துதலை (Business simulation) நடத்துவது வரை, விளையாட்டின் ஒவ்வொரு செயலும் ஒரு சொல்லப்படாத இலக்கணத்தைப் பின்பற்றுகிறது: அதற்கு ஒரு கட்டமைப்பு, விதிகள், முன்னேற்றம் மற்றும் பின்னூட்டம் உண்டு. மனிதர்கள் எதார்த்த உலகைச் பாதுகாப்பான முறையில் முன்கூட்டியே செய்து பார்ப்பதற்கான (Simulate) ஒரு வழிமுறையே விளையாட்டு. இது பாதிப்புகள் ஏதுமின்றித் தோல்வியடையவும், அதே சமயம் முழுத் தன்னம்பிக்கையுடன் வெற்றிபெறவும் நமக்குக் கற்றுக்கொடுக்கிறது. இது மனிதகுலம் அறிந்த அனுபவவழிக் கற்றலின் (Experiential learning) மிகச் சிறந்த வடிவமாகும்.

விளையாட்டே முதல் மேலாண்மைப் பாடம் (Games as the First MBA)

மேலாண்மைப் புத்தகங்கள், தலைமைத்துவப் பயிற்சிகள் அல்லது நிறுவன இலக்குகளை (KPIs) நாம் அறிவதற்கு முன்பே, விளையாட்டு மைதானத்தில் நாம் அனைவரும் ஒரு முறைசாரா 'சிறு மேலாண்மைப் பாடத்தை' (Mini MBA) கற்றோம். ஒவ்வொரு சிறுவயது விளையாட்டும் நமக்கு அடிப்படைப் பாடங்களைக் கற்பித்தன, அவை பிற்காலத்தில் நமது தனிப்பட்ட மற்றும் தொழில்முறை வளர்ச்சியைத் தீர்மானித்தன.

சிறுவயது விளையாட்டுகளில் மறைந்திருக்கும் மேலாண்மைப் பாடங்கள்:

விளையாட்டு	மறைந்திருக்கும் பாடம்	மேலாண்மை ஒப்புமை
காகிதக் கப்பல்	வடிவமைப்புச் சிந்தனை (Design thinking), மீண்டும் மீண்டும் செய்தல்	விரைவாக முன்மாதிரியை உருவாக்கு, சிறிய அளவில் தோற்றுப் பழகு, தொடர்ந்து முன்னேறு
சதுரங்கம் (Chess)	உத்திசார் திட்டமிடல்	நகர்வுகளை முன்கூட்டியே கணித்தல், வளங்களைச் சரியாகப் பகிர்ந்தளித்தல்
பரமபதம் (Snakes & Ladders)	மீண்டெழும் திறன் (Resilience)	வெற்றியும் தோல்வியும் தற்காலிகமானவை
கல்-காகிதம்-கத்தரிக்கோல்	நிகழ்தகவு மற்றும் விளையாட்டுத் தத்துவம் (Game theory)	போட்டியைப் புரிந்துகொண்டு உத்திகளை மாற்றியமைத்தல்
கோ-கோ / தொட்டுப் பிடித்தல்	வேகம், குழுப்பணி மற்றும் கால நேரம்	சுறுசுறுப்பான ஒத்துழைப்பு மற்றும் விரைவான செயல்பாடு

இந்த விளையாட்டுகள் திறமைகளை வளர்க்கும் மறைமுக வகுப்பறைகளாகச் செயல்பட்டன. நவீனத் தலைவர்கள் விலையுயர்ந்த மேம்பாட்டுத் திட்டங்கள் மூலம் வளர்த்துக்கொள்ளும் உத்தி வகுத்தல், ஒத்துழைத்தல் மற்றும் சூழலுக்கு ஏற்ப மாறுதல் போன்ற அத்தியாவசியத் திறன்களை இவை அப்போதே நமக்கு ஊட்டின.

விளையாட்டும் அறிவுசார் மூளையும் (Play and the Cognitive Brain)

விளையாட்டு, வாழ்நாள் கற்றலையும் தொழில்முறைத் தேர்ச்சியையும் வடிவமைக்கும் மூளையின் மூன்று முக்கியமான பகுதிகளைத் தூண்டுகிறது:

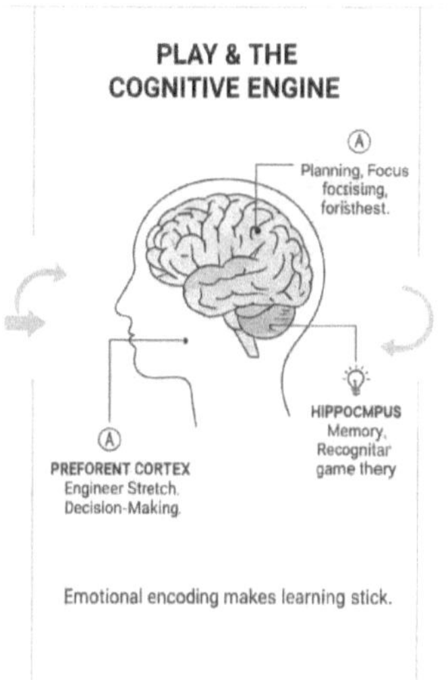

முன்பக்க மூளைப் பகுதி (Prefrontal Cortex): இது திட்டமிடல், கவனம் மற்றும் முடிவெடுப்பதற்குக் காரணமானது. சதுரங்கம் போன்ற விளையாட்டுகளில் நாம் உத்திகளை வகுக்கும்போது, இந்தப் பகுதி வலுவடைகிறது; இது நமது தொலைநோக்குப் பார்வையையும் தீர்ப்பெழுதும் திறனையும் மேம்படுத்துகிறது.

கடல் குதிரை வடிவம் போன்ற மூளைப் பகுதி (Hippocampus): இது நமது நினைவாற்றல் மையம். விளையாட்டுகள் உணர்வுகளை நினைவாற்றலுடன் இணைப்பதன் மூலம், வடிவங்களை அடையாளம் காணும் மற்றும் நினைவுபடுத்தும் திறனை மேம்படுத்துகின்றன. இதனால்தான் உங்களுக்குப் பிடித்த விளையாட்டுகளைப் பல தசாப்தங்களுக்குப் பிறகும் தெளிவாக நினைவில் வைத்திருக்கிறீர்கள்.

அடிப்படை நரம்பு முடிச்சுகள் (Basal Ganglia): இது மூளையின் "பழக்க எந்திரம்". விளையாட்டில் மீண்டும் மீண்டும் செய்யும் செயல்கள் அறியாமலேயே பழக்கங்களாக மாறுகின்றன. பயிற்சி ஒரு வீரரைத் திறமையானவராக்குவது போலவே, விளையாட்டாக்கப்பட்ட நேர்மறைச் செயல்பாடுகளைத் தொடர்ந்து செய்வது தொழில்முறைத் தேர்ச்சியை உருவாக்குகிறது.

ஒரு சமூக இணைப்பாக விளையாட்டு

ஒவ்வொரு வெற்றிகரமான நிறுவனத்திற்கும் அடிப்படையாக அமையும் உறவுகளையும் விளையாட்டுகள் உருவாக்குகின்றன.

நீங்கள் விளையாட்டில் ஈடுபடும்போது, படிநிலைகள் (Hierarchy) கரைந்து போகின்றன. ஒரே விளையாட்டுக் களத்தில் இருக்கும் ஒரு தலைமை அதிகாரி, ஒரு மேலாளர் மற்றும் ஒரு பயிற்சியாளர் ஆகிய அனைவரும் சமமானவர்களாகவே

இணைகிறார்கள். அவர்கள் நிறுவனப் பதவியால் அல்லாமல், ஒரு பொதுவான இலக்கால் ஒன்றிணைகிறார்கள்.

இதனால்தான் பணியிடத்தில் 'விளையாட்டாக்க முறை' ஆழமான தாக்கத்தை ஏற்படுத்துகிறது: இது வேலையைக் வெறும் 'கட்டாயக் கடமையாக' பார்க்காமல், ஒரு 'தொடர்புச் சங்கிலியாக' மாற்றுகிறது.

கருத்துப்பேழை

- **விளையாட்டு ஒரு பாதுகாப்பான ஒத்திகை:** எதார்த்த உலகத் தவறுகளுக்கான அதிக விலையைக் கொடுக்காமல், கோட்பாடுகளைச் சோதிக்கவும், விரைவாகத் தோல்வியடைந்து கற்றுக்கொள்ளவும் விளையாட்டுகள் அனுமதிக்கின்றன.
- **உணர்வுப்பூர்வமான பதிவின் ஆற்றல்:** மூளை எதைக் கேட்கிறதோ அதைவிட எதை உணர்கிறதோ அதையே நீண்ட காலம் நினைவில் கொள்கிறது. மகிழ்ச்சி அல்லது சாதனையுடன் தொடர்புடைய அனுபவங்களை உருவாக்குவதன் மூலம், விளையாட்டுகள் கற்றலை ஆழமாகப் பதிய வைக்கின்றன.

- **பண்பாட்டுப் பாலம்:** விளையாட்டாக்க முறைகள் படிநிலைகளைத் தளர்த்தி, குழு உறுப்பினர்களை ஒரு பொதுவான இலக்கை நோக்கி ஒன்றிணைப்பதன் மூலம் ஒரு பயம் இல்லாத சூழல் (Psychological safety) உருவாகிறது. இது வேலையை ஒரு சுவையான, ஒன்றிணைந்த பயணமாக மாற்றுகிறது.

சிந்தனைக்கான வினாக்கள்

1. உங்கள் நிறுவனத்தில் மிகவும் வெற்றிகரமான குழுவைப் பற்றிச் சிந்தியுங்கள். சிறுவயது விளையாட்டுகளைப் போலவே அவர்கள் பின்பற்றும் 'மறைமுகப் பாடங்கள்' என்ன (எ.கா: விரைவான மாற்றங்கள், தந்திரோபாய முடிவுகள்)?
2. உங்கள் குழுவின் 'முன்பக்க மூளைப் பகுதியை' (திட்டமிடல் மற்றும் தொலைநோக்கு) வலுப்படுத்த, ஒரு "தோற்றாலும் பாதிப்பில்லாத" (Safe-to-fail) விளையாட்டுச் சவாலை எங்கே அறிமுகப்படுத்தலாம்?
3. உங்கள் நிறுவனப் பண்பாட்டை வெறும் விதிமுறைப் பின்பற்றலிலிருந்து, ஒரு துடிப்பான பிணைப்பாக மாற்ற, சக ஊழியர்களுக்கு இடையேயான அங்கீகாரத்தை எப்படி அதிகப்படுத்தலாம்?

தமிழரின் கலாச்சாரம்

The Game That Teaches Giving

"ஓடி விளையாடு பாப்பா!-நீ
ஓய்ந்திருக்க லாகாகது பாப்பா!
கூடி விளையாடு பாப்பா!-ஒரு
குழந்தையை வையாதே பாப்பா! - பாரதி

வெற்றிக்கும் அப்பால்: விளையாட்டின் நோக்கம்

எல்லா விளையாட்டுகளும் வெற்றி பெறுவதற்காக மட்டுமே ஆடப்படுவதில்லை; சில விளையாட்டுகள் நம்மைச் சீர்நோக்கில் செதுக்குவதற்காக ஆடப்படுகின்றன. ஒவ்வொரு கலாச்சாரத்திலும் உத்திகள், திறன்கள் மற்றும் வாழ்வாதாரத்தைக் கற்றுத்தரும் விளையாட்டுகள் உண்டு. ஆனால், மிகவும் வலிமையான விளையாட்டுகள் மனிதத்தன்மையின் சாரமான இரக்கம் (Empathy), தாராள குணம் (Generosity) மற்றும் ஒத்துழைப்பு (Collaboration) ஆகியவற்றை நமக்குப் புகட்டுகின்றன. இவையே இன்று மேலாண்மைத் துறையில் "உணர்ச்சிசார் அறிவுத்திறன்" (Emotional Intelligence) மற்றும் "தொண்டுள்ளத் தலைமைத்துவம்" (Servant Leadership) என்று அழைக்கப்படுகின்றன. விளையாட்டில் விழுமியங்களைப் புகட்டும் இந்தப் பண்பாட்டு மரபு பல நூற்றாண்டுகள் பழமையானது.

ஆய்வு: "பருப்புக் கடை, பருப்புக் கடை" – ஈகையைக் கற்றுத்தரும் விளையாட்டு

இந்தியாவின் தென்னக மாநிலமான தமிழ்நாட்டில், குழந்தைகள் "பருப்புக் கடை" என்னும் ஒரு தொடுதல் சார்ந்த விளையாட்டை விளையாடுவதுண்டு. பாட்டி தனது மழலை மாறா பேத்தியின் பிஞ்சு உள்ளங்கையைத் தட்டில் வைத்துப் தனது முழங்கையால் பருப்பு கடைவது போலப் பாவனை செய்வார். அவ்வாறு கடைந்த பருப்பை ஒவ்வொரு விரலுக்கும் பகிர்ந்தளிப்பது போலப் பாடித் தட்டிக்கொண்டே வருவார்: "இது அம்மாவுக்கு, இது அப்பாவுக்கு, இது மாமாவுக்கு...". இறுதியில் எஞ்சியிருக்கும் மிகச்சிறிய சுண்டு விரல் தான் அந்தக் குழந்தைக்கு!

இந்த விளையாட்டில் ஒரு உன்னதமான பாடம் மிக நேர்த்தியாக மறைத்து வைக்கப்பட்டுள்ளது: **"முதலில் மற்றவர்களுக்குக் கொடு, பிறகு உனக்காக எடுத்துக்கொள்."** தொடு உணர்வு சார்ந்த ஒரு விளையாட்டாகத் தொடங்கும் இது, ஒரு குழந்தைக்குத் தாராள குணத்தையும், தன்னலத்திற்கு முன்னால் பிறரை மதிக்கும் பண்பையும் மிகச் சிறிய வயதிலேயே சடங்கு போலக் கற்றுக்கொடுக்கிறது.

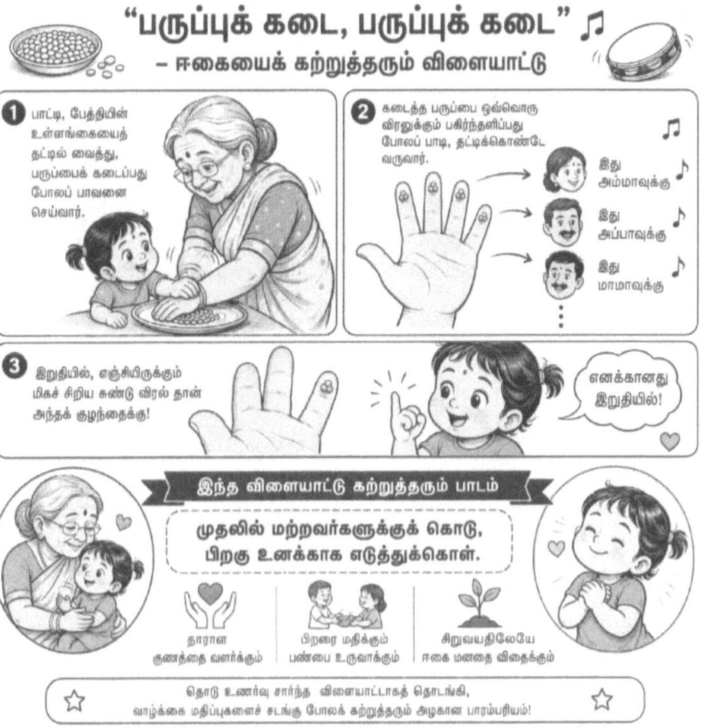

"பருப்புக் கடை" விளையாட்டின் கட்டமைப்பு, ஒரு சிறந்த தலைமைத்துவத்தின் மற்றும் உயர்தர நிறுவனத்தின் சாராம்சத்தைப் பிரதிபலிக்கிறது. குழந்தையின் உள்ளங்கையிலிருந்து தலைமைத்துவக் கொள்கை வரை மதிப்பினை உருவாக்குதல் என்பது 'கொடுத்தலில்' இருந்தே தொடங்குகிறது.

ஆடுபுலி ஆட்டம்

"தனிநபர் திறமை முக்கியம்; ஆனால் குழு ஒத்துழைப்பே வெற்றியை உருவாக்கும்."

ஆடுபுலி ஆட்டம் என்பது வெறும் பாரம்பரிய பொழுதுபோக்கு அல்ல; அது **வியூகம், முடிவெடுத்தல், ஒத்துழைப்பு, வள மேலாண்மை, அபாய மதிப்பீடு மற்றும் அமைப்புசார் சிந்தனை** (Systems Thinking) ஆகியவற்றை கற்றுத்தரும் ஒரு இயற்கையான கற்றல் மாதிரி.

இந்த விளையாட்டில் இரண்டு எதிர்மறை சக்திகள் உள்ளன:

புலி → அதிகாரம், வேகம், தாக்குதல், குறைந்த வளத்துடன் அதிக விளைவு

ஆடுகள் → எண்ணிக்கை, கூட்டுச் செயல்பாடு, பாதுகாப்பு, திட்டமிடல்

இந்த சமநிலையற்ற அமைப்பே (Asymmetric Design) இதை ஒரு ஆழமான கற்றல் கருவியாக மாற்றுகிறது.

1. வியூக சிந்தனையை (Strategic Thinking) கற்றுத்தரும்

புலி வெல்ல வேண்டும் என்றால் ஒவ்வொரு நகர்வையும் கணக்கிட்டு தாக்க வேண்டும். ஆடுகள் வெல்ல வேண்டும் என்றால் உடனடி இலாபத்தை விட நீண்டகால கட்டுப்பாட்டை உருவாக்க வேண்டும்.

கற்றல்:

"அடுத்த நகர்வு என்ன?" என்பதிலிருந்து "இறுதி விளைவு என்ன?" என்ற சிந்தனைக்கு மாற்றம்.

இது விளையாடுபவர்களுக்கு Strategic Planning – வியூகத் திட்டமிடல், Scenario Analysis – சூழ்நிலைப் பகுப்பாய்வு, Decision Making – முடிவெடுத்தல், Long-term Thinking – நீண்டகாலச் சிந்தனை ஆகிய திறன்களை வளர்க்கிறது.

2. ஒத்துழைப்பு மற்றும் குழு இயக்கத்தை (Collaboration & Team Dynamics) கற்பிக்கிறது

ஒரு ஆடு தனியாக புலியை வெல்ல முடியாது. ஆனால் கூட்டமாக இயங்கினால் புலியைச் சுற்றிவளைக்க முடியும்.

இதிலிருந்து கற்றுக்கொள்வது:

- ஒருங்கிணைப்பு
- தகவல் பகிர்வு
- குழு இலக்கு
- Collective Intelligence

3. வளக் கட்டுப்பாடு (Resource Constraints) மற்றும் திட்டமிடல்

புலிக்கு சக்தி அதிகம், ஆனால் எண்ணிக்கை குறைவு. ஆடுகளுக்கு எண்ணிக்கை அதிகம், ஆனால் தாக்குதல் திறன் இல்லை. இதுவே உண்மையான வாழ்க்கைச் சூழல்:

- புத்தொழில் நிறுவனம் vs பெரிய நிறுவனம்
- சிறிய குழு vs பெரிய போட்டியாளர்
- நிதி வரம்புகள் vs வணிக இலக்குகள்

கற்றல்:
வளம் அதிகம் இருப்பது வெற்றியை உறுதி செய்யாது; வளத்தை சரியாக பயன்படுத்துவதுதான் வெற்றியை நிர்ணயிக்கும்.

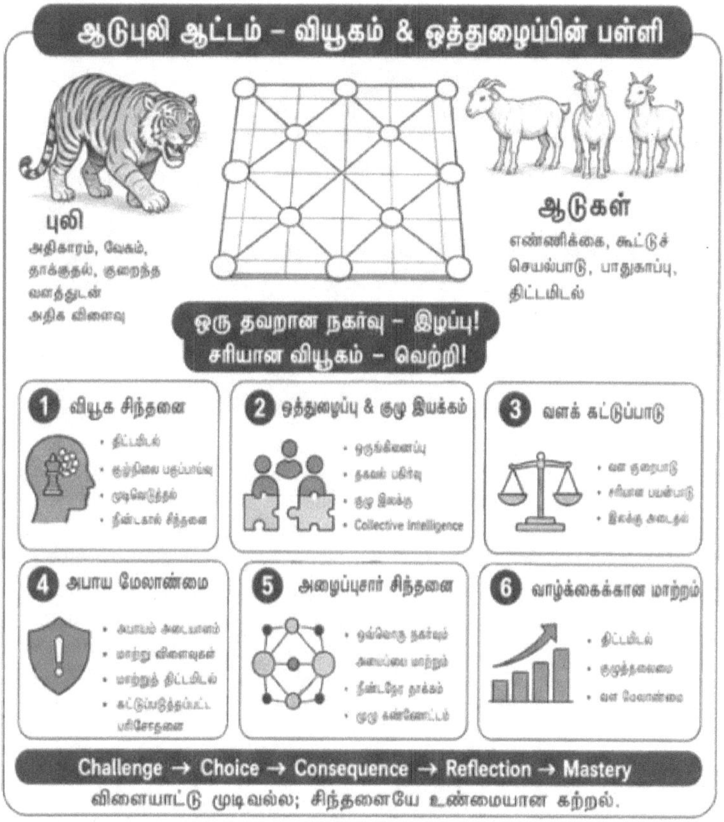

4. **அபாய மேலாண்மை** (Risk Management)

ஒரு தவறான நகர்வு:

புலிக்கு → சிக்கிக்கொள்வது

ஆடுகளுக்கு → ஒரு உறுப்பை இழப்பது

இதன் மூலம் அபாயங்களை அடையாளம் காணுதல் (Risk Identification), மாற்று விளைவுகளின் சமநிலைப் பகுப்பாய்வு (Trade-off Analysis), மாற்றுத் திட்டமிடல் (Contingency Planning), கட்டுப்படுத்தப்பட்ட பரிசோதனை (Controlled Experimentation) ஆகியவற்றை கற்றுக்கொள்ளலாம்.

5. அமைப்புசார் சிந்தனை (Systems Thinking)

விளையாட்டில் ஒவ்வொரு நகர்வும் தனிப்பட்ட செயல் அல்ல. அது முழு அமைப்பையும் மாற்றுகிறது.

கேள்விகள்:

இந்த முடிவு அடுத்த 5 நகர்வுகளை எப்படி பாதிக்கும்?

எந்தக் கட்டத்தில் அமைப்பு சீர்குலையும்?

எப்போது தாக்க வேண்டும்? எப்போது காத்திருக்க வேண்டும்?

இது Systems Thinking மற்றும் Project Management-இன் மையக் கருத்து.

ஆடுபுலி ஆட்டத்தில் வெற்றி பெறுவது முக்கியமல்ல. எப்படி சிந்தித்தீர்கள், ஏன் அந்த முடிவை எடுத்தீர்கள், அடுத்த முறை என்ன மாற்றுவீர்கள் என்பதே உண்மையான கற்றல்.

ஒரு விளையாட்டு முடிந்துவிடலாம்; ஆனால் அதில் உருவான சிந்தனை வாழ்நாள் முழுவதும் பயன்படும்.

விளையாடி வளர்ந்த தமிழர் — கற்றல், வளர்ச்சி, வெற்றியின் பாரம்பரியம்

இன்று “விளையாட்டுப்படுத்தல் (Gamification)”, “அனுபவக் கற்றல் (Experiential Learning)”, “சிமுலேஷன் (Simulation)” போன்ற சொற்கள் நவீன கல்வி மற்றும் நிறுவன உலகில் பெரிதும் பேசப்படுகின்றன. ஆனால் தமிழர் சமூகத்தில் இவை பல நூற்றாண்டுகளுக்கு முன்பே வாழ்வின் ஒரு பகுதியாக விளங்கியிருக்கின்றன. தமிழர்களுக்கு விளையாட்டு என்பது நேரத்தை கழிக்கும் செயலல்ல; அது வாழ்க்கையைப் பயிற்றுவிக்கும் ஒரு அறிவியல். குழந்தைகளை அறிவிலும் உடலிலும் சமூகத்திலும் வளர்க்க உருவாக்கப்பட்ட இயற்கையான கற்றல் அமைப்பாகவே விளையாட்டுகள் இருந்தன.

வீட்டுத் திண்ணை முதல் கிராமத் தெரு வரை, ஒவ்வொரு விளையாட்டும் ஒரு திறனை உருவாக்கியது; ஒவ்வொரு திறனும் வாழ்க்கையின் ஒரு கட்டத்தில் வெற்றியாக மாறியது.

உள்ளரங்க விளையாட்டுகள் தமிழர்களின் சிந்தனைத் திறனை செதுக்கிய அமைதியான வகுப்பறைகள். **பல்லாங்குழி** வெறும்

புளியங்கொட்டைகளை நகர்த்தும் விளையாட்டு அல்ல; அது

எண்ணிக்கை, கணிப்பு, வளப் பயன்பாடு மற்றும் முன்னறிவிப்பு ஆகியவற்றை கற்றுத்தந்தது. ஒவ்வொரு குழியிலும் எவ்வளவு சேர்க்க வேண்டும், எப்போது சேமிக்க வேண்டும் என்பதைக் குழந்தைகள் இயல்பாகக் கற்றுக்கொண்டனர். **தாயம்** மூலம் பொறுமை, வாய்ப்பைப் பயன்படுத்துதல், முடிவெடுத்தல் ஆகியவை வளர்ந்தன.

வெளிப்புற விளையாட்டுகள் தமிழர்களின் உடலை மட்டும் அல்ல, மனவலிமையையும் சமூகத் திறன்களையும் வடிவமைத்தன. **கபடி அல்லது சடுகுடு** மூச்சுக் கட்டுப்பாடு, வேகம், தைரியம் மற்றும் குழு ஒருங்கிணைப்பை வளர்த்தது. ஒரு வீரர் தனியாக சென்று திரும்பினாலும், வெற்றி முழு அணியின் ஒத்துழைப்பில்தான் இருந்தது. **பாம்பரம்** குழந்தைகளுக்கு சமநிலை, கவனம், கட்டுப்பாடு ஆகியவற்றைக் கற்றுத்தந்தது—ஒரு பாம்பரம் போல வாழ்க்கையிலும் சுழன்றாலும் மையத்தை இழக்கக்கூடாது என்ற பாடம் அதில் இருந்தது. **கில்லி தாண்டல்** கண்–கை ஒருங்கிணைப்பு, நேரம் கணித்தல் மற்றும் துல்லியத்தை வளர்த்தது. **நொண்டி** உடல் சமநிலை மட்டுமல்ல; தோல்வியடைந்தாலும் மீண்டும் முயற்சிக்கும் மனப்பாங்கையும் உருவாக்கியது. இவை அனைத்தும் சேர்ந்து உடலுக்கும் மனதுக்கும் ஒரே நேரத்தில் பயிற்சி அளித்தன.

சிறுமியர் விளையாட்டுகள் தமிழர் சமூகத்தின் இன்னொரு நுண்ணறிவை வெளிப்படுத்துகின்றன. **தட்டாங்கல்** மூலம் கவனம், துல்லியம், கைகளின் ஒருங்கிணைப்பு மற்றும் நினைவாற்றல் வளர்க்கப்பட்டது. சிறிய கற்களைப் பிடிப்பதற்குள் குழந்தைகள் ஒரே நேரத்தில் கணிக்கவும் செயல்படவும் கற்றுக்கொண்டனர். **அம்மானை** விளையாட்டில் இசை, தாளம், இயக்கம், மொழி மற்றும் சமூக உறவு அனைத்தும் ஒன்றிணைந்தன. பாடிக்கொண்டே விளையாடும் இந்த மரபு, கற்றலை ஒரு கடமையாக அல்ல—ஒரு மகிழ்ச்சியான அனுபவமாக மாற்றியது. தமிழர் சமூகத்தில் பெண்களின் வளர்ச்சியும் சமூகப் பங்களிப்பும் சிறுவயதிலிருந்தே விளையாட்டின் வழியே உருவாக்கப்பட்டன என்பதை இது காட்டுகிறது.

தமிழர்களின் பாரம்பரிய விளையாட்டுகளைப் பார்க்கும்போது ஒரு பெரிய உண்மை தெளிவாகிறது: அவர்கள் குழந்தைகளைப் படிக்கச் சொல்லவில்லை; **விளையாடச் சொல்லி கற்றுக்கொடுத்தார்கள்**. அவர்கள் போட்டியை மட்டும் கற்றுக்கொடுக்கவில்லை; ஒத்துழைப்பையும் கற்றுக்கொடுத்தார்கள். அவர்கள் வெற்றியை மட்டும் கொண்டாடவில்லை; முயற்சி, பொறுமை, சிந்தனை, தைரியம்,

ஒழுக்கம் ஆகியவற்றை வளர்த்தார்கள். இன்று நாம் “திறன் மேம்பாடு”, “தலைமைத்துவம்”, “பிரச்சினை தீர்வு”, “குழு இயக்கம்” என்று அழைக்கும் பல திறன்கள், தமிழர் வீடுகளிலும் கிராமங்களிலும் பல தலைமுறைகளாக விளையாட்டின் மூலம் உருவாக்கப்பட்டவை. **தமிழர்களுக்கு விளையாட்டு என்பது வெறுமனே நேரத்தை செலவிடும் வழி அல்ல; வாழ்க்கையை வளமாக்கும் வழி.**

சிறந்த தலைவர்கள், சிறந்த விளையாட்டு வீரர்களைப் போலவே, கைமாறினை எதிர்பார்ப்பதற்கு முன்னால் நேரம், நம்பிக்கை மற்றும் ஆற்றல் ஆகியவற்றைத் தனது குழுவினருக்காக முதலீடு செய்கிறார்கள். கூட்டு வளர்ச்சி தனிப்பட்ட வளர்ச்சியைப் பலமடங்கு அதிகரிக்கும் என்பதை உணர்ந்து, மற்றவர்கள் வெற்றிபெற அவர்கள் வழிவகுக்கிறார்கள். மகிழ்ச்சி என்பது பகிரப்படும்போது பலமடங்கு பெருகும் என்பதை இந்த விளையாட்டுத் தெளிவுபடுத்துகிறது. அதேபோல், நிறுவனங்களில் விளையாட்டாக்கம் (Gamification) என்பது தனிமனிதப் போட்டியை விட, அங்கீகாரமும் ஒத்துழைப்பும் அதிக மதிப்பை உருவாக்கும் என்பதைக் கற்றுத்தருகிறது. இதுவே வடிவமைக்கப்பட்ட இரக்கம் (Empathy by Design). சமூக நடத்தைகளை விளையாட்டுச் செயல்களாக மாற்றிப் பதியவைக்கும் இத்தகைய சடங்குகளை மானுடவியலாளர்கள் "பண்பாட்டு விளையாட்டாக்கம்" (Cultural Gamification) என்று அழைக்கிறார்கள்.

பன்னாட்டு பண்பாட்டு விளையாட்டுகளும் அவற்றின் பாடங்களும்:

பண்பாட்டு விளையாட்டு	**பிராந்தியம்**	**மறைந்துள்ள பாடம்**
ஒடெடாமா (Otedama)	ஜப்பான்	ஒருவருக்கொருவர் விட்டுக்கொடுத்தல் மற்றும் கவனம்
பல்லாங்குழி (Mancala)	ஆப்பிரிக்கா	திட்டமிடல் மற்றும் வளங்களைப் பகிர்தல் (மேலாண்மை)
குச்சி விளையாட்டுகள் (Stick Games)	அமெரிக்கப் பழங்குடிகள்	நேர்மை மற்றும் பணிவு

"பருப்புக் கடை" விளையாட்டு போல இந்த விளையாட்டுகளும் உலகளாவிய தேசங்களிலிருந்து விளையாட்டை ஒரு தார்மீகக் கட்டமைப்பாக (Moral architecture) மாற்றும் ஒரு தொன்மையான பழக்க வழக்கங்களாய் மேற்கொள்ளப்படுகின்றது.

விளையாட்டும் நோக்கமும் இணையும் போது

தொழிற்புரட்சி காலத்தில், "வேலை" என்பது விளையாட்டிற்கு நேரெதிரான ஒன்றாக பார்க்கப்பட்டது: அது கட்டமைக்கப்பட்டது, தீவிரமானது மற்றும் ஒரே மாதிரியானதாக (Standardized) இருந்தது. உற்பத்தித் திறன் என்பது விதிகளுக்குக் கட்டுப்படுவதைக் கொண்டே அளவிடப்பட்டது. ஆனால், புதுமை முதன்மை பெறும் இன்றைய அறிவுசார் பொருளாதாரத்தில் (Knowledge Economy), வெற்றிகரமான நிறுவனங்கள் விளையாட்டை ஒரு கவனச்சிதறலாகப் பார்க்காமல், ஒரு வடிவமைப்புக் கொள்கையாக (Design Principle) மீண்டும் கண்டறிந்து வருகின்றன.

நோக்கத்தை விளையாட்டாகவும், விளையாட்டை முன்னேற்றமாகவும் மாற்றும் நிறுவனங்களுக்கே எதிர்காலம் உரித்தானது.

- **நோக்கம் (Purpose)** நாம் ஏன் விளையாடுகிறோம் என்பதற்கான விடையைத் தருகிறது.
- **விளையாட்டாக்க முறை (Gamification)** நாம் எப்படி விளையாடுகிறோம் என்பதற்கான விடையைத் தருகிறது.

இவை இரண்டும் இணையும் போது அர்ப்பணிப்பு உருவாகிறது.

கருத்துப் பேழை

- **விளையாட்டு விழுமியங்களை வளர்க்கிறது:** பகிர்தல் மற்றும் ஒத்துழைப்பை மையமாகக் கொண்ட விளையாட்டுகள், தலைமைத்துவத்திற்குத் தேவையான இரக்கம் மற்றும் தாராள குணம் போன்ற அத்தியாவசியப் பண்புகளைக் கற்பிக்கும் வலிமையான கருவிகள்.
- **தலைமைத்துவம் என்பது முதலீடு:** "பருப்புக் கடை" சடங்கைப் போலவே, சிறந்த தலைவர்கள் கைமாறினை எதிர்பார்ப்பதற்கு முன்பே தனது குழுவின் வெற்றிக்காகத் தனது நேரம், நம்பிக்கை மற்றும் ஆற்றலை முதலீடு செய்கிறார்கள்.

சிந்தனைக்கான வினாக்கள்

- **பகிர்வை ஊக்குவிக்கும் பணி:** உங்கள் குழுவின் மிக முக்கியமான இலக்கு அல்லது உத்திசார்ந்த நோக்கம் (KPI), தனிமனிதப் போட்டியாக அமையாமல், ஒருவருக்கொருவர்

கொடுத்து உதவும் ஒரு 'கூட்டுச் சாகசமாக' (Shared Mission) எவ்வாறு மாற்றப்படலாம்?

- **விழுமியங்களே விளையாட்டின் விதிகள்:** உங்கள் நிறுவனத்தின் விழுமியங்கள், 'பருப்புக் கடை' விளையாட்டின் விதியான "முதலில் பிறருக்கு" என்பது போலத் தெளிவாக இருக்கின்றனவா? ஒவ்வொரு பணியாளரும் தங்களின் அன்றாடப் பணிகளில் அவற்றைப் பின்பற்றும் அளவிற்கு அவை எளிமையாகவும் தெளிவாகவும் உள்ளனவா?
- **நோக்கத்தின் வெளிப்படைத்தன்மை:** உங்கள் குழுவின் உழைப்பால் ஏற்படும் கூட்டுத் நோக்கம் (Organizational Purpose) எந்த அளவிற்கு வெளிப்படையாகத் தெரிகிறது? அந்தத் தாக்கத்தை 'தாக்கப் புள்ளிகளாக' (Impact Points) விளையாட்டாக்கி, அதன் மூலம் பணியாளர்களின் அர்ப்பணிப்பை எவ்வாறு வலுப்படுத்தலாம்?

நாம் ஏன் விளையாடுகிறோம்?

Why We Play?

உறுதியான மனதின் கட்டமைப்பு (The Anatomy of the Committed Mind)

காசி யாத்திரை சடங்கை இயக்கும் அதே உளவியல் தத்துவங்கள் தான், கோடிக்கணக்கான மக்களைக் கணினி விளையாட்டுகளில் (Video Games) பல மணிநேரம் செலவிட வைக்கின்றன; அல்லது 'திறந்த மூல மென்பொருள்' (Open-source projects) திட்டங்களில் தங்களை ஈடுபடுத்திக்கொள்ளவோ, கடினமான உடற்பயிற்சிகளை மேற்கொள்ளவோ தூண்டுகின்றன. இவை மனித ஊக்கம் குறித்த ஆராய்ச்சிகளில் (Motivation research) ஆழமாக வேரூன்றிய தத்துவங்கள். இவைதான் ஒரு சிறந்த நிறுவனக் கட்டமைப்பிற்கான வரைபடத்தை வழங்குகின்றன.

1. **சுயம் - தேர்ந்தெடுக்கும் அதிகாரம் (Autonomy):** காசி யாத்திரை சடங்கு வலிமையாக இருப்பதற்குக் காரணம், மணமகன் தனது விருப்பத்தின் பேரில் இல்லறத்திற்குத் திரும்பத் தேர்வு செய்வதுதான். விளையாட்டாக்கப்பட்ட அமைப்புகள் (Gamified systems) கட்டளைகளைப் பிறப்பிப்பதில்லை; அவை பல்வேறு பாதைகளைத் தருகின்றன. ஒரு பணியாளரைப் பொறுத்தவரை, இது ஒரு குறிப்பிட்ட முன்னுரிமைப் பட்டியலிலிருந்து தனது 'தேடலை' (Quest) அவரே தேர்ந்தெடுப்பதைக் குறிக்கும். சவாலின் மீது தங்களுக்கு அதிகாரம் இருப்பதாக மக்கள் உணரும்போது, அவர்களின் ஈடுபாடு பன்மடங்கு உயர்கிறது.
2. **நிபுணத்துவம் - அடுத்த நிலையை நோக்கிய ஈர்ப்பு (Mastery):** மனித மூளை இயற்கையாகவே முன்னேற்றத்தை விரும்பக்கூடியது. பாரம்பரிய பணி மதிப்பாய்வு முறைகள் (Performance reviews) ஆண்டுக்கு ஒருமுறை அல்லது இருமுறை மட்டுமே பின்னூட்டம் வழங்குகின்றன; இது மிக மெதுவான ஒரு சுழற்சி. ஆனால், ஒரு நன்முறையில் வடிவமைக்கப்பட்ட விளையாட்டு, உடனடி மற்றும் வெளிப்படையான பின்னூட்டத்தையும், படிப்படியாக உயரும் சவால்களையும் வழங்குகிறது. இதில் 'அடுத்த நிலை' (Next level) எப்போதும் கண்ணுக்குத் தெரிந்தே இருக்கும். இது கடினமான திறன்களைக் கூடக் கண்கூடாகத் தெரியும் முன்னேற்றமாக (சான்றிதழ் பதக்கம் அல்லது திறன் மதிப்பீடு போன்றவை) மாற்றுகிறது. இந்த உடனடிப் பின்னூட்டச் சுழற்சியே விரைவான கற்றலுக்கும், உயர்தரச் செயல்திறன் மேம்பாட்டிற்கும் எந்திரமாகச் செயல்படுகிறது.

3. **காரணம் - அர்த்தத்தைத் தேடுதல்** (Purpose): காசி யாத்திரை சடங்கின் இறுதி நோக்கம் குடும்ப வாழ்க்கையின் மாண்பினை உறுதிப்படுத்துவதாகும். வணிகத்தில், ஒரு சிறந்த விளையாட்டு என்பது ஒரு பயனரின் மிகச்சிறிய செயல்பாட்டை நிறுவனத்தின் மிகப்பெரிய இலட்சியத்தோடு இணைக்கிறது. ஒரு பதக்கம் (Badge) என்பது வெறும் "தரவுகளைப் பதிவு செய்ததற்காக" வழங்கப்படுவதில்லை; அது "நோயாளிப் பராமரிப்பு அனுபவத்தை மேம்படுத்துவதற்காக" அல்லது "சுழற்சிப் பொருளாதாரத்தை நோக்கிய மாற்றத்தை விரைவுபடுத்துவதற்காக" வழங்கப்படுகிறது. பணிகளை ஒரு பெரிய கதையின் ஒரு பகுதியாக மாற்றுவதன் மூலம், விளையாட்டாக்கம் என்பது சாதாரணப் பணிகளை அர்த்தமுள்ள பங்களிப்புகளாக மாற்றுகிறது. இதுவே ஊழியர்களை நீண்டகாலம் தக்கவைப்பதற்கும் புதுமைகளை உருவாக்குவதற்கும் முக்கியக் காரணியாகும்.

நடைமுறை உதாரணம்: கற்றலில் உலகளாவிய மாற்றம் (The Global Shift in Learning)

நாங்கள் பணியாற்றிய ஒரு முன்னணி நிதி நிறுவனம், தனது விதிமுறைப் பயிற்சிகளை (Compliance training) ஊழியர்களுக்குக் கொண்டு சேர்ப்பதில் சிரமப்பட்டது. பயிற்சிகளை முடிப்பவர்களின் எண்ணிக்கை குறைவாக இருந்ததுடன், கற்ற விஷயங்களை அவர்கள் நினைவில் வைத்திருப்பதும் மிகக் கடினமாக இருந்தது.

அதன்பின் அவர்கள் அந்தப் பயிற்சிகளை ஒரு **"சைபர் பாதுகாப்பு எஸ்கேப் ரூம்"** (Cybersecurity Escape Room) என்ற நான்கு நிலைகள் கொண்ட டிஜிட்டல் சவாலாக மாற்றினார்கள். இதில் தோல்வியடைந்தால் கண்டனங்கள் கிடையாது; மாறாக "தரவுத் திருட்டு" (Data breach) ஏற்பட்டு அந்தத் தளம் முடங்கும், அதன் பிறகு அவர்கள் மீண்டும் முதலில் இருந்து தொடங்க வேண்டும்.

ஆறு மாதங்களுக்குள் ஏற்பட்ட மாற்றங்கள்:

- **பயிற்சி முடிப்போர் விகிதம்:** 45% அதிகரித்தது.
- **நினைவாற்றல் திறன் (3 மாதங்களுக்குப் பிறகு அளவிடப்பட்டது):** 30% அதிகரித்தது.
- **அளவிடக்கூடிய முடிவுகள்:** அடுத்த காலாண்டில், போலியான மின்னஞ்சல்களைக் (Phishing clicks) கிளிக் செய்பவர்களின் எண்ணிக்கை 20% குறைந்தது. ஒரு விளையாட்டு, மிக முக்கியமான வணிக முடிவாக மாற்றப்பட்டது.

அந்த விளையாட்டு அச்சுறுத்தலை நேரில் உணரச் செய்தது, உழைப்பைத் தேவையானதாக மாற்றியது மற்றும்

வெற்றியை உடனடியாகக் கொண்டாடியது. இதன் மூலம் வணிகக் கண்டிப்பும் (Rigor), மனிதனை மையப்படுத்திய வடிவமைப்பும் (Human-centered design) ஒன்றையொன்று விலக்குபவை அல்ல என்பது நிரூபணமானது.

கருத்துப் பேழை

ஒவ்வொரு விளையாட்டும் நமது ஆர்வத்தைத் தூண்டி, நம்மைச் சிறந்த காரியங்களைச் செய்ய வைக்கிறது. இயற்கையாகவே சுயத்தையும் முன்னேற்றத்தை விரும்பக்கூடிய நமக்கு, விளையாட்டுகள் தேர்ந்தெடுக்கும் அதிகாரத்தையும் (Autonomy), நிபுணத்துவம் வளர்க்கவும் (Mastery), ஒரு உயர்ந்த காரணத்தோடு (Purpose) இணைந்து பணியாற்றும் வாய்ப்பும் வழங்குகின்றன.

சலிப்பானவையால் ஏற்படும் இழப்பு

Economics of Inattention

சலிப்பானவை ஏன் கவனிக்க வேண்டும்? (Why the Mundane Matters)

"எது அளவிடப்படுகிறதோ, அதுவே மேலாண்மை செய்யப்படுகிறது" என்று பீட்டர் எஃப். டிரக்கர் (Peter F. Drucker) நமக்குக் கற்பித்தார். ஆனால், கவனச்சிதறல்கள் நிறைந்த இந்த யுகத்தில், **"எது விளையாட்டாக்கப்பட்டதோ, அதுவே முனைப்புடன் செய்து முடிக்கப்படுகிறது"** என்பதை நாம் உணர வேண்டும்.

"தேனீ உத்தி" (Bee Strategy) என்பது 21-ஆம் நூற்றாண்டின் பணியிடங்களில் நிலவும் மிக முக்கியமான நெருக்கடிக்குத் தீர்வாக அமைகிறது: அதுதான் 'மனித கவனக்குறைவினால் ஏற்படும் அதிகரித்து வரும் செலவு'.

நவீன நிறுவனங்களில், தோல்விகள் என்பது பெரிய அளவிலான வீழ்ச்சிகளால் ஏற்படுவதில்லை; மாறாக, பல்லாயிரக்கணக்கான சிறிய, ஈடுபாடற்ற மற்றும் மோசமாகச் செய்யப்பட்ட செயல்களின் ஒட்டுமொத்தச் சிதைவினால் ஏற்படுகின்றன. கழிவறையில் ஏற்படும் 'சிந்துதலுக்கு' (Spill) இணையான நிறுவனச் செயல்பாடுகள் இவை:

- ஒரு படிவம் சலிப்பாக இருப்பதால், ஒரு பணியாளர் விதிமுறைப் பின்பற்றும் (Compliance) செயல்பாட்டில் ஒரு படியைத் தவிர்க்கிறார்.
- இடைமுகம் (Interface) மந்தமாக இருப்பதால், ஒரு விற்பனையாளர் தனது வாடிக்கையாளர் தரவுத்தளத்தை (CRM) புதுப்பிக்காமல் தள்ளிப்போடுகிறார்.
- உரையாடல் சங்கடமாக இருக்கும் என்பதால், ஒரு மேலாளர் கடினமான பின்னூட்டங்களை (Feedback) வழங்குவதைத் தவிர்க்கிறார்.

இவை மிகக் குறைந்த பாதிப்பை ஏற்படுத்துவது போல் தோன்றும், ஆனால் அதிக எண்ணிக்கையில் நிகழும் சாதாரணப் பணிகள். இங்கேயே மனித ஊக்கமும் கவனமும் தடுமாறுகின்றன. இவை நிறுவனத்தின் மந்தநிலையைப் பிரதிபலிக்கும் 'சிவப்புப் பெருங்கடல்கள்' (Red Oceans). இத்தகைய சலிப்பான பணிகளுக்கு விளையாட்டாக்கும் முறையை பயன்படுத்தும்போது, அது ஆர்வத்தைத் தூண்டும் 'நீலப் பெருங்கடலை' (Blue Ocean) உருவாக்கி, உள்முகத் தடைகளை நீக்கி, அளவிடக்கூடிய செயல்திறனை ஊக்குவிக்கிறது.

இங்குள்ள மிக முக்கியமான நுண்ணறிவு என்னவென்றால்: **மனிதர்கள் வெறும் தர்க்கத்தினால் (Logic) மட்டுமே இயக்கப்படும் பகுத்தறிவுவாதிகள் அல்ல; நாம் உடனடிப்**

பின்னூட்டம், புதுமை மற்றும் சவால்களால் ஈர்க்கப்படும் ஒரு 'பாணி-தேடல்' (Pattern-seeking) வீரர்கள்.

ஈடுபாட்டின் மூன்று தூண்டுகோல்கள் (Three Drivers of Engagement)

"தேனீ உத்தி" (Bee Strategy) வெற்றிகரமாக அமைவதற்குக் காரணம், அது மூன்று முக்கியமான உளவியல் தூண்டிகளைத் தொடுகிறது:

- **உடனடிப் பின்னூட்டம் - இலக்கைத் தொடுதல் (Immediate Feedback):** ஒரு பாரம்பரியப் பணியில் (உதாரணமாக, ஓர் அறிக்கையை நிறைவு செய்தல்), அதற்கான பலன் (ஊதியம் அல்லது பணி நிறைவு) என்பது தள்ளிப்போகக்கூடியது. ஆனால், அந்தச் சிறுநீர் கழிப்பிட விளையாட்டில், பின்னூட்டம் (திரவம் இலக்கைத் தாக்குவது) என்பது உடனடியானது மற்றும் திருப்தியளிக்கக்கூடியது. ஒரு சலிப்பான வேலையை விளையாட்டாக மாற்ற, நீங்கள் வாரக்கணக்கில் இருக்கும் பின்னூட்டச் சுழற்சியை நொடிக் கணக்காகச் சுருக்க வேண்டும்.
- **இயல்பான புதுமை - ஆச்சரியம் (Intrinsic Novelty):** அந்த ஈ சித்திரம் ஒரு எதிர்பாராத மாற்றம்; அது சலிப்பான வழக்கத்தை உடைக்கிறது. புதுமை என்பது ஆர்வத்தைத் தூண்டி கவனத்தை ஈர்க்கிறது. சலிப்பான பணிப்பாய்வுகளில் (Workflow) எதிர்பாராத கூறுகளை,ஒரு தரவரிசைப் பட்டியல், மறைக்கப்பட்ட சவால் (Easter egg) அல்லது ஒரு புதிய காட்சி அளவீடு (Visual meter),அறிமுகப்படுத்துவதன் மூலம், ஒரு பயனரை அவரது இயந்திரத்தனமான நிலையிலிருந்து சட்டென்று வெளிக்கொண்டு வர முடியும்.
- **எளிதானது - முயற்சித் தேவை இன்மை (Low Barrier to Entry):** இதில் பங்கேற்பாளர் பதிவு செய்யவோ, கையேட்டைப் படிக்கவோ அல்லது கூடுதல் நேரம் செலவிடவோ தேவையில்லை. அந்த விளையாட்டு ஏற்கனவே இருக்கும் நடைமுறையோடு சிரமமின்றி இணைக்கப்பட்டுள்ளது. பல நிறுவனங்களின் 'விளையாட்டாக்க' முயற்சிகள் தோல்வியடைவதற்கு முதன்மையான காரணம், அந்த விளையாட்டை நிர்வகிப்பது என்பது மூலப்பணியை விடக் கடினமாக இருப்பதுதான்.

கருத்துப் பேழை

விளையாட்டாக்க முறையின் மூன்று தூண்டுகோல்களைப் பயன்படுத்துவது, நாம் கவனத்துடன் செயல்படவும் சிறப்பாகப் பணியாற்றவும் உதவுகிறது. இருப்பினும், இந்த விளையாட்டுகள் எளிமையாகவும் சுவாரசியமாகவும் இருக்குமாறு மிக நுணுக்கமாக வடிவமைக்கப்பட வேண்டும்.

இன்று, பீட்டர் டிரக்கர் 20-ஆம் நூற்றாண்டின் 'அளவிடக்கூடிய வேலை' என்று வரையறுத்த வழக்கமான மற்றும் தரப்படுத்தப்பட்ட பணிகளைச் செயற்கை நுண்ணறிவு (AI) கையாளத் தொடங்கிவிட்டது. இப்போது, ஒரு நிறுவனத்தின் முதன்மையான போட்டித் திறன் என்பது மனிதனின் படைப்பாற்றல், உணர்ச்சி மற்றும் அர்ப்பணிப்புள்ள மனதிற்கு மாறியுள்ளது.

இனி கேள்வி இதுவல்ல: "மக்களை வேலை செய்ய நாம் எப்படி ஒருங்கிணைப்பது?" மாறாக, கேள்வி இதுதான்: **"தங்கள் வாழ்க்கையில் இருக்கும் மற்ற அனைத்துக் கவனச்சிதறல்களையும் விடுத்து, ஒரு சிக்கலான மற்றும்**

முக்கியமான பணியைத் தேர்வு செய்ய மக்களை நாம் எப்படித் தூண்டுவது?"

இதற்கான விடை: **உத்திசார் விளையாட்டாக்கம் (Strategic Gamification).** இது நிறுவனத்தின் நோக்கங்கள், வாடிக்கையாளர் பயணங்கள் மற்றும் கற்றல் பாதைகளை ஒரு 'எழுதப்படாத விளையாட்டாக' மாற்றும் வழிமுறை. இங்கே பலன் என்பது வெறும் பதவி உயர்வு மட்டுமல்ல; அது தேர்ச்சி, சுயாட்சி மற்றும் ஆழமான நோக்கம் சார்ந்த உணர்வு. வெறும் விதிமுறைப் பின்பற்றலுக்காக (Compliance) உருவாக்கப்பட்ட நிறுவனங்களுக்கும், சந்தையில் ஆதிக்கம் செலுத்தத் (Competitive dominance) தயாராக இருக்கும் நிறுவனங்களுக்கும் இடையிலான மிகப்பெரிய வேறுபாடு இந்த உருமாற்றக் கருவிதான்.

தடைக்கற்களை படிக்கற்களாக்கும் உத்தி

The Constraints Game

விளையாட்டாக்க முறையின் (Gamification) மிகவும் வலிமையான வடிவம் என்பது வெறும் புள்ளிகளையோ அல்லது பதக்கங்களையோ உருவாக்குவது மட்டுமல்ல; அது ' தடைகளை' (Constraints) விளையாட்டாக மாற்றுவதாகும். எளிமையான, காலக்கெடுவுடன் கூடிய, ஒரு சவாலை நிர்ணயிப்பதன் மூலம், ஒரு பொருளின் சந்தை மதிப்பீட்டை உயர்த்தவும், சந்தைப் பங்கைக் கைப்பற்றவும், ஒரு சாதாரணப் பொருளை ஒரு கலாச்சார நிகழ்வாக மாற்றவும் முடியும்.

இன்ஸ்டன்ட் நூடுல்ஸின் (Instant Noodles) கதையை, குறிப்பாக உலகளாவிய சந்தைகளை ஆதிக்கம் செலுத்தும் அந்த முன்னணி பிராண்டின் (உதாரணமாக மேகி - Maggi) கதையைக் கருத்தில் கொள்ளுங்கள். இன்ஸ்டன்ட் நூடுல்ஸ் என்பது அடிப்படையில் மாவு மற்றும் மசாலாப் பொருட்களால் ஆன ஒரு எளிய, குறைந்த விலையிலான பண்டம். இது பசிக்கான ஒரு தீர்வை வழங்கினாலும், அதன் ஆரம்பகால துவக்கம் என்பது "விலை குறைவு மற்றும் வயிறு நிறையும்" என்ற வணிக ரீதியான ஒன்றாகவே இருந்தது.

காலப்போக்கில், அதன் முக்கிய சந்தைப்படுத்தல் உத்தி (Marketing Strategy) சுவை அல்லது ஆரோக்கியத்தைச் சுற்றி கட்டமைக்கப்படவில்லை; மாறாக, அது காலத்தை அடிப்படையாகக் கொண்ட ஒரு அதிரடியான சவாலைச் சுற்றி உருவாக்கப்பட்டது: **"இரண்டே நிமிட நூடுல்ஸ்" (The Two-Minute Noodle).**

வெறும் இரண்டு நிமிடங்களில் கொதிக்கும் சூடான நூடுல்ஸை வெற்றிகரமாகத் தயாரித்த ஒருவரை நான் இதுவரை சந்தித்ததில்லை (இங்கே கப் நூடுல்ஸை கணக்கில் கொள்ளாதீர்கள்). உண்மையைச் சொன்னால், இந்த உறுதிமொழி நம்ப முடியாத ஒன்று. ஆனால், அதைத் தயாரிக்க எடுக்கும் காலத்தின் 'உண்மைத் தன்மை' இங்கே முக்கியமல்ல. அந்த உறுதிமொழியைச் சுற்றி உருவாக்கப்பட்ட ஈர்க்கக்கூடிய கதையும், அதில் மறைந்திருக்கும் விளையாட்டும் தான் மிக முக்கியமானது.

அந்தப் பிராண்ட், "நேரத்தை ஒரு விளையாட்டு உத்தியாக" (Time-as-a-game) மிக வெற்றிகரமாகப் பயன்படுத்தியது. இந்த 'இரண்டு நிமிட' உறுதிமொழி ஒரே நேரத்தில் பல முக்கியமான காரியங்களைச் செய்தது:

- **பொருளின் வகையை வரையறுத்தது (Defined the Product Category):** இது அந்தப் பொருளை வேகம் மற்றும் வசதிக்கான ஒரு உன்னதத் தீர்வாக உடனடியாக நிலைநிறுத்தியது. வெறும் "சிற்றுண்டி" அல்லது "துரித உணவு" என்ற பொதுவான வட்டத்தைத் தாண்டி இது ஒரு தனி அடையாளத்தைப் பெற்றது.
- **ஒரு சவாலை உருவாக்கியது (Created a Challenge):** விளம்பரப்படுத்தப்பட்ட அந்த 'இரண்டு நிமிடம்' என்பது சமையலறையில் பயனருக்கான ஒரு 'நுண்-சவாலாக' (Micro-challenge) மாறியது. ஒவ்வொரு முறை நூடுல்ஸைத் தயாரிக்கும் போதும், நுகர்வோர் அறியாமலேயே அந்த நேரத்திற்கு எதிராக ஒரு விளையாட்டை ஆடுகிறார்கள்; அதன் மூலம் அந்தப் பொருளுடன் அவர்கள் ஒரு போட்டித் தன்மையுடன் இணைகிறார்கள்.
- **ஈடுபாட்டை உருவாக்கியது (Generated Engagement):** அந்த உடனடித் திருப்தி தரும் வாக்குறுதி, சற்று மிகைப்படுத்தப்பட்டதாக இருந்தாலும், வேகம் மற்றும் செயல்திறனை விரும்பும் நவீன நுகர்வோரின் ஆர்வத்தை நேரடியாகத் தூண்டியது.

நேரம் என்ற 'பற்றாக்குறையை' விளையாட்டாக மாற்றிய இந்த முறை, ஒரு பெரிய அளவிலான வணிகச் சிக்கலைத் தீர்த்தது. இது இன்றைய தலைவர்களுக்கு ஒரு வலிமையான பாடமாகும்: **மிகச் சிறந்த போட்டி உத்திகள் பெரும்பாலும் ஒரு பற்றாக்குறையை விளையாட்டாக மாற்றுவதன் மூலமே உருவாகின்றன.** ஒரு பலவீனத்தை (தயாரிக்க எடுக்கும் நேரம் அல்லது மட்டுப்படுத்தப்பட்ட வளங்கள் போன்றவை) அளவிடக்கூடிய, ஈர்க்கக்கூடிய சவாலாக மாற்றுவதே இதன் ரகசியம்.

பற்றாக்குறை விளையாட்டின் உத்திசார் வலிமை (The Strategic Power of the Constraint Game)

'நீலப் பெருங்கடல் உத்தி' (Blue Ocean Strategy) கோட்பாட்டின்படி, வெற்றி என்பது போட்டியாளர்களுடன் அம்சங்களுக்காகப் போரிடுவதில் இல்லை (சிவப்புப் பெருங்கடல்); மாறாக, போட்டியே இல்லாத ஒரு புதிய சந்தை வெளியை உருவாக்குவதிலேயே உள்ளது. அந்த இன்ஸ்டன்ட் நூடுல்ஸ் நிறுவனம் மிகச்சிறந்த சுவையை முன்னிறுத்திப் போட்டியிடவில்லை; அவர்கள் நேரத்தின் பயன்பாட்டை (Time Utility)

முன்னிறுத்திப் போட்டியிட்டார்கள், மேலும் அந்தப் பயன்பாட்டையே ஒரு விளையாட்டாக மாற்றினார்கள்.

இந்த 'தடைகளின் விளையாட்டு' (Constraint Game) கொள்கை நவீன வணிகத்தின் ஒவ்வொரு துறைக்கும் பொருந்தும்:

1. புதிதானதை விளையாட்டாக்குதல் (Gamifying the Freshness)

சேவைப் பொருளாதாரத்தில் (Service Economy), காத்திருப்பது என்பது மிகப்பெரிய தடையாகும். வேகமான விநியோகத்தை வெற்றிகரமாக விளையாட்டாக்கும் நிறுவனங்களே சந்தையை ஆளுகின்றன.

ஆய்வு: பீட்சா விநியோகம் (Pizza Delivery): பல தசாப்தங்களுக்கு முன்பு, ஒரு முன்னணி பீட்சா நிறுவனம் தனது பிராண்டை அதன் ' பாலாடைக்கட்டி' (Cheese) தரத்தால் நிலைநிறுத்தவில்லை; மாறாக, "30 நிமிடங்கள் அல்லது இலவசம்" என்ற நேர உத்தரவாதத்தின் மூலம் நிலைநிறுத்தியது.

ஆறிப்போன பீட்சாவை நீங்கள் சாப்பிட்டிருக்கிறீர்களா? அது அவ்வளவு சுவையாய் இருக்காது. பீட்சா அடுப்பிலிருந்து வெளிவரும்போது மட்டுமே அதன் சுவை உச்சத்தில் இருக்கும். "30 நிமிடங்கள் அல்லது இலவசம்" என்பது ஒரு துணிச்சலான, பொதுவெளியில் அறிவிக்கப்பட்ட தடைகளின் விளையாட்டு. இது நிறுவனத்தின் உள்நாட்டு விநியோக முறையையும், ஓட்டுநர்களின் செயல்பாட்டையும் கடிகாரத்திற்கு எதிரான ஒரு பெரும் போட்டியாக மாற்றியது. இது செயல்பாட்டுத் திறனை (Operational Excellence) கட்டாயமாக்கியது. வாடிக்கையாளர் வெறும் பீட்சாவை மட்டும் வாங்கவில்லை; அவர்கள் விரைவான நேரத்தில் கிடைக்கும் புத்துணர்ச்சியை வாங்கினார்கள்.

2. பற்றாக்குறையை விளையாட்டாக்குதல் (Gamifying the Resource Constraint)

பெரும்பாலும், மிகக் கடுமையான கட்டுப்பாடுகள் விதிக்கப்படும் போதே குழுக்கள் அதிகப் புதுமையைப் புகுத்துகின்றன. கட்டுப்பாடுகள் கவனத்தையும் படைப்பாற்றலையும் தூண்டுகின்றன.

உத்தி: சுருக்கமான பணி (The Minimalist Sprint): ஒரு புதுமைக் குழுவிற்கு ஆறு மாத கால அவகாசமும் பெரும் நிதியும் வழங்குவதற்குப் பதிலாக, தலைவர்கள் "300 டாலர் சவால்" போன்ற ஒன்றை நடத்தலாம். மூன்று நபர்கள், மூன்று நாட்கள் மற்றும் முன்னூறு டாலர்களை மட்டுமே பயன்படுத்தி ஒரு செயல்பாட்டு முன்மாதிரியை (Prototype) உருவாக்குவதே இந்த விளையாட்டு.

இது 'திங்க் அண்ட் குரோ ரிச்' (Think and Grow Rich) புத்தகத்தில் கூறப்பட்டுள்ளபடி, காலந்தாழ்த்துவதைத் தவிர்த்து விடாமுயற்சியையும் விரைவான முடிவெடுத்தலையும் ஊக்குவிக்கிறது. வளங்கள் மற்றும் நேரத்தின் பற்றாக்குறையை விளையாட்டின் விதியாக மாற்றுவதன் மூலம், குழுக்கள் ஒரு பொருளின் மிக அத்தியாவசியமான வடிவத்தில் (Minimum Viable Product - MVP) கவனம் செலுத்தத் தூண்டப்படுகின்றன. இது கற்றலை வேகப்படுத்துகிறது மற்றும் தோல்விக்கான அபாயத்தைக் குறைக்கிறது.

3. செயல்திறன் கட்டுப்பாட்டை விளையாட்டாக்குதல் (Gamifying the Efficiency Constraint)

இயக்க மேலாண்மையில் (Operational Management), குறைந்த வளங்களைக் கொண்டு அதிக பலன் பெறுவதே இலக்கு. ஆனால் இது பெரும்பாலும் சலிப்பானதாகக் கருதப்படுகிறது.

விளையாட்டு: பற்றாக்குறை சவால் (The Scarcity Challenge): ஒரு தொழிற்சாலை அல்லது அலுவலகச் சூழலில், 'செயல்திறன் அளவீட்டு மானி' (Visible Efficiency Meter) ஒன்றை உருவாக்குங்கள். ஒரு மாத காலத்தில் தங்கள் துறையின் எரிசக்தி நுகர்வை 10% குறைக்க பல்வேறு குழுக்களுக்குச் சவால் விடுங்கள். இதற்கான பரிசுப் பணம் அல்ல; மாறாக "மின்சார கண்ணா விருது" (Golden Watt Award) போன்ற பொதுவான அங்கீகாரமும், அவர்களின் செயல்திறன் மாதிரியை நிறுவனம் முழுவதும் அமல்படுத்தும் பெருமையுமே பரிசுகள்.

இது அருவமான புள்ளிவிவரங்களை ஒரு குழு சார்ந்த சாதனையாக மாற்றுகிறது. "தேனீ உத்தி"யைப் போலவே, இது ஒரு பெரிய சிக்கலைத் தீர்க்க மனிதர்களிடம் உள்ள இயல்பான போட்டி மனப்பான்மையைப் பயன்படுத்துகிறது.

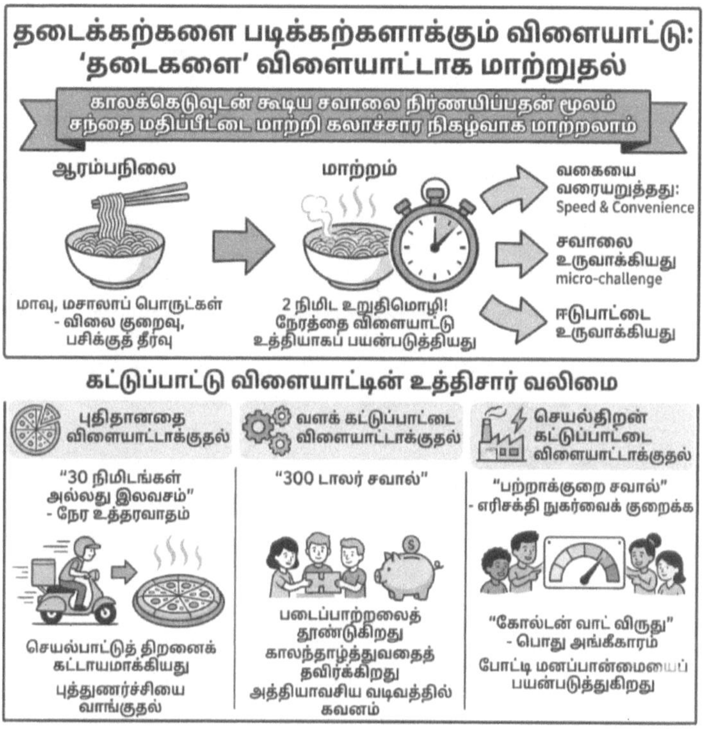

கருத்துப் பேழை

- **தடைகளை விளையாட்டாக்குங்கள்:** மிகச்சிறந்த போட்டி உத்திகள் என்பது நேரம் அல்லது வளங்கள் போன்ற ஒரு கட்டுப்பா பற்றாக்குறையை ஈர்க்கக்கூடிய சவாலாக மாற்றுவதே ஆகும்.
- **உண்மையை விடக் கதையே வெல்லும்:** இரண்டு நிமிட நூடுல்ஸின் வெற்றி அதன் நேரத் துல்லியத்தில் இல்லை; அது உருவாக்கிய உளவியல் சவாலில் உள்ளது.
- **நேரப் பயன்பாடே தனித்துவம்:** சேவைத் துறையில், விநியோக வேகத்தை விளையாட்டாக்குவது செயல்பாட்டுத் திறனை மேம்படுத்துவதோடு முதன்மையான போட்டிச் சாதகத்தையும் (Competitive Advantage) வழங்குகிறது.
- தலைவர்கள் ஒரு சவாலை வடிவமைக்கும்போது அது வெளிப்படையானதாகவும், பொதுவான கொண்டாட்டத்திற்கு உரியதாகவும், செயல்பாட்டில் கவனம் செலுத்துவதாகவும் இருக்க வேண்டும்.

சிந்தனைக்கான வினாக்கள்

1. உங்கள் வாடிக்கையாளருக்கு இன்று மிகவும் மதிப்புமிக்க நேரக் கட்டுப்பாடு எது (எ.கா: புகாருக்குத் தீர்வு காணும் வேகம், சந்தைக்குச் செல்லும் நேரம்)? இந்தத் தடையைக் குறைத்து ஒரு "இரண்டு நிமிடச் சவாலை" உங்களால் உருவாக்க முடியுமா?
2. உங்கள் நிறுவனத்தின் புதுமைப் பாதையில் வளங்களும் நேரமும் எங்கே வீணாகின்றன? பற்றாக்குறையின் மூலம் புதுமையைக் கொண்டுவர ஒரு "மூன்று நாள் பட்ஜெட் பிளிட்ஸ்" (Budget Blitz) முறையை எப்படி அமல்படுத்தலாம்?
3. உங்கள் குழுவின் ஒரு முக்கியச் செயல்பாட்டை (எ.கா: வாராந்திர அறிக்கை) ஆராயுங்கள். இதில் செலவிடப்படும் நேரத்தை 25% குறைக்கவும், அதே சமயம் பங்கேற்பாளர்களின் ஆர்வத்தை அதிகரிக்கவும் 'விளையாட்டாக்கல்' முறையை எப்படிப் பயன்படுத்தலாம்?

ஊக்கப்படுத்தும் விளையாட்டுகள்

ஒட்டுவில்லைகளும்[2] (*Stickers*) தகுநிலையும் (Status) எவ்வாறு ஈடுபாட்டைத் தூண்டுகின்றன.

ஊக்கம் (Motivation) என்பது மிகப்பெரிய ஊக்கத்தொகைகள் (Incentive), எழுச்சியூட்டும் உரைகள் மற்றும் கடினமான இலக்குகள் (KPIs) ஆகியவற்றால் இயங்கும் ஒரு பிரம்மாண்டமான, சிக்கலான இயந்திரம் என்று நாம் பெரும்பாலும் தவறாகக் கருதுகிறோம். இருப்பினும், இவை பெரும்பாலும் மிக எளிமையான வழிமுறைகளாலேயே இயக்கப்படுகின்றன. இந்த பாடத்தை நாம் ஒரு பயிலரங்கில் நுழைவதற்கு நீண்ட காலத்திற்கு முன்பே, சிறுவயதில் பள்ளி விளையாட்டு மைதானங்களிலேயே கற்றுக்கொண்டோம்.

எனது சிறுவயது நினைவுகளைத் திரும்பிப் பார்க்கிறேன், ஒருவேளை உங்களுடையதும் அவ்வாறுதான் இருந்திருக்கக்கூடும்; மெல்லும் பசையின் (Chewing gum) உறையினுள் மறைத்து வைக்கப்பட்டிருக்கும் ஒரு சிறிய ஸ்டிக்கரே அந்த வயதில் எங்களின் மிகப்பெரிய பரிசாக இருந்தது. "பிக் ஃபன்" (Big fun) என்பது அந்த நிறுவனம்; ஒவ்வொரு மெல்லும் பசையுடனும் ஒரு கிரிக்கெட் வீரரின் புகைப்படம் மற்றும் அவர் எடுத்த ஓட்டங்கள் (Runs) அடங்கிய ஸ்டிக்கர் இருக்கும். அந்தப் பசையின் தரம் என்பது எங்களுக்கு இரண்டாம் பட்சம்தான்; அதை வாங்குவதற்கான முதன்மைக் காரணி அந்த ஒட்டுவில்லையோ, சேகரிப்பு அட்டையோ (Trading card) அல்லது தற்காலிகப் பச்சை குத்தலோ (Temporary tattoo) ஆகும்.

நாங்கள் வெறும் மெல்லும் பசையை மட்டும் வாங்கவில்லை; ஒரு தொகுப்பை முழுமையாக்குவதற்கான வாய்ப்பையும், சக நண்பர்களிடையே ஒரு கௌரவத்தையும், சேகரிப்பதில் கிடைக்கும் ஒரு மனநிறைவையும்தான் வாங்கினோம். ஒரு மதிப்பற்ற வண்ணத்தாள் போன்ற அந்த ஸ்டிக்கர், அர்ப்பணிப்பிற்கான ஒரு சக்திவாய்ந்த நாணயமாக மாறியது. இது எங்களை மீண்டும் மீண்டும் வாங்கத் தூண்டியது, கடுமையான பேரம் பேசுதல்களை (Trading) ஊக்குவித்தது மற்றும் குழந்தைகளிடையே ஒரு சிறிய, சுயமாக இயங்கும் ஆசைப் பொருளாதாரத்தையே உருவாக்கியது.

சிறிய, பணமில்லாத அடையாளங்களைச் சேகரிப்பதிலும், பெறுவதிலும் மற்றும் காட்சிப்படுத்துவதிலும் காட்டும் இந்த

---

[2] Sticker என்பதற்கு 'ஒட்டுவில்லை' என்பதே நல்ல தமிழாக்கமாய் இருந்தாலும், புரிதலுக்காக 'ஸ்டிக்கர்' என்றே இனிமேல் குறிப்பிடுகிறோம்.

ஆர்வம் ஒரு குழந்தைத்தனமான விசித்திரம் மட்டுமல்ல; இது ஒரு அடிப்படை மனித உந்துதல் ஆகும். இது நிறுவன நடத்தை பற்றிய ஒரு ஆழமான உண்மையை வெளிப்படுத்துகிறது: முழுமையான நிதி வெகுமதிகளை விட, மற்றவர்களுடன் ஒப்பிடும்போது நமக்குக் கிடைக்கும் தகுநிலை (Status) மற்றும் சக ஊழியர்களின் அங்கீகாரம் ஆகியவற்றால்தான் நாம் பெரும்பாலும் ஊக்கமடைகிறோம்.

கட்டாயப் பணிகளையும், நீண்டகால நிறுவன இலக்குகளையும், ஈடுபாட்டுடன் கூடிய சுயமாக இயங்கும் சாதனை அமைப்புகளாக மாற்றுவதற்கு, இந்த "ஸ்டிக்கர் உத்தியை" (Sticker Strategy) நவீன நிர்வாகிகள் புரிந்துகொண்டு செயல்படுத்த வேண்டியது இன்றைய அவசியமாகும்.

சேகரிப்பின் உளவியல்

ஸ்டிக்கர்கள் மற்றும் சேகரிப்பு அட்டைகளின் ஆற்றல் என்பது நிலையான ஈடுபாட்டிற்கு அவசியமான நான்கு முக்கிய உளவியல் காரணிகளின் மூலோபாயப் பயன்பாட்டில் உள்ளது:

1. **முழுமைப்படுத்துவதற்கான அவசரம் (தொகுப்பு)** ஸ்டிக்கர் விளையாட்டின் இறுதி இலக்கு என்பது அந்தத் தொகுப்பை முழுமையாக்குவது அல்லது அனைத்து அட்டைகளையும் சேகரிப்பதாகும். இது 'ஸீகார்னிக் விளைவு' (Zeigarnik Effect) எனப்படும் உளவியல் ரீதியான சார்பைப் பயன்படுத்துகிறது. இதன்படி, மக்கள் பாதியில் நிறுத்தப்பட்ட அல்லது முடிக்கப்படாத பணிகளையே அதிகம் நினைவில் கொள்கிறார்கள் மற்றும் அவற்றை முடிப்பதில் மிகுந்த ஆர்வம் காட்டுகிறார்கள். வணிகத்தில், இது முன்னேற்றம் கண்களுக்குத் தெரிந்தும், ஆனால் எப்போதும் முழுமையடையாத நிலையிலும் இருக்குமாறு பணிமுறைகளை வடிவமைப்பதைக் குறிக்கிறது.

நாளை இதை நீங்களே முயற்சி செய்து பாருங்கள்; உங்கள் நெருங்கிய நண்பரிடம் சென்று, "நண்பா, நான் உன்னிடம் ஒன்று சொல்ல வேண்டும், ஆனால் அதை நாளை சொல்கிறேன்" என்று மட்டும் கூறிவிட்டு, வேறு எதையும் சொல்லாமல் அங்கிருந்து நகர்ந்து விடுங்கள். உங்கள் நண்பர் உங்களைத் தேடி வந்து அதை

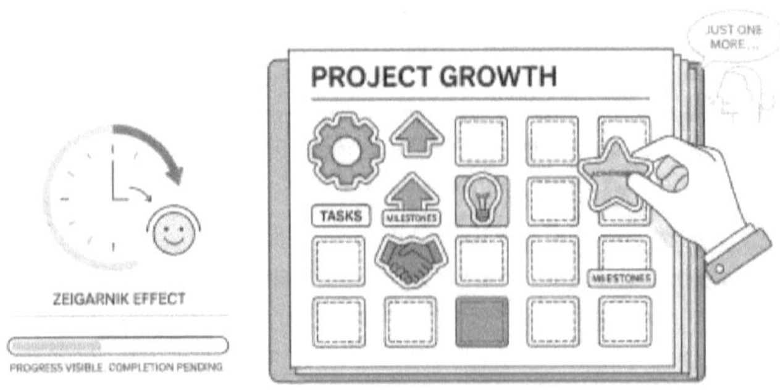

முடிக்கும்படி கேட்பதை நீங்கள் காண்பீர்கள். இதுவே 'ஸீகார்னிக் விளைவு'; இது நம் அனைவருக்கும் நிகழ்கிறது.

செயல்முறை: ஒரு திட்டத்தை மட்டும் பாராட்டி நிறுத்தாதீர்கள். ஒரு "சான்றிதழ் வரிசையை" (எடுத்துக்காட்டாக: வெண்கலம், வெள்ளி, தங்கம் எனப் பிரிக்கப்பட்ட தரவு வடிவமைப்பாளர்) அல்லது ஒரு "திறன் கையேட்டை" (Skills Almanac) உருவாக்குங்கள். அங்கே ஊழியர்கள் பல்வேறு மூலோபாயத் திறன்களில் தங்கள் மேன்மையைச் சேகரிக்கவும் காட்சிப்படுத்தவும் தூண்டப்படுவார்கள். அந்த "ஆல்பத்தை நிரப்பும்" ஆசை அவர்களைத் தொடர்ந்து கற்கத் தூண்டும் மற்றும் தேக்க நிலையைத் தடுக்கும்.

2. **முன்னேற்றத்தின் வெளிப்படைத்தன்மை (காட்சிப்படுத்துதல்)** பெட்டிக்குள் மறைத்து வைக்கப்பட்டிருக்கும் சேகரிப்பு என்பது வெறும் பொழுதுபோக்கு; ஆனால் காட்சிப்படுத்தப்படும் மற்றும் பரிமாறிக்கொள்ளப்படும் சேகரிப்பு என்பது சமூக அந்தஸ்தின் ஊற்றுக்கண். மதிய உணவுப் பெட்டியின் மீது ஒட்டப்பட்டிருக்கும் ஸ்டிக்கரோ அல்லது பேருந்தில் காட்டப்படும் அட்டைத் தொகுப்போ மற்றவர்களின் அங்கீகாரத்தைப் பெற்றுத் தருகிறது. இது பணத்தால் வாங்க முடியாத ஒரு பெருமித நாணயமாகும்.

செயல்முறை: பணியிடத்தில், பணமில்லாத இத்தகைய தகுநிலைகள் டிஜிட்டல் முறையில் வெளிப்படையாகத் தெரிய வேண்டும். முதன்மையாளர் தரவரிசைப் பட்டியல்கள் (Leaderboards), ஊழியர் சுயவிவரங்களில் பொதுவான டிஜிட்டல் முத்திரைகள் (Badges) மற்றும் குறிப்பிட்ட பட்டங்கள் (எடுத்துக்காட்டாக: "அறிவுத் தூதுவர்", "செயல்முறை விற்பன்னர்") போன்றவை சக ஊழியர்கள், மேலாளர்கள் மற்றும் வாடிக்கையாளர்கள் காணும் வகையில் இருக்க வேண்டும். இது பொது அங்கீகாரத்திற்கான அடிப்படை மனித ஆசையைப் பயன்படுத்துகிறது. "பொதுச் செயலால் தூண்டப்படும் ஆசையே அனைத்து சாதனைகளின் திருப்புமுனை" எனும் நெப்போலியன் ஹில்லின் தத்துவத்தை இது உறுதிப்படுத்துகிறது.

3. **அபூர்வம் மற்றும் புதுமை (தேடல்)** எந்தவொரு சேகரிப்பிலும் மிகவும் மதிப்புமிக்க ஸ்டிக்கர் என்பது "அரிய" அல்லது "முப்பரிமாண" (Holographic) அட்டையாகத்தான் இருக்கும். பற்றாக்குறை அல்லது அபூர்வம் என்பது ஆசையை உருவாக்குகிறது மற்றும் ஈடுபாட்டைத் தூண்டுகிறது. ஒவ்வொரு ஊழியரும் ஒரே முத்திரையை எளிதாகப் பெற்றுவிட்டால், அந்த நாணயத்தின் மதிப்பு உடனடியாகக் குறைந்துவிடும்.

செயல்முறை: மூலோபாய ரீதியான விளையாட்டுத்தன்மை (Strategic Gamification) என்பது படிப்படியான சிரமத்தையும் அபூர்வத்தையும் கொண்டிருக்க வேண்டும். புள்ளிவிவரப்படி அரிதான, பல்துறை சார்ந்த மற்றும் விடாமுயற்சி தேவைப்படும் சாதனைகளுக்கு மட்டுமே உயர்மட்ட முத்திரைகள் அல்லது

தகுநிலைப் பட்டங்களை ஒதுக்குங்கள். இது அந்த வெகுமதிகள் மதிப்புமிக்கதாகவும், மிகுந்த ஊக்கமளிப்பதாகவும் இருப்பதை உறுதி செய்கிறது.

4. **பரிமாற்றத்தின் சுயாட்சி (ஒப்பந்தம்)** விளையாட்டு மைதானப் பொருளாதாரத்தின் அத்தியாவசிய இயந்திரமே "பரிமாற்றம்" (Trade) தான். அதற்குப் பேச்சுவார்த்தை, உத்தி மற்றும் இருதரப்பு மதிப்புப் பரிமாற்றம் தேவைப்பட்டது. இது ஒரு கட்டமைக்கப்பட்ட அமைப்பிற்குள் செயல்படும் ஒரு சுதந்திரமான செயலாகும்.

செயல்முறை: ஊழியர்கள் தாங்கள் ஈட்டிய தகுநிலையையும் அறிவையும் "பரிமாறிக்கொள்ள" அல்லது பகிர்ந்து கொள்ள ஊக்குவிக்கும் அமைப்புகளை உருவாக்குங்கள். உதாரணமாக, "தலைமைப் பயிற்சியாளர்" தகுநிலையைப் பெறும் ஒரு மூத்த ஊழியர், அந்த முத்திரையைப் பெறுவதற்கான நிபந்தனையாக ஒரு இளநிலை ஊழியருக்கு 10 மணிநேரம் பயிற்சி அளிக்க வேண்டியிருக்கலாம். இது தனிப்பட்ட சாதனையை ஒரு நிறுவனத்தின் சொத்தாக மாற்றுகிறது.

நிறுவன நெம்புகோல்கள்: ஸ்டிக்கர் உத்தியைச் செயல்படுத்துதல்

விளையாட்டு மைதான உத்திகளிலிருந்து மூலோபாய நன்மையை அடைய, தலைவர்கள் இந்த ஸ்டிக்கர் உத்தியை அதிக முயற்சி தேவைப்படும் முக்கிய பகுதிகளில் பயன்படுத்த வேண்டும்.

1. **அறிவுப் பகிர்வை விளையாட்டுமயமாக்குதல் (Gamifying Knowledge Sharing)** அறிவுசார் ஊழியர்களின் காலத்தில், கூட்டு நுண்ணறிவுதான் மிக முக்கியமான சொத்து. ஆனால் அறிவைப் பகிர்ந்து கொள்வது பெரும்பாலும் பலனளிக்காத ஒரு வேலையாகவே கருதப்படுகிறது.

- **விளையாட்டு:** "அறிவுப் பங்களிப்பு ஏணியை" செயல்படுத்துங்கள். உள்நாட்டுத் தகவல் தளங்களில் (Wiki) பங்களிப்பதற்கும், சக ஊழியர்களின் கேள்விகளுக்குப் பதிலளிப்பதற்கும் ஊழியர்களுக்குத் தகுநிலை முத்திரைகளை (Stickers) வழங்குங்கள். உயர்மட்ட வெகுமதிகளாக "தகவல் முகவர்" போன்ற பட்டங்களை வழங்கலாம்.
- **விளைவு:** இது ஆவணப்படுத்தும் வேலையை ஒரு போட்டித்தன்மை வாய்ந்த அறிவுப் பகிர்தலாக மாற்றுகிறது, இதனால் நிறுவனத்தின் நினைவாற்றல் மற்றும் செயல்திறன் அதிகரிக்கிறது.

2. **கண்ணுக்குத் தெரியாத செயல்முறைகளை அங்கீகரித்தல்** தர உறுதிப்பாடு (QA), சோதனை அல்லது உள்கட்டமைப்பு பராமரிப்பு போன்ற பல அத்தியாவசியப் பணிகள் அதிக தாக்கம் கொண்டவை, ஆனால் அவை வெளிப்படையாகத் தெரிவதில்லை.

- **விளையாட்டு:** "நிழல் நாயகன்" (Shadow Master) அல்லது "மறைந்திருக்கும் காவலன்" போன்ற ஒரு சாதனை அமைப்பை உருவாக்குங்கள். முன்கூட்டிய பராமரிப்பு சோதனைகளை முடிப்பதையும், கணினி குறைபாடுகளை முன்கூட்டியே கண்டறிவதையும் கண்காணித்து வெகுமதி அளிக்கவும். பொதுவான பாராட்டுகளுடன் அரிய பட்டங்களை வழங்குவது அவர்களின் நிபுணத்துவத்தை அங்கீகரிக்கும்.
- **விளைவு:** இது முக்கியமான பணிகளின் மதிப்பை உறுதிப்படுத்துகிறது, மன உறுதியை அதிகரிக்கிறது மற்றும் கணினி சார்ந்த அபாயங்களை முன்கூட்டியே குறைக்கிறது.

3. **பல்துறை சார்ந்த சவால்கள் (Cross-Functional Challenge)** நிறுவனங்கள் பெரும்பாலும் "தனித்தனி பிரிவுகளாகச் செயல்படும்" (Silo effect) சிக்கலால் போராடுகின்றன. கூட்டுறவை மட்டுமே அரிய ஸ்டிக்கர்களைப் பெறுவதற்கான வழியாக மாற்றுவதன் மூலம் இத்தடையை உடைக்கலாம்.

- **விளையாட்டு:** "ஒருங்கிணைப்பு ஓட்டங்களை" (Synergy Sprints) அறிமுகப்படுத்துங்கள். விற்பனை, தயாரிப்பு மற்றும் பொறியியல் போன்ற மூன்று வெவ்வேறு துறைகளைச் சேர்ந்த குழு உறுப்பினர்கள் இணைந்து ஒரு உயர் மதிப்புப் பணியைச் சிறப்பாக முடிக்கும்போது மட்டுமே அந்த அரிய முத்திரையை வழங்க வேண்டும்.
- **விளைவு:** பல்துறை வெற்றியைக் கட்டாயமாக்குவதன் மூலம், ஒத்துழைப்பை நேரடியாக வெகுமதி கட்டமைப்பிற்குள் கொண்டு வரலாம்.

தகுநிலை மதிப்பீடு: வடிவமைப்பிற்கான ஒரு கட்டமைப்பு

ஒரு வெகுமதியின் மதிப்பு என்பது அதன் உள்ளார்ந்த தன்மையில் இல்லை, அது சமூக ரீதியாக எப்படிப் பார்க்கப்படுகிறது என்பதில் தான் உள்ளது என்பதை ஸ்டிக்கர் உத்தி நிரூபிக்கிறது. தகுநிலை மற்றும் சேகரிப்பின் அடிப்படையில் ஒரு வெற்றிகரமான

அமைப்பை வடிவமைக்க இந்த கட்டமைப்பைப் பயன்படுத்தவும்.

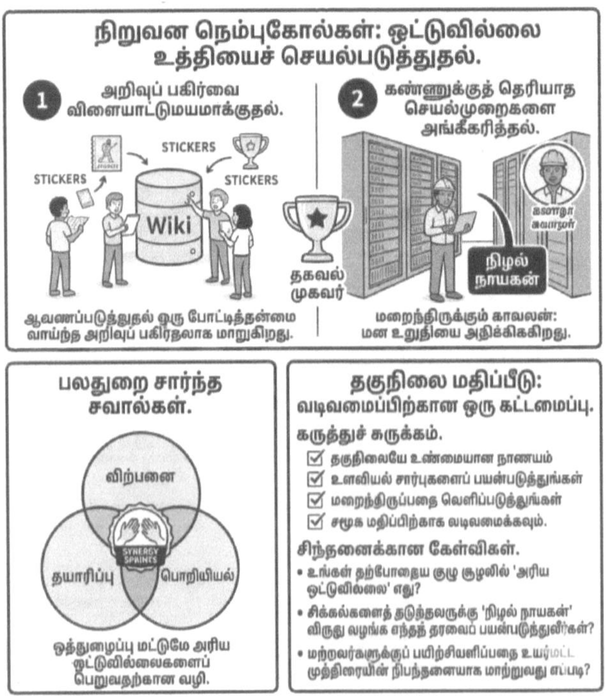

கருத்துப்பேழை

தகுநிலையே உண்மையான நாணயம்: ஸ்டிக்கர்களைச் சேகரிப்பதில் மனிதர்களுக்கு இருக்கும் ஆர்வம், நிதி வெகுமதிகளை விடச் சமூக அங்கீகாரமே வலிமையான ஊக்கி என்பதை நிரூபிக்கிறது.

உளவியல் சார்புகளைப் பயன்படுத்துங்கள்: ஸீகார்னிக் விளைவு மற்றும் பற்றாக்குறையின் ஆற்றல் ஆகியவற்றைக் கொண்டு உங்கள் அமைப்பை வடிவமைக்கவும்.

மறைந்திருப்பதை வெளிப்படுத்துங்கள்: அறிவுப் பகிர்வு மற்றும் பராமரிப்பு போன்ற கண்ணுக்குத் தெரியாத பணிகளுக்கு ஸ்டிக்கர் உத்தியைப் பயன்படுத்தி அவற்றை அங்கீகரிக்கப்பட்ட சாதனைகளாக மாற்றவும்.

சமூக மதிப்பிற்காக வடிவமைக்கவும்: உங்கள் வெகுமதிகள் அரிதானதாகவும், வெளிப்படையானதாகவும், நிறுவன மதிப்பைக் கூட்டும் வகையிலும் இருப்பதை உறுதி செய்யுங்கள்.

சிந்தனைக்கான கேள்விகள் :

1. உங்கள் தற்போதைய குழு சூழலில் "அரிய ஸ்டிக்கர்" எது? அது ஒரு உயர் மதிப்புத் திட்டமா அல்லது ஒரு குறிப்பிட்ட சான்றிதழா? அதனைப் பெறுவதற்கான வழி வெளிப்படையாகவும் உண்மையிலேயே அரிதாகவும் இருக்கிறதா?
2. கடந்த காலாண்டில் நிறுவனத்தின் சிக்கல்களைத் தனது கண்ணுக்குத் தெரியாத பணியால் தடுத்த ஒருவருக்கு "நிழல் நாயகன்" விருது வழங்க விரும்பினால், வெற்றியாளரைத் தீர்மானிக்க எந்தத் தரவைப் பயன்படுத்துவீர்கள்?
3. உங்கள் நிறுவனத்தில் அறிவு எங்கே ஒரு "தனிப்பட்ட பெட்டிக்குள்" சிக்கியுள்ளது? மற்றவர்களுக்குப் பயிற்சியளிப்பதையும் ஆவணப்படுத்துவதையும் உயர்மட்ட முத்திரையைப் பெறுவதற்கான நிபந்தனையாக மாற்றுவது எப்படி

காந்தியின் விளையாட்டு

நிறுவன மாற்றங்கள் குறித்த வரலாற்றில், மாபெரும் அரசியல் இயக்கங்களை நாம் அரிதாகவே உற்று நோக்குகிறோம். ஆனால், திராளான மக்களை ஒருமுகப்படுத்தி வழிநடத்துவதில் அந்த இயக்கங்களே மிகச்சிறந்த பாடங்களைக் கற்றுத் தருகின்றன. அவை வெறும் சுற்றறிக்கைகளையோ அல்லது அதிகாரத்தை நம்பியிருக்கவில்லை; மாறாக, கதைசொல்லல் மற்றும் 'விளையாட்டுத்தனமான செயல்முனைப்பு' (Gamified action) ஆகியவற்றைப் பயன்படுத்தி, செயலற்றுக் கிடந்த மக்களைத் துடிப்புமிக்க பங்கேற்பாளர்களாக மாற்றின.

ஒரு நாட்டின் மாற்றமாக இருந்தாலும் சரி, ஒரு நிறுவனத்தின் மாற்றமாக இருந்தாலும் சரி, அது அடிப்படையில் ஒரு 'கூட்டு மறு-அடையாளம்' (Collective re-identification) ஆகும். மக்கள் பழைய அடையாளங்களை (காலனித்துவ குடிமகன், குறுகிய வட்டத்தில் இயங்கும் ஊழியர் அல்லது பழைய தொழில்நுட்பத்தில் உழலும் பணியாளர்) மனமுவந்து துறந்து, ஒரு புதிய, வலிமையான அடையாளத்தை ஏற்க வேண்டும். இருப்பினும், வசதிகளையோ பாதுகாப்பையோ தியாகம் செய்யச் சொல்லும்போது மக்கள் இயல்பாகவே அதை எதிர்க்கிறார்கள்.

இந்திய விடுதலைப் போராட்ட வீரர்கள், குறிப்பாக 1942-ஆம் ஆண்டின் 'வெள்ளையனே வெளியேறு' இயக்கத்தின் போது, இந்த உளவியல் தடையை நன்கு உணர்ந்திருந்தனர். அவர்கள் அர்ப்பணிப்பை மட்டும் கோரவில்லை; தியாகம் செய்யும் செயலையே ஒரு விளையாட்டைப் போல (Gamified) மாற்றினார்கள். இதன் மூலம் இழப்புகளை ஒரு கூட்டு வெற்றியாகவும், வெளிப்படையான சாதனையாகவும் மாற்றிக் காட்டினார்கள்.

அக்காலத்தில் வெளிநாட்டுத் துணிகளைத் தீயிட்டுக் கொளுத்துமாறு விடுக்கப்பட்ட அந்த அடையாள அழைப்பு, மிகவும் சக்திவாய்ந்த 'விளையாட்டுகளில்' ஒன்றாகும். மேலோட்டமாகப் பார்த்தால், இது பிரிட்டிஷ் துணி இறக்குமதிக்கு எதிரான ஒரு பொருளாதாரப் போராட்டம். ஆனால், ஆழமாகப் பார்த்தால் இது சமூகக் கட்டமைப்பை மாற்றியமைக்கும் ஒரு உன்னத உத்தியாகும்.

ஒரு குடும்பம் வைத்திருக்கும் மிகவும் மதிப்புமிக்க, உயர்தரமான வெளிநாட்டுத் துணிகளை அவர்களே எரிப்பது என்பது ஒரு மீள முடியாத, உணர்வுப்பூர்வமான செயலாகும். இது தியாகம் மற்றும் அர்ப்பணிப்பின் மூலம் ஒட்டுமொத்த மக்களையும் ஒன்றிணைத்தது.

தண்டி யாத்திரை (Dandi Yatra)

இதற்கு மிகச்சிறந்த உதாரணம், 1930-இல் மகாத்மா காந்தி தலைமையில் நடந்த தண்டி யாத்திரை அல்லது உப்புச் சத்தியாகிரகம் ஆகும். இதன் நோக்கம் தெளிவானது: இந்தியாவின் மீதான அடக்குமுறை பொருளாதாரக் கட்டுப்பாட்டின் அடையாளமாகத் திகழ்ந்த பிரிட்டிஷ் உப்பு வரிக்கு எதிராக வன்முறையற்ற முறையில் போராடுவது.

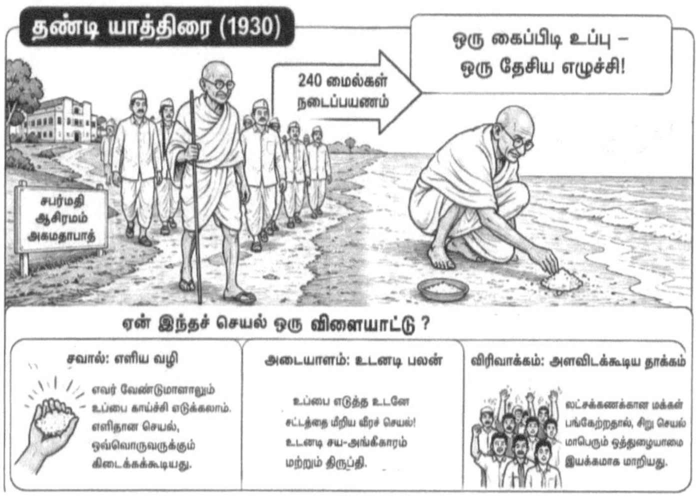

வெளியிலிருந்து பார்க்கையில் இந்தச் செயல் மிகவும் எளிமையானது: காந்தியும் அவரது சீடர்களும் தண்டியை நோக்கி 240 மைல்கள் நடந்தனர். கடற்கரையை அடைந்ததும், காந்தி முழங்காலிட்டு ஒரு கைப்பிடி இயற்கையான உப்பையும் மண்ணையும் அள்ளி எடுத்தார்.

அகமதாபாத் சபர்மதி ஆசிரமத்திலிருந்து தொடங்கிய, ஒரு கைப்பிடி உப்பை அள்ளும் இந்த மிகச்சிறிய செயல், எப்படி ஒரு தேசிய இயக்கத்தையே தட்டி எழுப்பியது? ஏனெனில், காந்தி ஒரு புரட்சியை வெற்றிகரமாக 'விளையாட்டுமயமாக்கினார்' (Gamified).

அந்த ஒரு கைப்பிடி உப்பு என்பது ஒரு மாபெரும், பன்முகத்தன்மை கொண்ட மற்றும் அச்சத்தில் இருந்த மக்களுக்கான மிகச்சிறந்த 'குறுஞ்சவால்' (Micro-challenge) ஆகும்.

- **பங்கேற்பதற்கான எளிய வழி (சவால்):** இந்தியாவில் எங்கிருந்தாலும், எவர் வேண்டுமானாலும் கடலோரத்திற்கோ அல்லது அருகிலுள்ள நீரோடைக்கோ நடந்து சென்று, உப்பு நீரைக் காய்ச்சி உப்பெடுக்க முடியும். இது எவராலும் செய்யக்கூடிய ஒரு செயலாகும்.

ஒரு பெரும் போரில் ஈடுபடுவதல்ல அவர்களின் சவால்; ஒரு கைப்பிடி உப்பை அள்ளி எடுப்பது மட்டுமே.

- **உடனடிப் பலன் (அடையாளம்):** ஒருவர் உப்பை அள்ளிய அந்த நொடியே, அவர் சட்டத்தை மீறிய ஒரு வலிமையான செயலைச் செய்தவராகிறார். இதன் மூலம் அவருக்கு ஒரு உடனடி சுய-அங்கீகாரமும், ஒரு பெரிய பொது நோக்கத்திற்காகப் பங்களித்த திருப்தியும் கிடைத்தது.
- **அளவிடக்கூடிய தாக்கம் (விரிவாக்கம்):** இந்த இயக்கம் மிக வேகமாகப் பரவும் வகையில் வடிவமைக்கப்பட்டது. லட்சக்கணக்கான மக்கள் தங்களது கைப்பிடி உப்பை அள்ளியபோது, அந்த எளிய செயல் மிகப்பெரிய அளவிலான மக்கள் ஒத்துழையாமை இயக்கமாக மாறியது. இந்தத் தனிப்பட்ட 'வெற்றிகளின்' கூட்டுத் தொகை, பிரிட்டிஷ் சட்ட அமலாக்கத்தையே முடக்கியது.

தண்டி யாத்திரை தலைவர்களுக்கு ஒரு வலிமையான உண்மையை உணர்த்துகிறது: பெரிய அளவிலான மாற்றத்தை ஏற்படுத்த வேண்டுமானால், அந்த இறுதி இலக்கை மிக எளிமையான, உணர்வுப்பூர்வமான 'குறுஞ்செயல்களாக' (Micro-action) மாற்ற வேண்டும்.

மாற்றத்தை விரிவுபடுத்துதல் (Scaling Transformation)

நிறுவன மாற்றங்களுக்குப் பெரிய தடையாக இருப்பது எதிர்ப்பல்ல, மாறாக 'செயலின்மை' (Inertia). மாற்றத்தின் பிரம்மாண்டத்தைக் கண்டு மக்கள் மலைத்துப் போகிறார்கள்; தங்களது தனிப்பட்ட உழைப்பால் என்ன பயன் விளையும் என்ற ஐயமும் அவர்களுக்கு ஏற்படுகிறது. 'பகிர்ந்தளிக்கப்பட்ட சாதனைகள்' (Distributed Achievement) மூலம் இந்தச் செயலின்மையை எப்படி வெல்லலாம் என்பதற்கான ஒரு வரைபடத்தைத் தண்டி யாத்திரை வழங்குகிறது.

1. குறைந்தபட்சச் சாத்தியமான செயல் (MINIMAL VIABLE ACTION - MVA)

விடுதலைப் போராட்டத்திற்கு ஒரு கைப்பிடி உப்பு எப்படியோ, அதுபோலத் தலைவர்கள் தங்களது மூலோபாய மாற்றத்திற்கான 'குறைந்தபட்சச் சாத்தியமான செயலை' (MVA) வரையறுக்க வேண்டும்.

- **சவால்:** உங்கள் நிறுவனம் வாடிக்கையாளரை மையமாகக் கொண்ட கலாச்சாரத்திற்கு மாற வேண்டும் என்று விரும்புகிறீர்கள். ஆனால் அந்த இலக்கு ஊழியர்களுக்கு மிகவும் பரந்ததாகவும், குழப்பமாகவும் தோன்றலாம்.
- **தீர்வு (MVA):** "வாரத்திற்கு ஒரு உண்மையான வாடிக்கையாளர் நுண்ணறிவு" என்பதை MVA-வாக நிர்ணயம் செய்யுங்கள். நீண்ட அறிக்கைகளுக்குப்

பதிலாக, ஒவ்வொரு ஊழியரும் தான் கவனித்த ஒரு வாடிக்கையாளர் தேவையைத் தரவுத்தளத்தில் பதிய வேண்டும்.

- **விளையாட்டு:** இது பதிவுகளின் எண்ணிக்கையைப் பற்றியதல்ல, அந்த நுண்ணறிவின் தரத்தைப் பற்றியது. ஒரு ஊழியரின் அந்தச் சிறு தகவல், ஒரு புதிய தயாரிப்பை உருவாக்கவோ அல்லது ஒரு நடைமுறையை மாற்றவோ பயன்படும்போது, அவருக்கு "நுண்ணறிவு சேகரிப்பாளர்" (Insight Gatherer) என்ற முத்திரையை வழங்குங்கள்.
- **விளைவு:** இந்தச் சிறு செயல் ஊழியர்களின் கவனத்தையும் பங்களிப்பையும் உறுதி செய்கிறது.

2. விதிகளுக்கு உட்படுதலை விளையாட்டுமயமாக்குதல்

அறநெறி மற்றும் விதிகளுக்குக் கட்டுப்படுதல் (Compliance) என்பது நிறுவனங்களின் அடிப்படை. ஆனால் அவை பெரும்பாலும் ஒரு சலிப்பூட்டும் அலுவலக வேலையாகவே பார்க்கப்படுகின்றன. காந்தியின் தண்டி யாத்திரை, இத்தகையச் செயல்கள் அறநெறிச் சின்னங்களால் இயக்கப்பட வேண்டும் என்பதைக் காட்டுகிறது.

- **சவால்:** சிறிய அறநெறிச் சிக்கல்களையோ அல்லது செயல்பாட்டு அபாயங்களையோ ஊழியர்கள் மேலதிகாரிகளிடம் தெரிவிப்பதில் உள்ள தயக்கம்.
- **விளையாட்டு:** "நேர்மைப் பாதுகாவலர்" (Integrity Protector) என்ற தகுநிலையை உருவாக்குங்கள். புகார்களை மட்டும் பாராட்டுவதற்குப் பதிலாக, மற்ற குழுக்களால் கண்டறியப்பட்ட அபாயங்களுக்கு ஆக்கப்பூர்வமான தீர்வுகளை வழங்கும் குழுவிற்கு உயரிய முத்திரைகளை வழங்குங்கள்.
- **விளைவு:** இது சக ஊழியர்களின் மதிப்பையும் கூட்டுப் பொறுப்பையும் தூண்டுகிறது.

3. பொது அர்ப்பணிப்பின் வலிமை

காந்தியின் தண்டி நடைப்பயணம் ஒரு நீண்ட, பொதுவெளியில் நிகழ்ந்த அர்ப்பணிப்பு. அந்தப் பயணத்தின் வெளிப்படைத்தன்மை ஒரு உளவியல் அழுத்தத்தை உருவாக்கியதுடன், பங்கேற்பாளர்களை ஒன்றிணைத்தது.

- **சவால்:** நீண்டகாலத் திட்டங்களில் (உதாரணமாக: மூன்று ஆண்டு டிஜிட்டல் மாற்றம்) ஊழியர்களின் வேகத்தைத் தக்கவைத்தல்.
- **விளையாட்டு:** "மாற்றத்தின் மைல்கற்களை" பொது சாதனைகளாக அறிவிக்க வேண்டும். ஒரு மென்பொருள் பகுதி முடிக்கப்படும்போது அல்லது ஒரு முட்டுக்கட்டை

நீக்கப்படும்போது, அந்தக் குழுவிற்கு "பயணக் குறியீடு" (Journey Marker) என்ற தகுநிலை வழங்கப்பட வேண்டும்.

- **விளைவு:** மாற்றத்திற்கான வரைபடத்தைப் பொதுவான ஒரு புனிதப் பயணமாக மாற்றுவதன் மூலம், இலக்கை நோக்கிய விடாமுயற்சியைத் தலைவர்களால் தக்கவைக்க முடியும்.

மாற்றத்திற்கான S.A.L.T. வடிவமைப்புக் கொள்கை

உண்மையான நிறுவன மாற்றம் என்பது மேலிருந்து திணிக்கப்படும் கட்டளை அல்ல; அது ஒரு ஈர்க்கக்கூடிய, விரிவுபடுத்தக்கூடிய வடிவமைப்பாக இருக்க வேண்டும் என்பதைத் தண்டி யாத்திரை நமக்கு உணர்த்துகிறது. உங்கள் அடுத்த திட்டத்தைச் செயல்படுத்த இந்த S.A.L.T. கொள்கையைப் பயன்படுத்துங்கள்:

எழுத்து	**கொள்கை (Principle)**	**விளக்கம்**
S	**Symbolism** (அடையாளம்)	செயல் வெறும் வேலையாக இருக்கக் கூடாது; அது ஒரு பெரிய இலக்கின் அடையாளமாக இருக்க வேண்டும்.
A	**Actionability** (செயல்படுத்தும் திறன்)	அந்தச் செயல் எவராலும் செய்யக்கூடிய மிக எளிமையான ஒன்றாக இருக்க வேண்டும்.
L	**Leverage** (தாக்கம்)	சிறிய செயல்கள் இணைந்து ஒரு பெரிய மாற்றத்தை உருவாக்கும் வல்லமை கொண்டிருக்க வேண்டும்.
T	**Transparency** (வெளிப்படைத்தன்மை)	முன்னேற்றம் அனைவருக்கும் தெரியும்படி பகிரப்பட வேண்டும்.

கருத்துப்பேழை

மாற்றத்தின் நுட்பம்: தண்டி யாத்திரை நிரூபித்தது போல, பெரிய மாற்றங்கள் என்பவை இறுதி இலக்கை ஒரு 'குறைந்தபட்சச் சாத்தியமான செயலாக' (Minimum Viable Action) மாற்றுவதன் மூலமே சாத்தியமாகும்.

கட்டளையை விடச் செயல் முக்கியம்: உங்கள் குழுவிற்கான "கைப்பிடி உப்பை" அடையாளம் காணுங்கள். அது எளிமையானதாகவும், மாற்றத்தின் அடையாளமாகவும் இருக்க வேண்டும்.

அடையாளத்தின் வலிமை: ஒரு கைப்பிடி உப்பிற்குப் பெரிய பண மதிப்பு இல்லை, ஆனால் அது விடுதலையின் அடையாளமாக இருந்தது. உங்கள் MVA-வும் அத்தகைய அறநெறி அல்லது மூலோபாய மதிப்பைக் கொண்டிருக்க வேண்டும்.

சிந்தனைக்கான கேள்விகள்

1. இன்று உங்கள் நிறுவனம் எதிர்கொள்ளும் மிகவும் கடினமான, புரிந்துகொள்ள முடியாத இலக்கு எது? (உதாரணமாக: "முழு டிஜிட்டல் மயமாகுதல்"). நாளை ஒவ்வொரு ஊழியரும் அந்த இலக்கிற்காகச் செய்யக்கூடிய "கைப்பிடி உப்பு" போன்ற எளிய செயல் எது?
2. உங்கள் நிறுவனத்தின் விதிமுறை நடைமுறைகளை ஆய்வு செய்யுங்கள். சரியான முறையில் நடப்பதை வெறும் கடமையாக மட்டும் பார்க்காமல், அதைப் பெருமைக்குரிய செயலாக எப்படி மாற்றலாம்?
3. உங்கள் நீண்டகாலத் திட்டங்களின் முன்னேற்றம் எந்த அளவிற்கு வெளிப்படையாகத் தெரிகிறது? நிறுவனத்தின் ஒட்டுமொத்த ஊழியர்களும் தாங்கள் ஒரு கூட்டுப் பயணத்தில் பங்கேற்பது போன்ற உணர்வை ஏற்படுத்த நீங்கள் என்ன "பயணக் குறியீடுகளை" அறிமுகப்படுத்துவீர்கள்?

தெய்வீக லட்டு

The Divine Laddu Principle

ஒரு லட்டு செய்வதற்கு வெறும் 10 அல்லது 20 ரூபாய்தான் செலவாகும். ஆனால் யாராவது ஒரு லட்டுக்காக ஒரு லட்சம் ரூபாய் கொடுத்தால் எப்படியிருக்கும்?

கேட்பதற்கே நம்பமுடியாததாக இருக்கிறது, அல்லவா?

நான் ஹைதராபாத்தில் வசித்தபோது இதை என் கண்ணாலேயே பார்த்தேன். ஒவ்வொரு ஆண்டும் நவராத்திரியின் போது, எங்கள் அடுக்கு மாடி குடியிருப்பில் மிகுந்த பக்தியுடனும் உற்சாகத்துடனும் இவ்விழாவைக் கொண்டாடுவார்கள். அந்த ஒன்பது நாட்களும், அப்பகுதியின் சூழலே முற்றிலும் மாறிவிடும். அந்த குடியிருப்பு வளாகம் வண்ணமயமாகக் காட்சியளிக்கும், பக்திப் பாடல்கள் காற்றில் நிறைந்திருக்கும், குடும்பங்கள் ஒன்றுகூடும், ஒவ்வொரு மாலையும் மக்கள் பாரம்பரிய உடையில் பூசையில் பங்கேற்க வருவார்கள்.

இது ஒரு மத நிகழ்வாக மட்டும் இருந்ததில்லை.

அது ஒரு உணர்வு (Emotion).

அது ஒரு பிணைப்பு (Belonging).

அது ஒரு கொண்டாட்டம் (Celebration).

ஒவ்வொரு நாளின் முடிவிலும், ஒரு சுவாரசியமான விஷயம் நடக்கும். பூசையின் போது விநாயகப் பெருமானுக்குப் படைக்கப்பட்ட பிரசாதங்கள் பக்தர்களிடையே ஏலம் விடப்படும்.

ஒரு மாலை வேளையில், இரண்டு சாதாரண லட்டுகள் ஏலத்திற்கு வைக்கப்பட்டன.

ஏலத்தின் ஆரம்ப விலை ₹5,000.

நான் எனக்குள் சிரித்துக் கொண்டேன். 10 ரூபாய் மதிப்புள்ள ஒரு லட்டை யாராவது ₹5,000-க்கு வாங்குவார்களா? ஆனால் அடுத்த சில வினாடிகளில், கைகள் உயரத் தொடங்கின.

“பத்தாயிரம்!”

“பதினைந்தாயிரம்!”

“இருபதாயிரம்!”

அந்த அறையில் இருந்த ஆற்றலே முற்றிலும் மாறியது. மக்களிடையே ஒரு போட்டி மனப்பான்மை உருவானது. குடும்பத்தினர் ஒருவரை ஒருவர் ஊக்குவித்தனர். நண்பர்கள் உற்சாகப்படுத்தினர். ஒவ்வொரு புதிய விலையும் உற்சாகத்தை ஏற்றியது. விலை உயர்ந்து கொண்டே போனது.

இறுதியாக, ஒரு லட்டு ₹82,000-க்கு விற்கப்பட்டது.

இரண்டாவது லட்டு ₹54,000-ஐத் தாண்டியது.

சேர்த்துப் பார்த்தால் 20 ரூபாய்க்கும் குறைவான மதிப்புள்ள இரண்டு சாதாரண லட்டுகள், திடீரென்று ஒரு லட்சம் ரூபாய்க்கும் அதிக மதிப்புடையதாக மாறிவிட்டன.

அன்று இரவு, உண்மையில் அங்கு என்ன நடந்தது என்பதைப் பற்றி நான் சிந்தித்துக் கொண்டே இருந்தேன். அதற்கான விடை வியக்கத்தக்கதாக இருந்தது.

மக்கள் அந்த லட்டை வாங்கவில்லை.

அவர்கள் அந்த லட்டின் பின்னால் இருந்த கதையை (Story) வாங்கினார்கள்.

அவர்கள் உணர்வுகளை வாங்கினார்கள். அவர்கள் பக்தி, பெருமை, அங்கீகாரம் மற்றும் பங்கெடுப்பு ஆகியவற்றினை வாங்கினார்கள். அந்தப் பொருளின் உள்ளார்ந்த மதிப்பு (Intrinsic value) சிறியதுதான். ஆனால் அதனுடன் ஒரு விளையாட்டு (Game) சேர்க்கப்பட்டபோது, அதன் உணரப்பட்ட மதிப்பு (Perceived value) பிரம்மாண்டமாக மாறியது.

அங்கே ஒரு விளையாட்டு இருந்தது.

அங்கே ஒரு தகுநிலை (Status) இருந்தது.

அங்கே ஒரு உணர்வு இருந்தது.

அங்கே ஒரு கதை இருந்தது.

அனைத்திற்கும் மேலாக, அதனுடன் ஒரு தெய்வீகத் தன்மை இணைக்கப்பட்டிருந்தது.

இதைத்தான் நான் “தெய்வீக லட்டு தத்துவம்” என்கிறோம். இந்த தத்துவம் நம்மைச் சுற்றியுள்ள எல்லா இடங்களிலும், நவீன வணிகத்திலும் கூடச் செயல்படுகிறது. நிறுவனங்கள் தங்கள் பொருட்களின் மதிப்பை வெறும் அம்சங்களால் (Features) மட்டும் உயர்த்துவதில்லை, மாறாக அவற்றுடன் கதைகளையும், விளையாட்டுகளையும், அனுபவங்களையும், உணர்வுகளையும் இணைப்பதன் மூலம் உயர்த்துகின்றன.

புகழ்பெற்ற ஹிக்கின்பாதம்ஸ் (Higginbotham's) புத்தகக் கடைக்கு அருகிலுள்ள ‘ரைட்டர்ஸ் கஃபே’ (Writers Café) என்ற உணவகத்தில் இதை நான் நேரடியாக உணர்ந்தேன்.

ஒரு நாள், அங்கிருந்த உணவுப் பட்டியலை (Menu card) வாசித்தபோது, ஒரு சிறிய குறிப்பைக் கவனித்தேன். அந்த

உணவகம், குடும்ப வன்முறையிலிருந்தும், கடினமான வாழ்க்கைச் சூழல்களிலிருந்தும் மீண்டு வந்த பெண்களைப் பணியமர்த்தியிருப்பதாக அதில் விளக்கப்பட்டிருந்தது.

திடீரென்று, அந்த உணவகம் வெறும் உணவகமாக மட்டும் எனக்குத் தெரியவில்லை. அதற்கு ஒரு லட்சியம் இருந்தது. அதற்குப் பின்னால் ஒரு மனிதாபிமானக் கதை இருந்தது. அதை வாசித்த பிறகு, நான் அடிக்கடி அந்த இடத்திற்குச் செல்லத் தொடங்கினேன்.

வெளியே ஒரு 'டெத் பை சாக்லேட்' (Death by chocolate) அணிச்சல் (**கேக்**) வகை ₹60-ஆக இருக்கலாம். ஆனால் 'ரைட்டர்ஸ் கஃபே'யில் அதே போன்ற **கேக்**கிற்கு நான் மகிழ்ச்சியுடன் ₹160 கொடுத்தேன்.

ஏன்?

ஏனெனில் நான் வெறும் இனிப்பை மட்டும் வாங்கவில்லை. நான் ஒரு அர்த்தத்தை (Meaning) வாங்கினேன். அந்தப் பொருள் ஒரு உணர்வுப்பூர்வமான மதிப்பைப் பெற்றிருந்தது.

இதுதான் கதைசொல்லல் மற்றும் 'விளையாட்டுமயமாக்கல்' (Gamification) ஆகியவற்றின் வலிமை. ஒரு பொருளுடன் நீங்கள் எவ்வளவு உணர்வை இணைக்கிறீர்களோ, அவ்வளவு தூரம் அது நினைவில் நிற்கும். எவ்வளவு பங்கேற்பை உருவாக்குகிறீர்களோ, அவ்வளவு தூரம் மக்கள் அதை மதிப்பார்கள். நாடகம், போட்டி மற்றும் அர்த்தம் ஆகியவற்றை நீங்கள் எவ்வளவு அதிகமாகச் சேர்க்கிறீர்களோ, அவ்வளவு தூரம் சாதாரண விஷயங்கள் அசாதாரணமாக மாறும்.

ஆப்பிள் (Apple) போன்ற நிறுவனங்கள் கூட இந்தத் தத்துவத்தைப் பயன்படுத்துகின்றன. சந்தையில் இதே போன்ற திறன்பேசிகள் (Smartphones) ஏற்கனவே இருந்தாலும், புதிய தயாரிப்பு அறிமுகத்தின் போது மக்கள் நீண்ட வரிசையில் நிற்கிறார்கள். ஆப்பிள் நிறுவனம் ஒரு தயாரிப்பு அறிமுகத்தை ஒரு பெரும் நிகழ்வாகவே (Event) மாற்றுகிறது. ஒவ்வொரு முக்கிய உரையும் (Keynote) ஒரு எதிர்பார்ப்பையும், உரையாடலையும் உருவாக்குகிறது.

அந்த அறிமுக நிகழ்வே ஒரு விளையாட்டாக மாறுகிறது. வாடிக்கையாளர்கள் தாங்கள் ஏதோ ஒரு பொருளை வாங்குவதை விட மேலான ஒன்றில் பங்கேற்பதாக உணர்கிறார்கள்.

அதேபோல், நைக் (Nike) நிறுவனம் வெறும் காலணிகளை மட்டும் விற்கவில்லை. அது லட்சியம் மற்றும் விளையாட்டு வீரர்களின் மேன்மை பற்றிய கதையை விற்கிறது. மக்கள் நைக் அணியும்போது, உளவியல் ரீதியாகத் தங்களை மைக்கேல் ஜோர்டான் அல்லது கிறிஸ்டியானோ ரொனால்டோ போன்ற வெற்றியாளர்களுடன் தொடர்புபடுத்திக் கொள்கிறார்கள். அந்தப் பொருள் அவர்களின் விருப்பத்துடனும் (Aspiration) தனிப்பட்ட அடையாளத்துடனும் (Identity) இணைந்து விடுகிறது.

ரோலக்ஸ் (Rolex) நிறுவனம் வெறும் ஆடம்பரக் கடிகாரங்களை மட்டும் விற்கவில்லை. அது ஒரு நோக்கத்தின் உணர்வையும் (Sense of purpose) விற்கிறது. ரோலக்ஸ் நிறுவனம், அதன் நிறுவனரால் உருவாக்கப்பட்ட 'ஹான்ஸ் வில்ஸ்டார்ஃப்' (Hans Wilsdorf Foundation) என்ற சுவிஸ் தொண்டு நிறுவனத்திற்குச் சொந்தமானது என்பது பலருக்குத் தெரியாது. நிறுவனத்தின் லாபத்தில் பெரும் பகுதி அறக்கட்டளை மூலமாக கல்வி, சமூகம் மற்றும் மனிதாபிமானப் பணிகளுக்குச் செல்கிறது. இது அந்த நிறுவனத்திற்கு மற்றொரு உணர்வுப்பூர்வமான அடுக்கைச் சேர்க்கிறது.

யாராவது ஒரு ரோலக்ஸ் கடிகாரத்தை வாங்கும்போது, தெரிந்தோ தெரியாமலோ அவர்கள் தனிப்பட்ட ஆடம்பரத்தைத் தாண்டிய ஒரு பெரிய விஷயத்துடன் இணைக்கப்பட்டிருப்பதாக உணர்கிறார்கள். அந்த நிறுவனம் பாரம்பரியம், தொண்டுள்ளம் மற்றும் நீண்டகால நோக்கம் கொண்ட ஒரு கதையைத் சுமந்து நிற்கிறது.

அந்தக் கதை அதன் உணரப்பட்ட மதிப்பை வியத்தகு முறையில் அதிகரிக்கிறது. தொழில்நுட்ப ரீதியாக ரோலக்ஸ் என்பது ஒரு கடிகாரம். ஆனால் உணர்வுப்பூர்வமாக அது:

ஒரு சாதனையின் அடையாளம்,

சேகரிக்கப்பட வேண்டிய ஒரு தகுநிலை முத்திரை,

ஒரு பாரம்பரியச் சின்னம்,

மற்றும் ஒரு பெரிய சமூக லட்சியத்திற்கான பங்களிப்பு.

அத்துடன், இந்நிறுவனம் 'அபூர்வம்' (Scarcity) என்ற விளையாட்டையும் ஒரு கருவியாகப் பயன்படுத்துகிறது. நீங்கள் எப்போதும் ஒரு கடைக்குள் நுழைந்து உடனடியாக உங்களுக்குப் பிடித்தமான ரோலக்ஸ் கடிகாரத்தை வாங்கிவிட முடியாது. காத்திருப்புப் பட்டியல் (Waiting list), பிரத்தியேகத் தன்மை மற்றும் குறைந்த அளவிலான விநியோகம் ஆகியவை ஒரு போட்டியையும் எதிர்பார்ப்பையும் உருவாக்குகின்றன.

அந்தக் காத்திருப்பே அனுபவத்தின் ஒரு பகுதியாக மாறுகிறது. மக்கள் பெருமையுடன் சொல்வார்கள்: "இரண்டு வருடக் காத்திருப்பிற்குப் பிறகு இறுதியாக எனது ரோலக்ஸ் கிடைத்துவிட்டது." அங்கே என்ன நடந்தது என்பதைக் கவனியுங்கள். ஒரு பொருளைப் பெறுவதில் உள்ள கடினமே அதன் மதிப்பை உண்மையில் அதிகரிக்கிறது. இது முற்றிலும் 'விளையாட்டுமயமாக்கல்' உளவியல் ஆகும். ரோலக்ஸ் ஒரு வலிமையான உண்மையை உணர்ந்துள்ளது:

மக்கள் எதைப் போராடிப் பெறுகிறார்களோ, எது அரிதாக இருக்கிறதோ, எது அர்த்தமுள்ளதோ மற்றும் எது சமூகத்தால் மதிக்கப்படுகிறதோ அதையே அதிகம் விரும்புகிறார்கள்.

அதனால்தான் ரோலக்ஸ் ஒருபோதும் நேரத்தைக் காட்டும் கருவியாக விளம்பரப்படுத்தப்படுவதில்லை. அது ஒரு:

வெகுமதியாக,

சாதனையாக,

கதையாக,

மற்றும் ஒரு பாரம்பரியமாக நிலைநிறுத்தப்படுகிறது.

இங்கும் "தெய்வீக லட்டு தத்துவம்" வேலை செய்கிறது. ஒரு கடிகாரத்தைத் தயாரிக்க ஆகும் செலவை விட அதன் மதிப்பு பன்மடங்கு உயர்வதற்குக் காரணம்:

கதை,

தனித்துவம் (Exclusivity),

உணர்வுப்பூர்வமான அடையாளம்,

சமூக அங்கீகாரம்,

அபூர்வம்,

மற்றும் நோக்கம்.

அதே உலோகம். அதே இயந்திர நுட்பம். ஆனால் முற்றிலும் மாறுபட்ட உணரப்பட்ட மதிப்பு. அதனால்தான் ஆடம்பர நிறுவனங்கள் தனித்துவத்தை உருவாக்குகின்றன. அதனால்தான் 'குறைவான பதிப்புகள்' (Limited editions) வேகமாக விற்கப்படுகின்றன. அதனால்தான் வெகுமதி அமைப்புகள், ஏலங்கள், தரவரிசைகள் மற்றும் விசுவாசத் திட்டங்கள் (Loyalty programs) இவ்வளவு சிறப்பாகச் செயல்படுகின்றன.

மக்கள் வெறும் பொருட்களை மட்டும் வாங்குவதில்லை. அவர்கள் அனுபவங்களை வாங்குகிறார்கள். அவர்கள் அடையாளத்தை

வாங்குகிறார்கள். அவர்கள் ஒரு பகுதியாக மாற விரும்பும் கதைகளை வாங்குகிறார்கள்.

உங்கள் தயாரிப்பு, சேவை அல்லது கருத்தின் மதிப்பை நீங்கள் பன்மடங்கு பெருக்க விரும்பினால், அந்தப் பொருளின் மீது மட்டும் கவனம் செலுத்தாதீர்கள்.

ஒரு கதையைச் சேர்க்கவும்.

பங்கேற்பை உருவாக்கவும்.

ஒரு விளையாட்டை அறிமுகப்படுத்தவும்.

ஆரோக்கியமான போட்டியை உருவாக்கவும்.

மக்களை உணர்வுப்பூர்வமாக ஈடுபடச் செய்யவும்.

ஏனெனில் சில நேரங்களில், ₹10 லட்டுக்கும் ₹1 லட்சம் லட்டுக்கும் இடையிலான வித்தியாசம் அந்தப் பொருள் அல்ல; அதைச் சுற்றிப் பின்னப்பட்டிருக்கும் அந்த அனுபவம்தான்.

கருத்துப்பேழை

ஒரு சாதாரண லட்டு ஒரு லட்சம் ரூபாய்க்கு மேல் விற்கப்பட்டது, ஏனெனில் மக்கள் இனிப்பை வாங்கவில்லை; அவர்கள் உணர்வு, தகுநிலை, பக்தி மற்றும் பங்கெடுப்பை வாங்கினார்கள்.

கதைசொல்லல், அபூர்வம், போட்டி மற்றும் விளையாட்டுமயமாக்கல் ஆகியவை பொருட்கள் மற்றும் அனுபவங்களின் உணரப்பட்ட மதிப்பை வியத்தகு முறையில் அதிகரிக்கின்றன.

'ரைட்டர்ஸ் கஃபே' முதல் ஆப்பிள், நைக் மற்றும் ரோலக்ஸ் வரை, வெற்றிகரமான நிறுவனங்கள் சாதாரண பொருட்களை அசாதாரணமாக மாற்றும் உணர்வுப்பூர்வமான பிணைப்புகளை உருவாக்குகின்றன.

இதன் அடிப்படைப் பாடம் எளிமையானது: மக்கள் வெறும் பொருட்களை மட்டும் வாங்குவதில்லை; அவர்கள் தாங்கள் ஒரு பகுதியாக இருக்க விரும்பும் கதைகளையும், அடையாளங்களையும், அனுபவங்களையும் வாங்குகிறார்கள்.

மாற்றத்தின் மூன்று நெம்புகோல்கள்

Three Levers of Transformation

அடையாளச் சின்னங்களுக்கு அப்பால் (Going Beyond Badges)

சாதாரணப் பணிகளுக்குப் புள்ளிகளை வழங்கும் மேலோட்டமான "விளையாட்டுத்தனம்" (Silly-fication) என்ற நிலையைக் கடந்து செல்வதற்கு, நிறுவனத்தின் மூன்று உத்திக் கூறுகளில் விளையாட்டு இயக்கவியலை (Game mechanics) முறையாகப் புகுத்த வேண்டும்.

நெம்புகோல் 1: வெளிப்பக்க வாடிக்கையாளர் தேடல் (The External Customer Quest)

இங்கு விளையாட்டாக்க உத்தியானது (Gamification), ஒரு தயாரிப்பு அல்லது சேவையை வெறும் வணிகப் பரிமாற்றம் என்ற நிலையிலிருந்து மாற்றி, அந்தஸ்து சார்ந்த ஒரு பயணமாக உருமாற்றுகிறது.

உத்தி: ஒரு வளர்ச்சிப் பொருளாதாரத்தை உருவாக்குதல் (Create a Progression Economy): 'டியூலிங்கோ' (Duolingo) போன்ற செயலிகள் மொழிப் பாடங்களை விற்பனை செய்வதில்லை; மாறாக அவை தொடர் முயற்சி (Streaks), மகுடங்கள் (Crowns) மற்றும் ஒரு நற்பண்பு சார்ந்த முன்னேற்ற உணர்வையே விற்பனை செய்கின்றன. நிறுவனங்கள் தங்களது வாடிக்கையாளர் அனுபவத்தைக் கட்டமைக்கும்போது, அந்த ஈடுபாடே அவர்களுக்கு ஒரு வெகுமதியாக அமைய வேண்டும். வாடிக்கையாளர் உங்கள் தயாரிப்பைப் பயன்படுத்தும் ஒவ்வொரு முறையும், அது ஒரு கலையில் தேர்ச்சி பெறுவதை நோக்கிய திருப்திகரமான பயணமாக உணரச் செய்வதே இதன் இறுதி இலக்காகும்.

உத்திசார் முடிவு: இந்த அணுகுமுறை விலைமதிப்பற்ற நடத்தை சார்ந்த தரவுகளை (Behavioral data) உருவாக்குகிறது. வாடிக்கையாளர்கள் எந்த சவால்களைத் தேர்ந்தெடுக்கிறார்கள், எந்த வெகுமதிகளுக்கு முன்னுரிமை அளிக்கிறார்கள் என்பதைக் கவனிப்பதன் மூலம், அவர்கள் வெளிப்படுத்தாத தேவைகளை நாம் ஆழமாகப் புரிந்துகொள்ள முடியும். இது ஒரு 'நீலக்கடல் உத்திக்கு' (Blue Ocean Strategy) தேவையான அடிப்படைத் தரவாகும்; இதன் மூலம் உங்கள் போட்டியாளர்கள் கற்பனை செய்திராத தயாரிப்புகளையும் சேவைகளையும் உருவாக்கி, போட்டியற்ற சந்தை வெளியை உங்களால் உருவாக்க முடியும்.

நெம்புகோல் 2: உட்புறச் செயல்பாட்டு இயந்திரம் (The Internal Performance Engine)

இந்த நெம்புகோலானது, அன்றாடச் செயல்பாட்டுத் திறனைத் துரிதப்படுத்தி, அதை ஒரு குழுவின் ஊக்கத்திற்கும்

தொடர்ச்சியான முன்னேற்றத்திற்கும் ஆதாரமாக மாற்றுவதில் கவனம் செலுத்துகிறது.

உத்தி: வெளிப்படையான இலக்குப் பலகை (The Transparent Quest Board): பெரிய திட்டங்கள் அல்லது தொடர்ச்சியான முன்னேற்ற இலக்குகளை (செயலாக்க நேரத்தைக் குறைத்தல் அல்லது முதல் அழைப்பிலேயே தீர்வுகாணும் திறனை அதிகரித்தல் போன்றவை), தெளிவான வெற்றி நிபந்தனைகளைக் கொண்ட குறுகிய காலத் தேடல்களாக (Quests) உடைக்க வேண்டும். தரவரிசைப் பட்டியல்களைப் (Leaderboards) வெறும் போட்டிக்காக மட்டும் பயன்படுத்தாமல், முக்கியமான திறன்களில் 'பேராசான்' (Grand Master) நிலையை எட்டும் குழுக்களையும் தனிநபர்களையும் சமூக அங்கீகாரத்துடன் கொண்டாடுவதற்குப் பயன்படுத்த வேண்டும்.

உத்திசார் முடிவு: இது கண்ணுக்குத் தெரியாத உழைப்பைக் கண்ணுக்குத் தெரிந்ததாக மாற்றுகிறது. வெற்றியின் விதிகள் தெளிவாக இருந்து, முன்னேற்றம் பகிரங்கமாகக் கண்காணிக்கப்படும்போது, அது ஒருவருக்கொருவர் பொறுப்புணர்வோடு செயல்படும் பண்பையும், நிறுவனத்தின் நேர்மையையும் வளர்க்கிறது. விளையாட்டின் விதிகள் நியாயமானவை என்றும், ஈட்டிய அந்தஸ்து உண்மையானது என்றும் மக்கள் நம்பும்போது, அவர்கள் தங்களை முழுமையாக அர்ப்பணிக்கிறார்கள்.

நெம்புகோல் 3: கண்டுபிடிப்புப் பயிற்சிக்களம் (The Innovation Sandbox)

தோல்வியின் அபாயம் அதிகமாக இருக்கும்போது பெரும்பாலும் புதிய கண்டுபிடிப்புகள் முடங்கிப்போகின்றன. சோதனைகளில் உள்ள அபாயத்தைக் குறைப்பதற்கான மிகவும் சக்திவாய்ந்த கருவி விளையாட்டாக்க உத்தி ஆகும்.

உத்தி: "பீனிக்ஸ் பதக்கம்" மனநிலை (The "Phoenix Badge" Mindset): புதிய கருத்துக்களை உருவாக்கும் செயல்முறையை ஒரு ஆய்வாகப் பார்க்காமல், அதிவேக ஓட்டங்களாக (Sprints) அணுக வேண்டும். சோதித்துப் பார்ப்பதற்கும், விரைவாகத் தோல்வியடைவதற்கும் குழுக்களுக்குத் தேவையான ஆதாரங்கள் (சிறு நிதி உதவி) வழங்கப்பட வேண்டும். சந்தைக்கு வராத யோசனைகளுக்காகக் குழுக்களைத் தண்டிப்பதற்குப் பதிலாக, அந்தத் தோல்வியிலிருந்து பெறப்பட்ட 'உயர்தரக் கற்றலை' (High-

Learning Failure) வெளிப்படையாகப் பாராட்ட வேண்டும்.

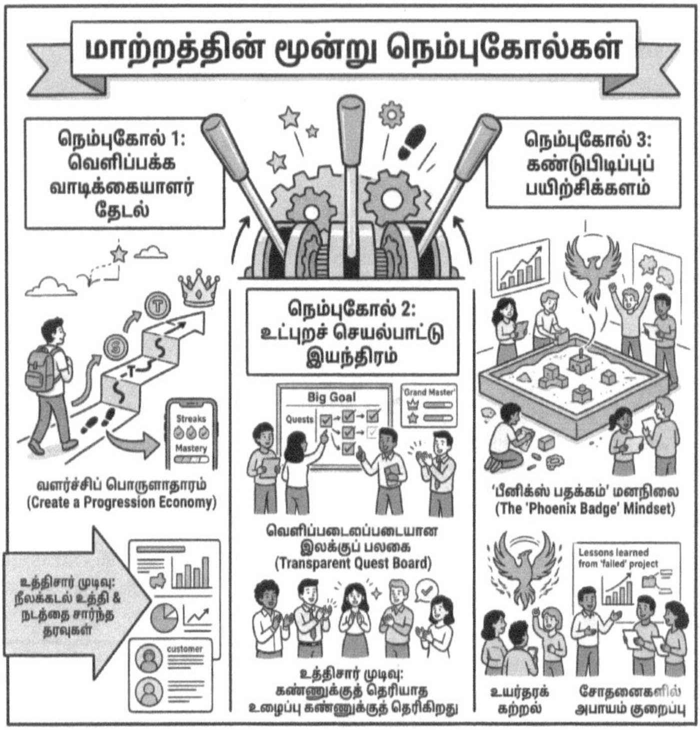

கருத்துப்பேழை: இந்த மாற்றத்திற்கான 3 நெம்புகோல்கள், உங்கள் நிறுவனத்தில் வணிக மேம்பாட்டை எவ்வாறு தூண்டலாம் என்பதைக் காட்டுகின்றன.

உத்திசார் முடிவு: வணிக ரீதியான வெற்றி தோல்விகளைப் பொருட்படுத்தாமல், எந்தவொரு முன்மாதிரி (Prototype) மிக முக்கியமான மற்றும் பயனுள்ள தரவுகளைத் தருகிறதோ, அந்தக் குழுக்களுக்கு "பீனிக்ஸ் பதக்கம்" (Phoenix Badge) வழங்கப்படுகிறது. இது நிறுவனத்தின் மனநிலையை 'அபாயத்தைத் தவிர்ப்பதிலிருந்து' 'ஒழுங்குமுறைப்படுத்தப்பட்ட சோதனை' முறைக்கு மாற்றுகிறது. ஒவ்வொரு தற்காலிகத் தோல்வியும் அதற்கிணையான அல்லது அதைக் காட்டிலும் பெரிய நன்மையின் விதையைத் தன்னகத்தே கொண்டுள்ளது எனும் நெப்போலியன் ஹில்லின் விடாமுயற்சிக் கோட்பாட்டுடன் இது ஒத்துப்போகிறது.

A.C.E. கட்டமைப்பு

A.C.E. Framework

“நடத்தை மாற்றத்திற்கான மிகக் குறுகிய வழி வெறும் அறிவுறுத்தல்கள் அல்ல,அதில் மக்களை ஈடுபடுத்துவதே (Engagement).”

ஒரு வரைபடம் (Blueprint) இல்லாமல் ஒரு சிக்கலான கட்டிடத்தை உருவாக்க முயற்சிப்பதைக் கற்பனை செய்து பாருங்கள். உங்களிடம் சரியான பொருட்கள் அனைத்தும் இருக்கலாம், ஆனால் முறையான திட்டமிடல் இல்லையெனில், அதன் விளைவு குழப்பமாகவும், சீக்கிரமே சரிந்து விழக்கூடியதாகவும் அமையும். அதேபோல், மிகவும் பயனுள்ள விளையாட்டாக்க (Gamification) முறைகள் என்பவை ஏதோ சீரற்ற புள்ளிகளையும் அடையாளச் சின்னங்களையும் (Badges) சேகரிப்பது மட்டுமல்ல; அவை ஒரு வலுவான, மூன்று பகுதி கட்டமைப்பின் மேல் கட்டப்படுபவை. அதுவே **A.C.E. கட்டமைப்பு**. செயலற்ற பங்கேற்பை, துடிப்பான ஈடுபாடாக மாற்றுவதற்கான தெளிவான வரைபடத்தை இந்த மாதிரி வழங்குகிறது. **சாதனை (Achievement), சமூகம் (Community), மற்றும் ஈடுபாடு (Engagement)** ஆகிய மூன்று தூண்களே வெற்றிகரமான எந்தவொரு விளையாட்டாக்க உத்திக்கும் அடித்தளமாக அமைகின்றன.

சாதனை: வெற்றியை நோக்கிய உந்துதல்
(ACHIEVEMENT: THE DRIVE TO WIN)

அடிப்படையிலேயே, விளையாட்டாக்க உத்தியானது மனிதனின் மிக முக்கியமான ஆசைகளில் ஒன்றைத் தூண்டுகிறது: அதுவே சாதிக்க வேண்டும் என்ற துடிப்பு. முன்னேற்றத்தைத் தேடவும், தடைகளைத் தாண்டவும், ஒரு கலையில் தேர்ச்சி (Mastery) பெறவும் நாம் இயல்பாகவே வடிவமைக்கப்பட்டுள்ளோம். இந்த 'சாதனை' எனும் தூண், அத்தகைய பயணத்தைக் கண்ணுக்குத் தெரியும்படியும், வெகுமதி அளிக்கக்கூடியதாகவும் மாற்றுகிறது. “நான் வெற்றி பெறுகிறேனா?” என்ற வாசகரின் கேள்விக்கு இது விடையளிக்கிறது.

ஒரு முன்னணித் திட்ட மேலாண்மை மென்பொருள் நிறுவனம் (Project management software company), தனது புதிய அம்சங்களைப் பயனர்கள் குறைவாகப் பயன்படுத்துவதைக் கண்டு, "நிபுணர் பாதை" (Expert Pathway) என்ற திட்டத்தை அறிமுகப்படுத்தியது. பயனர்கள் தொடர்ச்சியான பயிற்சிப் பாடங்களை முடிப்பதன் மூலமும், மேம்பட்ட அம்சங்களில் தங்களது திறமையை வெளிப்படுத்துவதன் மூலமும், "தொடக்க நிலை" (Novice) முதல் "பேராசான்" (Master) வரையிலான நிலைப் பதக்கங்களை வென்றனர். இது வெறும் முன்னேற்றக் கோடு (Progress bar) பற்றியது மட்டுமல்ல; நிபுணத்துவத்தை அடைவதற்கான ஒரு தெளிவான பாதையை உருவாக்குவதாகும். இதன் விளைவாக, உயர்

மதிப்புள்ள அம்சங்களின் பயன்பாடு 40% அதிகரித்தது. ஏனெனில், பயனர்கள் அந்த மென்பொருளின் பயன்பாட்டால் மட்டுமல்ல, அதில் தேர்ச்சி பெறுவது எனும் சவாலால் ஈர்க்கப்பட்டனர்.

சாதனையை மேம்படுத்த நீங்கள் செய்ய வேண்டியவை:

- **தெளிவான இலக்குகளைத் தீர்மானியுங்கள்**: ஒவ்வொரு பணியும், அது எவ்வளவு சிறியதாக இருந்தாலும், ஒரு குறிப்பிட்ட குறிக்கோளைக் கொண்டிருக்க வேண்டும்.
- **உடனடி பின்னூட்டம் (Feedback) வழங்குங்கள்:** புள்ளிகள், அடையாளச் சின்னங்கள் மற்றும் முன்னேற்றக் கோடுகள் என்பவை ஒரு டிஜிட்டல் கைதட்டல் போன்றவை. இவை சரியான நடத்தையை உடனுக்குடன் ஊக்கப்படுத்துகின்றன.
- **தேர்ச்சி பெறுவதற்கான பாதையை உருவாக்குங்கள்:** அடுக்குமுறை அமைப்புகள் மற்றும் நிலைகள் (Levels), பயனர்களுக்கு ஒரு தொடர்ச்சியான முன்னேற்ற உணர்வையும், தொடர்ந்து செயல்படுவதற்கான காரணத்தையும் வழங்குகின்றன.

சமூகம்: குழுவின் ஆற்றல் (COMMUNITY: THE POWER OF THE TEAM)

தனிப்பட்ட சாதனை ஒரு சக்திவாய்ந்த உந்துசக்தியாக இருந்தாலும், கூட்டு முயற்சியின் ஆற்றலைப் பயன்படுத்துவதே மிகச் சிறந்த முறையாகும். 'சமூகம்' எனும் தூண், ஒரு பொதுவான நோக்கத்தையும் ஆரோக்கியமான போட்டியையும் வளர்க்கிறது. “நான் யாருடன் இணைந்து வெற்றி பெறுகிறேன்?” என்ற கேள்விக்கு இது விடையளிக்கிறது. இது தனிப்பட்ட தேடல்களைக் குழு சார்ந்த சாகசங்களாக மாற்றுகிறது.

பன்னாட்டு நிதி நிறுவனம் ஒன்றின் உதாரணத்தைக் கருத்தில் கொள்வோம். அவர்கள் தங்கள் நிறுவனத்திற்குள் அறிவைப் பகிர்ந்து கொள்ளும் முறையை (Internal knowledge sharing) மேம்படுத்த விரும்பினர். ஆவணங்களைப் பதிவேற்றுவதை ஒரு கட்டாய விதியாக மாற்றாமல், அவர்கள் "அறிவுத் தேடல்" (Knowledge Quest) என்ற போட்டியை உருவாக்கினர். இது பல்வேறு குழுக்களுக்கு இடையே ஒரு போட்டியை ஏற்படுத்தியது. கட்டுரைகளைப் பதிவேற்றுவதற்கும், மற்றவர்களின் கட்டுரைகளை ஆய்வு செய்வதற்கும் குழுக்களுக்குப் புள்ளிகள் வழங்கப்பட்டன; மேலும் சிறப்பாகச் செயல்படும் துறைகளை நேரடித் தரவரிசைப் பட்டியல் (Leaderboard) வெளிப்படுத்தியது. இது ஒரு நேர்மறையான அழுத்தத்தை உருவாக்கியது. அறிவுப் பகிர்வை ஒரு நிர்வாகச் சுமையாகப் பார்த்த ஊழியர்கள், இப்போது பங்களிப்பதற்கான வாய்ப்புகளைத் தாங்களாகவே தேடினர். ஏனெனில் அவர்களது பணி அங்கீகரிக்கப்பட்டது மட்டுமல்லாமல், அது அவர்களது குழுவின் வெற்றிக்கும் உதவியது. இதன் விளைவாக, அறிவுத்

தளத்தின் பங்களிப்பு 75% அதிகரித்ததுடன், தகவல்களைத் தேடுவதற்கான நேரமும் கணிசமாகக் குறைந்தது.

சமூகத்தை மேம்படுத்த நீங்கள் செய்ய வேண்டியவை:

- **ஆரோக்கியமான போட்டியை ஊக்குவியுங்கள்:** தரவரிசைப் பட்டியல்கள் மற்றும் குழு சார்ந்த சவால்கள், மக்கள் தங்களது சிறந்த பங்களிப்பை வழங்கத் தூண்டும்.
- **சமூக அங்கீகாரத்தை ஏற்படுத்துங்கள்:** பொதுவான தரவரிசைப் பட்டியல்கள் அல்லது டிஜிட்டல் பாராட்டுகள் மூலம் மக்கள் ஒருவருக்கொருவர் சாதனைகளைக் கொண்டாடும் வழியை உருவாக்குங்கள்.
- **கூட்டுப்பணியை (Collaboration) ஊக்குவியுங்கள்:** ஒன்றிணைந்து செயல்படுவதன் மூலம் மட்டுமே முடிக்கக்கூடிய சவால்களை வடிவமைப்பதன் மூலம், கூட்டு வெற்றியே இறுதியானது என்பதை உறுதிப்படுத்துங்கள்.

ஈடுபாடு: அனுபவத்தின் ஈர்ப்பு (ENGAGEMENT: THE LURE OF THE EXPERIENCE)

இறுதித் தூணான 'ஈடுபாடு' என்பது இந்தக் கட்டமைப்பை ஒன்றாக இணைக்கும் பிணைப்பாகும். பயனர்கள் இயல்பாகவே ஈர்க்கப்படக்கூடிய ஒரு மறக்க முடியாத அனுபவத்தை உருவாக்குவதே இதன் நோக்கம். “நான் மகிழ்ச்சியாக இருக்கிறேனா?” என்ற கேள்விக்கு இது விடையளிக்கிறது. இது வெறும் விளையாட்டு நுட்பங்களைக் கடந்து, கதைசொல்லல் (Storytelling) மற்றும் பயனர் அனுபவ வடிவமைப்பு (User Experience Design) எனும் கலைக்குள் பயணிக்கிறது.

ஒரு உலகளாவிய சில்லறை விற்பனை நிறுவனம் (Global retail chain), தனது முன்நிலை ஊழியர்களிடையே அதிகப் பணிவிலகல் (Turnover rate) சிக்கலை எதிர்கொண்டது. ஊழியர்கள் தங்களது பயிற்சி முறைகளை மிகவும் சலிப்பானதாகக் கருதினர். இதற்குத் தீர்வாக, அந்த நிறுவனம் சாதாரணப் பயிற்சி முறைகளுக்குப் பதிலாக, கதை சார்ந்த ஒரு உருவகச் செயல்பாட்டை (Simulation) அறிமுகப்படுத்தியது. புதிய ஊழியர்கள் "சில்லறை விற்பனை நாயகர்களாக" (Retail Heroes) உருவகப்படுத்தப்பட்டு, "வாடிக்கையாளர் சேவை வில்லன்களிடமிருந்து" கடையைக் காக்கும் ஒரு தேடலில் ஈடுபடுத்தப்பட்டனர். இந்த விளையாட்டின் மூலம் அவர்கள் தயாரிப்புகள் மற்றும் சேவை நெறிமுறைகளைக் கற்றுக் கொண்டனர். இது மிகவும் ஈர்க்கக்கூடியதாக இருந்ததால், பயிற்சியை முடிப்பதற்கான சராசரி நேரம் பாதியாகக் குறைந்ததுடன், ஊழியர்களின் திருப்தி நிலையும் கணிசமாக உயர்ந்தது.

ஈடுபாட்டை மேம்படுத்த நீங்கள் செய்ய வேண்டியவை:

- **மகிழ்ச்சிக்காக வடிவமைத்தல்**: கதைகள், சித்திரங்கள் மற்றும் ஊடாடும் கூறுகளைப் பயன்படுத்திப் பணிகளைச் சுமையற்றதாக, ஒரு விளையாட்டைப் போல மாற்றுங்கள்.
- **தேர்வு செய்யும் உரிமை**: பயனர்களுக்கு அவர்களின் பயணத்தில் சுயாட்சியை (Autonomy) வழங்குங்கள்; அவர்களின் ஆர்வத்திற்கு ஏற்ப சவால்களைத் தேர்ந்தெடுக்க அனுமதிக்கவும்.
- **சீரான ஓட்டத்தை (Flow) உருவாக்குங்கள்**: ஒரு பணியின் சவாலானது பயனரின் திறமைக்கு ஏற்ப இருக்க வேண்டும்; அது ஆர்வத்தைத் தூண்டும் வகையில் கடினமாகவும் இருக்க வேண்டும், அதேசமயம் சலிப்பையோ விரக்தியையோ தராத வகையில் அமைய வேண்டும்.

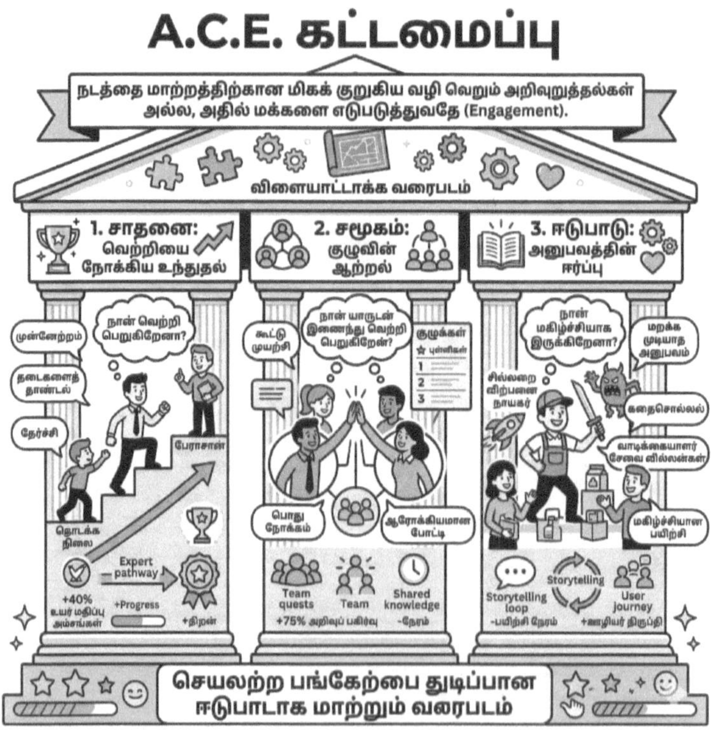

கருத்துப்பேழை:

A.C.E. கட்டமைப்பின் Achievement (சாதனை), Community (சமூகம்), மற்றும் Engagement (ஈடுபாடு) ஆகிய மூன்று தூண்களே

வெற்றிகரமான எந்தவொரு விளையாட்டாக்க உத்திக்கும் அடித்தளமாக அமைகின்றன. A.C.E. 'உத்திசார் விளையாட்டாக்கத்தின்' (Strategic Gamification) ஆணிவேராகும், இதனை எந்தவொரு நிறுவனத்திலும் செயல்படுத்த முடியும்.

A.C.E. கட்டமைப்பின் சரிபார்ப்புப் பட்டியல் (Checklist) உங்கள் புதிய முயற்சியைத் தொடங்குவதற்கு முன், கீழ்க்கண்ட அம்சங்களை உறுதிப்படுத்திக் கொள்ளுங்கள்:

சாதனை (Achievement)

- அமைப்பின் இலக்குகள் தெளிவாகத் தீர்மானிக்கப்பட்டுள்ளனவா?
- பயனர்கள் தங்கள் முன்னேற்றத்தை உடனுக்குடன் காண வழிவகை உள்ளதா?
- பயனர் ஒரு தொடக்க நிலையிலிருந்து பேராசான் நிலைக்கு முன்னேறத் தெளிவான பாதை உள்ளதா?

சமூகம் (Community)

- சமூக அங்கீகாரத்திற்கான தளம் இந்த அமைப்பில் உள்ளதா?
- குழுக்கள் ஒரு பொதுவான இலக்கை நோக்கிச் செயல்பட வாய்ப்புகள் உள்ளனவா?
- பயனர்கள் தங்களது செயல்பாட்டை மற்றவர்களுடன் ஒப்பிட்டுப் பார்க்க வழி உள்ளதா?

ஈடுபாடு (Engagement)

- தகவல்கள் சுவாரசியமான முறையில் முன்வைக்கப்பட்டுள்ளனவா?
- பயனர்களுக்குத் தன்னிச்சையாகத் தேர்வு செய்யும் உரிமை (Autonomy) உள்ளதா?
- சவால்களின் அளவு இலக்கு வாசகர்களுக்குப் பொருத்தமாக உள்ளதா?

உங்கள் நிறுவனத்தின் ஒரு குறிப்பிட்ட வணிகச் சவாலை, ஈர்க்கக்கூடிய ஒரு விளையாட்டாக மாற்ற இந்த A.C.E. கட்டமைப்பை நீங்கள் எவ்வாறு பயன்படுத்தப்போகிறீர்கள்?

விளையாட்டாக்கம் (Gamification) என்றால் என்ன?

ஒரு சிறிய சோதனையுடன் தொடங்குவோம். ஒரு பென்சிலையும் ஒரு காகிதத்தையும் எடுத்துக் கொள்ளுங்கள்.

விளையாடும் நேரம்! தயாரா?

இருவழியொக்கும் (Palindrome) சொற்களை உங்களால் முடிந்தவரை எழுதுங்கள். ஒரு வார்த்தையை அல்லது சொற்றொடரை முன்புறமிருந்து (இடமிருந்து வலம்) வாசித்தாலும், பின்புறமிருந்து (வலமிருந்து இடம்) வாசித்தாலும் ஒரே மாதிரி இருக்கும் சொல்/தொடர் இதுவாகும். ஒரு உதாரணம் "விகடகவி." உங்களுக்கு ஒரு நிமிடம் அவகாசம் உள்ளது.

இதைச் செய்து முடிக்கும் வரை மேற்கொண்டு படிக்க வேண்டாம். நான் உங்களை நம்புகிறேன்.

...

...

......

....

....

சரி, இப்போது தொடர்வோம். எத்தனை சொற்களைக் கண்டுபிடித்தீர்கள்? இந்தச் சிறு தேர்வில் நீங்கள் கண்டறிந்த விடைகளே உங்கள் திறமைக்கான சான்று![3]

இந்தச் சிறிய சவாலின் நோக்கம் உங்கள் சொல்வளத்தைச் சோதிப்பது அல்ல; 'விளையாட்டாக்கம்' (Gamification) எனும் கருத்தாக்கத்தின் ஆற்றலை உடனுக்குடன் உங்களுக்கு உணர்த்துவதே ஆகும். அந்தச் சில நொடிகள், இந்தப் பணியில் உங்களை ஈடுபடுத்திக்கொள்ள ஒரு மெல்லிய ஆனால் மறுக்க முடியாத உந்துதலை நீங்கள் உணர்ந்திருப்பீர்கள். ஓடிக்கொண்டிருக்கும் கடிகாரம் ஒருவிதமான வேகத்தை (urgency) உருவாக்கியது. விதிகள் எளிமையாக இருந்தன. இந்தச் சவால் தனிப்பட்ட ரீதியிலும் அறிவுப்பூர்வமாகவும் மனநிறைவைத் தந்தது. விளையாட்டாக்கத்தின் வலிமையை நீங்கள் உணர்ந்தீர்கள் அல்லவா? அங்கே ஒரு சவால் இருந்தது, நீங்கள் அதில் இறங்கினீர்கள்; அது ஒரு எளிய, மனநிறைவான அறிவுத் தேடலாக அமைந்தது.

---

[3] விகடகவி, தாத்தா, பாப்பா, காக்கா, மாமா, திகதி, குடகு, வினவி, தேயுதே, கற்க, வாடா வா, மாலா போலாமா, தேரு வருதே, யானை பூனையா இந்த வார்த்தைகளை இடமிருந்து வலமாகப் படித்தாலும், வலமிருந்து இடமாகப் படித்தாலும் ஒரே மாதிரி இருக்கும்.

இன்றைய டிஜிட்டல் உலகில், சமூக ஊடகத் தளங்கள் இது போன்ற நுண்-சவால்கள் (micro-challenges), புதிர்கள், வினாடி-வினாக்கள் மற்றும் வாக்கெடுப்புகளால் (polls) நிறைந்துள்ளன. இத்தகைய பதிவுகள் விளையாடும் ஆர்வத்தையும் அதற்கான ஊக்கத்தையும் தூண்டும் வகையில் வடிவமைக்கப்பட்டுள்ளதால், ஆயிரக்கணக்கான பின்னூட்டங்கள் (comments) குவிகின்றன. இதுவே விளையாட்டாக்கத்தின் சக்தி. இதனை உங்கள் வளர்ச்சிக்காக, உங்கள் நிறுவனத்தின் வளர்ச்சிக்காக எவ்வாறு பயன்படுத்திக்கொள்வது என்பதைப் பற்றித்தான் நீங்கள் இப்போது கற்கப் போகிறீர்கள்.

விளையாட்டின் கட்டமைப்பு

Deconstructing the Game

"சரியான விளையாட்டை வடிவமைத்துவிட்டால், ஊக்கம் தானாகவே பிறக்கும்."

ஒரு விளையாட்டு என்றால் என்ன என்பதை வரையறுப்பது வியக்கத்தக்க வகையில் சவாலானது. புகழ்பெற்ற விளையாட்டு வடிவமைப்பாளர் சிட் மேயர் (Sid Meier) ஒருமுறை கூறியது போல, "ஒரு விளையாட்டு என்பது சுவாரசியமான தேர்வுகளின் வரிசை." அகராதி ஒரு விளையாட்டை "விதிகளின்படி நடத்தப்படும் உடல் அல்லது மன ரீதியான போட்டி" என்று வரையறுத்தாலும், நமது நோக்கத்திற்கு ஏற்ப, எந்தவொரு அனுபவத்தையும் "விளையாட்டு போன்ற" உணர்வைத் தரும் கூறுகளாகப் பிரித்துப் பார்ப்பது அதிக பயன் தரும்.

ஒவ்வொரு ஈர்க்கக்கூடிய விளையாட்டிலும், அது பலகை விளையாட்டாகவோ (board game), விளையாட்டாகவோ அல்லது காணொலி விளையாட்டாகவோ (video game) இருந்தாலும், நான்கு அடிப்படை அம்சங்கள் உள்ளன. இந்த உட்கூறுகளைப் புரிந்துகொள்வதே அவற்றை வணிகச் சூழலில் செயல்படுத்துவதற்கான முதல் படி.

1. இலக்கு: துரத்திச் செல்ல ஏதோ ஒன்று உள்ளது

ஒவ்வொரு விளையாட்டிற்கும் தெளிவான நோக்கம் இருக்கும். அதுவே நீங்கள் எப்போதும் நோக்கிச் செல்லும் "இறுதிக்கோடு" (finish line). இந்த "துரத்திச் செல்ல வேண்டிய ஒன்று" பல வடிவங்களை எடுக்கலாம்:

இலக்குகள்: ஒரு விற்பனையை முடிப்பது அல்லது ஒரு பயிற்சிப் பாடத்தை நிறைவு செய்வது போன்ற ஒரு குறிப்பிட்ட, நன்கு வரையறுக்கப்பட்ட நோக்கம்.

மைல்கற்கள் மற்றும் நிலைகள் (Milestones & Ranks): ஒரு திறன் மேம்பாட்டுத் திட்டத்தில் "தொடக்க நிலை"யிலிருந்து "நிபுணர்" நிலைக்கு நகருவது போன்ற அடுத்தடுத்த கட்டங்கள்.

புள்ளிகள் மற்றும் விருதுகள் (Points & Badges): உடனடி கருத்துக்களையும் (feedback) முன்னேற்ற உணர்வையும் வழங்கும் டிஜிட்டல் அங்கீகார அடையாளங்கள்.

நிபுணத்துவம்: ஒரு துறையில் ஆழ்ந்த அறிவுடைய நிபுணராகவோ (SME), மதிக்கப்படும் ஆளுமையாகவோ அல்லது சிறந்த முறையில் செயல்படுபவராகவோ மாறுவதற்கான தேடல்.

தெளிவான இலக்கு இருக்கும்போது அங்கே குழப்பம் நீங்குகிறது. ஒரு தனிநபருக்குத் தான் எதை நோக்கிச் செயல்பட வேண்டும் என்ற உறுதியான இலக்கைத் தருவது ஒரு வலிமையான ஊக்க சக்தியாக அமைகிறது.

2. பணி: செய்வதற்கு ஏதோ ஒன்று உள்ளது

இலக்கு என்பது தானாகவே ஒரு யோசனை மட்டுமே. அதை அடைய, செயல்பாடு அவசியம். முன்னேறிச் செல்லத் தேவையான சவால், ஒழுக்கம் அல்லது சிக்கலைத் தீர்க்கும் முறையே இந்த "செய்வதற்கான ஏதோ ஒன்று". இதுதான் அடிப்படை வேலை, ஆனால் அது ஒரு சுறுசுறுப்பான செயல்பாடாக மாற்றப்பட்டுள்ளது. இது கீழ்கண்டவாறு இருக்கலாம்:

ஒரு சவால்: சிக்கலான குறியீட்டு முறை (coding) அல்லது கடினமான பேச்சுவார்த்தை போன்ற தீர்க்கப்பட வேண்டிய ஒரு கடினமான பிரச்சனை.

ஒழுக்கம்: மீண்டும் மீண்டும் செய்யப்படும் தொடர்ச்சியான செயல்கள், இதில் தேர்ச்சி பெறும்போது அது உயரிய செயல்திறனுக்கு வழிவகுக்கும் (உதாரணமாக: தினசரி விற்பனை அழைப்புகள் அல்லது சீரான தரவுப் பதிவுகள்).

புதிர்: படைப்பாற்றல் மற்றும் தந்திரமான சிந்தனை தேவைப்படும் ஒரு சிக்கல்.

ஒரு பணியைச் சவாலாக மாற்றுவதன் மூலம், நமது திறமைகளைச் சோதிப்பதற்கும் தடைகளைத் தாண்டுவதற்குமான நமது இயல்பான விருப்பத்தைத் தூண்ட முடியும்.

3. ஊடகம்: அனைத்தும் நிகழ்த்தப்படும் தளம்

விளையாட்டாக்கத்தின் ஒவ்வொரு அனுபவமும் ஒரு முக்கியமான அடித்தளத்தில் அமைகிறது: அது வழங்கப்படும் ஊடகம் (medium). பங்கேற்பாளரையும் பணியையும் இணைக்கும் ஒரு பாலமாக இந்த ஊடகம் செயல்படுகிறது, மேலும் இதுவே ஈடுபாட்டின் தரத்தைத் தீர்மானிக்கிறது. இலக்குகளும் விதிகளும் ஒரு விளையாட்டின் சாரத்தை வரையறுத்தாலும், அந்த கூறுகள் எவ்வாறு அனுபவிக்கப்படுகின்றன, விளக்கப்படுகின்றன மற்றும் ரசிக்கப்படுகின்றன என்பதை ஊடகமே தீர்மானிக்கிறது.

ஊடகம் என்பது வெறும் கருவி மட்டுமல்ல, அது விளையாடுபவரின் பயணத்தின் ஒரு பகுதியாக மாறுகிறது. உதாரணமாக:

ஒரு இமயமலைப் பயண சாகசமானது, அந்தச் சூழலையே ஊடகமாகப் பயன்படுத்துகிறது, இது நிஜ உலக நிலப்பரப்பின் மூலம் அந்தச் சவாலை நம்மை முழுமையாக உணர வைக்கிறது.

ஒரு ஐபேட் (iPad) விளையாட்டு டிஜிட்டல் ஊடாட்டத்தைப் பயன்படுத்துகிறது, இது எளிமையையும் நுட்பத்தையும் இணைக்கும் தொடுதல் வழி ஈடுபாட்டை அனுமதிக்கிறது.

மெய்நிகர் உண்மை (Virtual Reality) கருவிகள் நம்மை வேறொரு உலகிற்கு அழைத்துச் செல்கின்றன, அங்கே வீரர்கள் தாங்கள் ஒரு செயற்கையாக உருவாக்கப்பட்ட உலகில் இருப்பதாகவே உணர்கிறார்கள்.

ஒவ்வொரு நிலையிலும், ஊடகமானது உணர்வுகள், முயற்சி மற்றும் மனநிறைவில் செல்வாக்கு செலுத்துவதன் மூலம் ஒரு பிணைப்பை மேம்படுத்துகிறது. விளையாட்டாக்கத்தில் நீண்டகால ஈடுபாட்டைத் தக்கவைக்கும் ஒரு வழிமுறை என்னவென்றால், ஊடகங்களைத் தொடர்ந்து மேம்படுத்துவதாகும். பங்கேற்பாளர்கள் ஒரு வடிவத்திற்குப் பழகும்போது, அடுத்த கட்ட ஊடகத்தை அறிமுகப்படுத்துவது (உதாரணமாக 2D திரையிலிருந்து VR-க்கு மாறுவது) புதிய ஆர்வத்தைத் தூண்டி ஈடுபாட்டை ஆழமாக்கும்.

ஊடகமே ஊக்கத்தின் ஆதாரமாக மாறும்போது விளையாட்டாக்கம் சிறப்பாகச் செயல்படுகிறது. புதுமை, சவால் மற்றும் சிறந்த பயன்பாட்டுத் தன்மை கொண்ட ஊடகத்துடன் தங்களை இணைத்துக் கொள்ளும்போது பங்கேற்பாளர்கள் அதிக ஈடுபாட்டுடன் இருப்பார்கள். நன்கு தேர்ந்தெடுக்கப்பட்ட ஊடகம் பயனர்களைத் தக்கவைக்கும் திறனை (stickiness) மேம்படுத்துகிறது.

4. வெகுமதி: கொண்டாடுவதற்கு ஏதோ ஒன்று உள்ளது

இறுதியாக, ஒவ்வொரு விளையாட்டிற்கும் ஒரு பலன் உண்டு. இது ஒரு பணியை முடிப்பதன் மூலமோ அல்லது இலக்கை அடைவதன் மூலமோ கிடைக்கும் வெகுமதி. இதுவே உழைப்பை பயனுள்ளதாக்கும் ஒரு நிறைவைத் தருகிறது. இந்த வெகுமதிகள் எப்போதும் பணமாக இருக்க வேண்டிய அவசியமில்லை;

உண்மையில், மிகவும் சக்திவாய்ந்த வெகுமதிகள் பெரும்பாலும் அகநிலை சார்ந்தவை (intrinsic). இந்த "கொண்டாடுவதற்கு ஏதோ ஒன்று" பின்வருவனவற்றை உள்ளடக்கும்:

அந்தஸ்து: புதிய பதவி, தரம் அல்லது கண்ணுக்குத் தெரியும் சாதனையின் மூலம் கிடைக்கும் அங்கீகாரம்.

சாதனை: ஒரு வேலையைச் செம்மையாக முடித்ததனால் ஏற்படும் பெருமித உணர்வு.

அதிகாரமளித்தல்: ஒரு பணியை வெற்றிகரமாக முடிப்பதன் மூலம் ஏற்படும் உரிமையாளர் உணர்வு மற்றும் கட்டுப்பாடு.

உரிமை: உங்களின் பங்களிப்பு முக்கியமானது மற்றும் அது ஒரு பெரிய மாற்றத்தின் ஒரு பகுதி என்கிற உணர்வு.

கருத்துப்பேழை

ஒரு நன்கு வடிவமைக்கப்பட்ட விளையாட்டிற்கு நான்கு அடிப்படை அம்சங்கள் உள்ளன. அவை முழுமையான ஈடுபாட்டையும் உற்சாகத்தையும் அளிக்க உதவுகின்றன.

நீங்கள் எதையாவது சாதித்து அதற்கான வெகுமதியைப் பெறும்போது, உங்கள் மூளையின் வெகுமதி மூலக்கூறான

'டோபமைன்' (Dopamine) சுரப்பதை உணரலாம். இந்த ஆற்றல்மிக்க வேதிப்பொருள் உங்களுக்கு மனநிறைவை அளிப்பதோடு, இது போன்ற பயனுள்ள அனுபவங்களை மீண்டும் மீண்டும் தேட உங்களை ஊக்குவிக்கிறது. இதனால்தான் நீங்கள் இன்னும் அதிகமாகச் செய்ய விரும்புகிறீர்கள்; உங்களுக்கு மகிழ்ச்சியைத் தரும் செயல்களைத் திரும்பத் திரும்பச் செய்ய உங்கள் மூளை வடிவமைக்கப்பட்டுள்ளது.

விளையாட்டத்தாக்கத்தின் வியூகம்

Strategic Gamification

வேலை ஒரு விளையாட்டைப் போலத் தோன்றும் போது, உழைப்பு ஆற்றலாக மாறுகிறது மற்றும் முடிவுகள் பன்மடங்கு பெருகுகின்றன.

வணிக விளையாட்டாக்கம் (Business Gamification) என்பது உங்கள் அலுவலகத்தை ஒரு விளையாட்டுக்கூடமாகவோ அல்லது உங்கள் வாழ்க்கையை ஒரு காணொளி விளையாட்டாகவோ (Video game) மாற்றுவது அல்ல. இது ஆர்வம், ஈடுபாடு மற்றும் செயல்திறனை மேம்படுத்துவதற்காக, விளையாட்டு வடிவமைப்பின் கூறுகளை விளையாட்டு அல்லாத சூழல்களில் திட்டமிட்டு, கவனத்துடன் பயன்படுத்து. இது சாதாரணமான, சலிப்பான பணிகளை அர்த்தமுள்ள தேடல்களாக (Quests) மாற்றும் ஒரு வலிமையான உத்தி.

விளையாட்டாக்கத்தின் சாராம்சம், மனிதனின் அடிப்படை உளவியலைத் தூண்டும் திறனில் உள்ளது. சாதனை, போட்டி, அங்கீகாரம் மற்றும் வெகுமதி ஆகியவற்றுக்கான நமது இயல்பான விருப்பங்களை இது பயன்படுத்துவதால் இது சிறப்பாகச் செயல்படுகிறது. இதை ஒரு 'ஊக்கமளிக்கும் கருவிப்பெட்டி' (Motivational toolbox) என்று கற்பனை செய்து பாருங்கள். இதில் புள்ளிகள் (Points), நிலைகள் (Levels), சவால்கள் (Challenges), முன்னிலை அட்டவணைகள் (Leaderboards) மற்றும் முன்னேற்றக் கண்காணிப்பு போன்ற கருவிகள் உள்ளன. இவை நிஜ உலகப் பணிகளை ரசிக்கத்தக்கதாகவும், முக்கியமாகப் பழக்கமாகவும் மாற்றப் பயன்படுத்தப்படுகின்றன.

இது வெறும் சந்தைப்படுத்தல் பிரச்சாரங்களுக்கோ அல்லது நுகர்வோர் செயலிகளுக்கோ (Apps) மட்டும் உரிய தற்காலிகப் போக்கு அல்ல. இதன் கோட்பாடுகள் தற்போது நிர்வாக அறைகள், வகுப்பறைகள், மருத்துவமனைகள் மற்றும் உற்பத்தி ஆலைகளிலும் பயன்படுத்தப்படுகின்றன. ஒரு பணியை நீங்கள் அதிக ஈடுபாடு கொண்டதாக மாற்றும்போது, மக்கள் அதில் பங்கேற்கவும், விடாமுயற்சியுடன் செயல்படவும், வெற்றி பெறவும் அதிக வாய்ப்புள்ளது என்பதைப் புரிந்துகொண்ட ஒரு நடத்தை அறிவியலே இது.

தெளிவான பகுப்பாய்வு (The Definitive Breakdown)

அடிப்படையில், விளையாட்டாக்கம் என்பது பொழுதுபோக்கிலிருந்து வேறுபடும் சில முக்கிய அம்சங்களால் வரையறுக்கப்படுகிறது:

- **இது ஒரு கட்டமைப்பு, விளையாட்டல்ல:** விளையாட்டாக்கம் ஒரு புதிய விளையாட்டை உருவாக்குவதில்லை; இது ஏற்கனவே உள்ள ஒரு பணி அல்லது செயல்முறையுடன் விளையாட்டு போன்ற கூறுகளைச் சேர்க்கிறது. அதன் சூழல் உண்மையானதாகவே இருக்கும், ஆனால் அதன் ஊக்கமளிக்கும் அடுக்கு விளையாட்டாக அமையும்.
- **பொழுதுபோக்கிற்கு அப்பாற்பட்டது:** இதன் நோக்கம் வேடிக்கை மட்டுமல்ல, அது பயனுள்ளதாக இருக்க வேண்டும். பணியாளர்களின் உற்பத்தித்திறனை அதிகரிப்பது முதல் ஆரோக்கியமான வாழ்க்கை முறை மாற்றங்களை ஊக்குவிப்பது வரை, நிஜ உலகப் பிரச்சினைகளைத் தீர்க்க விளையாட்டாக்கம் பயன்படுத்தப்படுகிறது.
- **நடத்தை ஊக்கி:** உடனடி பின்னூட்டம் (Feedback), தெளிவான இலக்குகள் மற்றும் முன்னேற்ற உணர்வை வழங்குவதன் மூலம், விளையாட்டாக்கம் ஒரு வேலையைச் சவாலாக மாற்றுகிறது. இது தனிநபர்களுக்கு வெற்றிக்கான ஒரு பாதையை வகுத்துத் தந்து, அந்தப் பயணத்தில் அவர்களுக்கு வெகுமதியையும் வழங்குகிறது.
- **உளவியலில் வேரூன்றியது:** இது நமது ஆழமான மனிதத் தேவைகளைப் பூர்த்தி செய்வதன் மூலம் செயல்படுகிறது. ஒரு விருதைப் பெற வேண்டும், முன்னிலை அட்டவணையில் நண்பரை முந்த வேண்டும் அல்லது ஒரு புதிய நிலையை அடைய வேண்டும் என்ற உந்துதல் அற்பமானது அல்ல; அது ஒரு சக்திவாய்ந்த மற்றும் பயனுள்ள ஊக்க சக்தியாகும்.

வித்தியாசம் எளிமையானது ஆனால் ஆழமானது. விளையாட்டாக்கம் இல்லாத சூழலில், உங்கள் மருத்துவர் "ஒரு நாளைக்கு 10,000 படிகள் நடங்கள்" என்கிறார். நீங்கள் அதை அளவிடும் கருவியை (pedometer) வாங்குகிறீர்கள், அது ஒரு சுமையாகத் தெரிகிறது. விளையாட்டாக்கத்துடன் கூடிய ஃபிட்பிட் (Fitbit) செயலி, நீங்கள் இலக்கை எட்டும்போது ஒரு டிஜிட்டல் விருதுடன் கொண்டாடுகிறது, 7 நாள் தொடர் சாதனையைக் காட்டுகிறது, மேலும் உங்களை உங்கள் நண்பர்களுடன் முன்னிலை அட்டவணையில் ஒப்பிடுகிறது. இப்போது அது ஒரு சுமை அல்ல; அது ஒரு இலட்சியப் பயணம் (Mission).

விளையாட்டாக்கத்தின் செயல்முறை (The Mechanism of Gamification)

விளையாட்டாக்கம் என்பது ஒரு மாய வித்தை அல்ல; இது மனித நடத்தையின் அறிவியலில் கட்டமைக்கப்பட்ட ஒரு இயந்திரம். அதன் இறுதி முடிவு சிரமமற்றதாகவும் உற்சாகமாகவும் தோன்றினாலும், அதன் செயல்முறை நுணுக்கமாக வடிவமைக்கப்பட்ட ஒன்று. ஒரு சலிப்பான பணியைக் கவர்ச்சிகரமான சவாலாக மாற்றும் கண்ணுக்குத் தெரியாத கட்டமைப்பு இது. இந்த இயந்திரத்தைப் புரிந்துகொள்வதே அதன் ஆற்றலை வசப்படுத்துவதற்கான திறவுகோல்.

1. தீப்பொறி: தேடலைக் கண்டறிதல்

நிர்வாக அறையின் உத்தி முதல் ஆரோக்கியப் பயன்பாடு வரை, ஒவ்வொரு சிறந்த விளையாட்டும் ஒரு தெளிவான நோக்கத்துடன் தொடங்குகிறது. விளையாட்டாக்கச் செயல்முறையின் முதல் படி, விரும்பிய நடத்தை அல்லது முடிவை அடையாளம் காண்பதாகும். அந்த இலட்சியப் பயணம் (Mission) என்ன? ஒரு புதிய விற்பனைக் குழுவைப் பயிற்றுவிப்பதா, பணியாளர்களை ஒரு புதிய மென்பொருளைப் பயன்படுத்த வைப்பதா அல்லது ஆரோக்கியமான பழக்கங்களை ஊக்குவிப்பதா? இது ஒரு இலக்கை வரையறுப்பது மட்டுமல்ல; அதை ஒரு தேடலாக (Quest), ஒரு நோக்கமும் முடிவும் கொண்ட ஒரு சவாலாக வடிவமைப்பதாகும். தேடல் எவ்வளவு தெளிவாக இருக்கிறதோ, அந்தப் பயணம் அவ்வளவு ஈர்க்கக்கூடியதாக இருக்கும்.

2. கட்டுமானக் கற்கள்: உற்சாகத்தைப் புகுத்துதல்

தேடல் வரையறுக்கப்பட்டதும், பயணத்தை சுவாரசியமாக்கும் விளையாட்டு கூறுகளை நீங்கள் அறிமுகப்படுத்துகிறீர்கள். இவை ஏதோ சீரற்ற அலங்காரங்கள் அல்ல; ஒவ்வொன்றும் ஊக்க இயந்திரத்தில் ஒரு குறிப்பிட்ட நோக்கத்திற்காகப் பயன்படுகின்றன.

- **புள்ளிகள், நாணயங்கள் மற்றும் மதிப்பெண்கள்:** இவை உடனடிப் பின்னூட்டச் சுழற்சிகள் (Feedback loops). "நீங்கள் சரியான பாதையில் செல்கிறீர்கள்!" என்று நமக்குத் தெரிவிக்கும் சிறு ஊக்கங்கள் இவை. ஒவ்வொரு சிறிய செயலையும் இவை உடனடியாகப் பாராட்டுவதன் மூலம், சாதாரணப் பணியைப் பல சிறு வெற்றிகளாக மாற்றுகின்றன.
- **விருதுகள் மற்றும் சாதனைகள் (Badges & Achievements):** இவை டிஜிட்டல் வெற்றிக் கோப்பைகள் மற்றும் சாதனையின் பொது அடையாளங்கள். ஒரு மைல்கல்லை எட்டியதற்காக விருது பெறுவது ஒரு வலிமையான

அங்கீகாரமாகும், இது பிறருடன் பகிரப்படும்போது அந்தஸ்தையும் பெருமிதத்தையும் அளிக்கிறது.

- **நிலைகள் மற்றும் முன்னேற்றம்** (Levels & Progression): இவற்றுக்கான ஒரு கட்டமைக்கப்பட்ட வரைபடமாகக் கருதுங்கள். இவை ஒரு நீண்ட கால இலக்கை அடையக்கூடிய பல கட்டங்களாகப் பிரிக்கின்றன, இதன் மூலம் நமக்குத் தெளிவான முன்னேற்ற உணர்வும் தொடர்ந்து முன்னேறுவதற்கான காரணமும் கிடைக்கிறது.
- **முன்னிலை அட்டவணைகள்** (Leaderboards): இவை நமது போட்டி மனப்பான்மையைத் தூண்டுகின்றன. இது ஒரு பொதுவான மதிப்பெண் பலகையை உருவாக்கி, நட்புரீதியான போட்டியையும் சிறப்பாகச் செயல்படுவதற்கான உந்துதலையும் அளிக்கிறது. இது ஒரு தனிப்பட்ட வேலையை ஒரு குழு விளையாட்டாக மாற்றும்.
- **சவால்கள் மற்றும் தேடல்கள்** (Challenges & Quests): புள்ளிகளுக்கும் விருதுகளுக்கும் ஒரு நோக்கத்தை வழங்குவது இதுதான். பணிகளை ஒரு கதையோடு இணைக்கும்போது (உதாரணமாக: "வாடிக்கையாளர் சேவை நிஞ்ஜா சவால்"), அந்தச் செயல்பாடு ஒரு சாகச உணர்வைத் தருகிறது.
- **வெகுமதிகள் (மெய்நிகர் மற்றும் நிஜமானவை)**: இவை பயணத்தின் முடிவில் கிடைக்கும் பரிசுகள். இது ஒரு மெய்நிகர் பொருளாகவோ, பொதுப் பாராட்டாகவோ, ஊக்கத்தொகையாகவோ அல்லது ஒரு பிரத்யேகக் குழுவிற்கான அனுமதியாகவோ இருக்கலாம். இவை வெற்றிக்கான உறுதியான சான்றுகள்.

3. எரிபொருள் : உளவியலைப் பயன்படுத்துதல்

மேலே சொன்ன கூறுகள் வெறும் இயந்திரங்கள் மட்டுமே. அந்த இயந்திரத்தை இயக்குவது மனித உளவியல். விளையாட்டாக்கம் நமது ஆழமான உந்துதல்களோடு பேசுவதால் சிறப்பாகச் செயல்படுகிறது. இது அன்றாடப் பணிகளை நமது இயல்பான ஆசைகளுடன் இணைக்கிறது:

- **திறமை** (Competence): ஏதோ ஒன்றில் நாம் சிறந்து விளங்குகிறோம் என்ற உணர்வு.
- **தன்னாட்சி** (Autonomy): நமது சொந்தச் செயல்கள் மற்றும் தேர்வுகளின் மீதான கட்டுப்பாட்டு உணர்வு.
- **தொடர்பு** (Relatedness): சமூகப் பிணைப்பு, போட்டி மற்றும் ஒரு குழுவைச் சார்ந்திருத்தல் என்ற உணர்வு.
- **சாதனை மற்றும் அந்தஸ்து**: வெற்றி பெற வேண்டும் மற்றும் அதற்காக அங்கீகரிக்கப்பட வேண்டும் என்ற விருப்பம்.

- **ஆர்வமும் மகிழ்ச்சியும்**: அந்தச் செயல்முறையை இயல்பாகவே ரசித்தல்.

இவையே உண்மையான இயக்கு சக்திகள். புள்ளிகள், விருதுகள் மற்றும் முன்னிலை அட்டவணைகள் ஆகியவை இந்த வலிமையான உளவியல் சக்திகளின் வெளிப்படையான அடையாளங்கள் மட்டுமே.

4. முடுக்கி: பின்னூட்டச் சுழற்சி (THE FEEDBACK LOOP)

ஒரு சிறந்த விளையாட்டாக்க முறையின் ரகசியம் தடையற்ற மற்றும் தொடர்ச்சியான பின்னூட்டச் சுழற்சியில் உள்ளது.

- **உடனடி பின்னூட்டம் (Immediate Feedback):** பயனர்களை அந்தத் தருணத்தில் ஈடுபட வைக்கிறது.
- **முன்னேற்றக் காட்சி (Progress Visibility):** அவர்கள் எவ்வளவு தூரம் வந்துள்ளனர் என்பதைக் காட்டுகிறது, இது ஆர்வம் குறைவதைத் தடுக்கிறது.
- **மாறக்கூடிய வெகுமதிகள் (Variable Rewards):** எதிர்பாராத போனஸ் அல்லது சிறப்பு அனுமதிகள் போன்றவை உற்சாகத்தையும் எதிர்பார்ப்பையும் தக்கவைத்து, நீண்ட காலத்திற்கு ஈடுபாட்டைப் பராமரிக்கின்றன.

5. சேருமிடம்: நிலையான ஈடுபாடு

இறுதி நோக்கம் வெறும் தற்காலிக உற்சாகம் மட்டுமல்ல; ஒரு நிலையான பழக்கத்தை உருவாக்குவதே ஆகும். நன்கு வடிவமைக்கப்பட்ட விளையாட்டாக்க உத்தி, ஆரம்ப உற்சாகத்தைப் பயன்படுத்தி ஒரு வேகத்தை உருவாக்குகிறது. பின்னர் அது திறமை மற்றும் சமூக உணர்வால் தூண்டப்படும் ஆழமான, உள்ளார்ந்த ஊக்கமாக மாறுகிறது. இது ஒரு ஒருமுறை செய்யும் செயல்பாட்டை, மக்கள் தொடர விரும்பும் ஒரு பலனளிக்கும் பயணமாக மாற்றுகிறது.

கருத்துப்பேழை

இறுதியில், விளையாட்டாக்கத்தின் செயல்முறை என்பது **பணி → விளையாட்டு கூறு → பின்னூட்டம் → ஊக்கம் → நடத்தை → நேர்மறையான முடிவு** என்ற தடையற்ற ஓட்டமாகும். இது புள்ளிகள், விருதுகள் மற்றும் நிலைகள் மூலம் மாற்றங்களை உருவாக்குவதற்கான ஒரு வலிமையான கட்டமைப்பாகும்.

விளையாட்டக்கம் இப்போதைக்கு பொருந்துமா?

The relevance

"மக்களைச் செயல்படுமாறு வற்புறுத்தாதீர்கள். அவர்கள் வெற்றிபெற விரும்பும் ஒரு அனுபவத்தை வடிவமைத்துக் கொடுங்கள்."

இடைவிடாத டிஜிட்டல் இரைச்சல்கள், சிதறும் கவனக்குவிப்பு மற்றும் அதிவேகத் தொழில்நுட்ப மாற்றங்கள் நிறைந்த இந்தக் காலத்தில், விளையாட்டாக்கம் (Gamification) என்பது வெறும் வேடிக்கையான புதுமை மட்டுமல்ல; அது ஒரு அத்தியாவசியமான உத்தி. சமூக ஊடகங்களின் கணக்கீட்டு முறைகள் (Algorithms) முதல் முடிவில்லாத செய்திகள் வரை அனைத்தும் நமது நேரத்தைத் திருடப் போராடும் உலகில் நாம் வாழ்கிறோம். இத்தகைய சூழலில், மக்களின் கவனத்தை ஈர்த்து அதைத் தக்கவைத்துக்கொள்ளும் திறன் என்பது அளப்பரிய மதிப்பைக் கொண்ட ஒரு செல்வம் ஆகும். இன்றைய டிஜிட்டல் மயமான, வேகம் நிறைந்த மற்றும் கவனச்சிதறல்கள் மலிந்த உலகில் மக்கள் எவ்வாறு கற்கிறார்கள், உழைக்கிறார்கள் மற்றும் ஈடுபடுகிறார்கள் என்பதோடு விளையாட்டாக்கம் இயல்பாகவே ஒத்துப்போவதால், அது மிகுந்த பொருத்தப்பாடு உடையதாக விளங்குகிறது. இரைச்சல்களுக்கு இடையே ஊடுருவி, உண்மையான ஈடுபாட்டை வளர்க்க இதுவே மிகச்சிறந்த வழியாகும். பல்வேறு துறைகளில் வணிகங்கள் செழிக்க விளையாட்டாக்கம் ஒரு மிகமுக்கியத் தேவையாக மாறியுள்ளது.

1. சுருங்கிப்போன கவனம் (Short Attention Spans)

நமது கவனத்தை ஒருமுகப்படுத்தும் திறன் நாளுக்கு நாள் குறைந்து வருகிறது. எல்லாத் திசைகளிலிருந்தும் அறிவிப்புகள் (Notifications), தகவல்கள் மற்றும் உள்ளடக்கங்கள் மக்கள் மீது திணிக்கப்படுவதால், ஒரு விஷயத்தில் தொடர்ந்து கவனம் செலுத்துவது என்பது அரிதான ஒன்றாகிவிட்டது. இங்கேதான் விளையாட்டாக்கம் பிரகாசிக்கிறது. இது உடனடிப் பின்னூட்டம் (Feedback), குறு-இலக்குகள் (Micro-goals) மற்றும் சரியான நேரத்திலான வெகுமதிகள் ஆகியவற்றைக் கொண்டு பயனர்களைத் தன்பால் கட்டிப்போடுகிறது. சமூக ஊடகங்களில் முடிவில்லாமல் திரையை நகர்த்தும் (Scroll) முறையைச் சிந்தித்துப் பாருங்கள்; அதுவும் ஒரு வகை விளையாட்டாக்கமே. அது தொடர்ந்து மாறக்கூடிய, சுவாரசியமான அனுபவத்தை

வழங்குவதன் மூலம் பயனர்களை நீண்ட நேரம் ஈடுபட வைக்கிறது. இதே கோட்பாடுகளை ஒரு நிறுவனத்தின் பயிற்சிப் பாடத்திட்டத்திலோ அல்லது வாடிக்கையாளர் விசுவாசத் திட்டத்திலோ (Loyalty program) பயன்படுத்தும்போது, ஒரு சலிப்பான வேலையை ஈர்க்கக்கூடிய பயணமாக மாற்ற முடியும்.

2. டிஜிட்டல் மயம் (Digital Transformation of Work & Learning)

நவீன பணியிடங்கள் டிஜிட்டல் தளங்கள், தொலைதூரக் கூட்டணிகள் மற்றும் இணையவழிப் பயிற்சிகளை நோக்கி வேகமாக நகர்ந்து வருகின்றன. பெருந்தொற்றுக்குப் பிந்தைய உலகில் வேகமெடுத்துள்ள இந்த மாற்றம் ஒரு பெரிய சவாலை முன்னிறுத்துகிறது: பணியாளர்கள் ஒரே அறையில் இல்லாதபோது அவர்களை எவ்வாறு ஈடுபாட்டுடனும் ஊக்கத்துடனும் வைத்திருப்பது? இதற்கான தீர்வை விளையாட்டாக்கம் வழங்குகிறது. டிஜிட்டல் தளங்களை ஊடாடும் (Interactive) தன்மையுடனும் வெகுமதிகள் நிறைந்ததாகவும் மாற்றுவதன் மூலம், பயிற்சிகளில் பாதியிலேயே விலகுபவர்களின் எண்ணிக்கையைக் குறைத்து, மெய்நிகர் (Virtual) ஒத்துழைப்பை அதிகரிக்கச் செய்கிறது. இது ஒரு தேக்கமான இணையவழிப் பாடத்தை, கண்ணுக்குத் தெரியும் மைல்கற்கள் மற்றும் சாதனைகள் கொண்ட ஒரு முன்னேற்றப் பாதையாக மாற்றுகிறது.

3. மில்லினியல் மற்றும் ஜென்-இசட் தலைமுறை (Millennial & Gen Z Workforce)

இன்றைய இளைய தலைமுறையினர் காணொலி விளையாட்டுகள், முன்னிலை அட்டவணைகள் மற்றும் சாதனைகளுடனேயே வளர்ந்தவர்கள். அவர்களுக்கு ஊடாடும் மற்றும் சமூக ரீதியான வெகுமதி அளிக்கும் அனுபவங்கள் என்பவை ஏதோ புதுமையல்ல; அவை அவர்களின் இயல்பு. விளையாட்டாக்கம் செய்யப்பட்ட கற்றல் மற்றும் பணி முறைகளுக்கு அவர்கள் இயல்பாகவே சிறந்த முறையில் எதிர்வினையாற்றுகிறார்கள். நிறுவனங்கள் தங்கள் பணியாளர்களுக்குத் தொடர்ந்து புதிய திறன்களைக் கற்றுத்தர வேண்டிய நிலையில், இந்தத் தலைமுறையினரின் கற்றல் தேவைகளைப் பூர்த்தி செய்ய விளையாட்டாக்கம் ஒரு இயற்கையான மற்றும் பயனுள்ள வழியாக அமைகிறது. இது தொழில்முறை மேம்பாடு எனும் சலிப்பூட்டும் பணியை, அவர்களின் எதிர்பார்ப்புகளுக்கு ஏற்ப வேடிக்கையான, சவாலான மற்றும் வெகுமதிகள் நிறைந்த அனுபவமாக மாற்றுகிறது.

4. வெளிப்புற ஊக்கத்திலிருந்து உள்ளார்ந்த ஊக்கத்திற்கு மாறுதல் (Shift from Extrinsic to Intrinsic Motivation)

பல தசாப்தங்களாக நிறுவனங்கள் செயல்திறனை அதிகரிக்கச் சம்பளம், போனஸ் மற்றும் பதவி உயர்வு போன்ற வெளிப்புற

ஊக்கிகளையே (Extrinsic motivators) நம்பியிருந்தன. இவை இப்போதும் முக்கியம்தான் என்றாலும், இவை மட்டுமே போதுமானவை அல்ல. மக்கள் தங்கள் வேலையில் ஒரு நோக்கம், ஆளுமை மற்றும் ஒரு குழுவைச் சார்ந்திருக்கும் உணர்வை அதிகளவில் எதிர்பார்க்கிறார்கள். விளையாட்டாக்கம் இத்தகைய உள்ளார்ந்த ஊக்கிகளைத் (Intrinsic motivators) நேரடியாகத் தூண்டுகிறது. இது மனிதனின் இயல்பான தேடல் ஆர்வம், அங்கீகாரம் மற்றும் போட்டி மனப்பான்மைக்குத் தீனி போடுகிறது. மக்களை ஒரு ஈர்க்கக்கூடிய தேடலின் மூலம் ஊக்கப்படுத்தி, அவர்களின் சாதனைகளை விருதுகள் (Badges) மூலம் கொண்டாடும்போது, நீங்கள் ஒரு நிலையான ஈடுபாட்டை உருவாக்குகிறீர்கள். இது எந்தவொரு ஒருமுறை வழங்கப்படும் வெகுமதியையும் விட நீண்ட காலம் நிலைத்து நிற்கும்.

5. முக்கியத் துறைகளில் இதன் தாக்கம்

நிஜ உலகப் பிரச்சினைகளைத் தீர்க்க விளையாட்டாக்கம் எவ்வாறு பயன்படுத்தப்படுகிறது என்பது பல்வேறு துறைகளில் தெளிவாகத் தெரிகிறது:

- **நிறுவனப் பயிற்சி (Corporate Training):** டெலாய்ட் (Deloitte) போன்ற நிறுவனங்கள் தங்கள் தலைமைத்துவப் பயிற்சியில் விருதுகள் மற்றும் முன்னிலை அட்டவணைகளைப் பயன்படுத்தியதன் மூலம் ஈடுபாடு மற்றும் கற்றல் திறனில் பெரும் வளர்ச்சியைக் கண்டுள்ளன.
- **கல்வி:** டியோலிங்கோ (Duolingo) போன்ற தளங்கள், ஒவ்வொரு பாடத்தையும் புள்ளிகள், தொடர் சாதனைகள் (Streaks) மற்றும் நிலைகள் கொண்ட விளையாட்டாக மாற்றியதன் மூலம் மொழி கற்றலை ஒரு உலகளாவிய அலையாக மாற்றியுள்ளன.
- **சந்தைப்படுத்தல் (Marketing):** ஸ்டார்பக்ஸ் (Starbucks) போன்ற நிறுவனங்கள் சாதாரணப் பணப் பரிவர்த்தனைகளை 'நட்சத்திரங்களை' ஈட்டும் ஒரு வெகுமதி விளையாட்டாக மாற்றி, வாடிக்கையாளர்களைத் தங்கள் பிராண்டுடன் பிணைத்து வைத்துள்ளன.
- **சுகாதாரம் (Healthcare):** நைக்கி+ (Nike+) போன்ற செயலிகள் சவால்கள் மற்றும் சமூகக் குழுக்கள் மூலம் பயனர்களைச் சுறுசுறுப்பாக இருக்கவும், அவர்களின் ஆரோக்கிய இலக்குகளை அடையவும் ஊக்குவிக்கின்றன.
- **சமூகத் தாக்கம் (Social Impact):** ரீசைக்கிள்பேங்க் (RecycleBank) போன்ற பிரச்சாரங்கள், மறுசுழற்சி மற்றும் பிற நேர்மறையான சுற்றுச்சூழல் செயல்பாடுகளை ஊக்குவிக்கப் புள்ளிகள் மற்றும் வெகுமதிகளைப் பயன்படுத்துகின்றன.

6. பெருந்தொற்றுக்குப் பிந்தைய பணிக்கடப்பாடு (Post-Pandemic Engagement Crisis)

தொலைதூரக் கல்வி, வீட்டிலிருந்தே பணிபுரிதல் மற்றும் டிஜிட்டல் சுமை ஆகியவை ஈடுபாட்டைப் பெரிய சவாலாக மாற்றியுள்ளன. விளையாட்டாக்கம் சாதாரண அல்லது கட்டாயப் பணிகளை ரசிக்கத்தக்க அனுபவங்களாக மாற்றுவதன் மூலம் இந்தப் பிரச்சினைக்குத் தீர்வு காண்கிறது.

கருத்துப்பேழை

சுருக்கமாகச் சொன்னால், விளையாட்டாக்கம் இன்று ஏன் பொருத்தமானது என்றால், அது டிஜிட்டல் யுகத்தில் மனிதர்களின் சிந்தனை, நடத்தை மற்றும் ஈடுபாடு ஆகியவற்றுடன் கச்சிதமாக ஒத்துப்போகும் ஒரு வலிமையான கருவி. இது நிறுவனங்கள், கல்வியாளர்கள் மற்றும் பிராண்டுகள் கவனச்சிதறல்களைக் கடந்து மக்களை ஊக்கப்படுத்தவும், நீண்டகால ஈடுபாட்டைத் தக்கவைக்கவும் உதவுகிறது.

பகுதி 2

விளையாட்டகத்தின் பதினாறு பரிணாமங்கள்

பயன்பாடுகளுக்கான அறிமுகம்

Introduction to Applications

"விளையாட்டுகளில் காணப்படும் மகிழ்ச்சி மற்றும் ஈடுபாடு தரும் கூறுகளைக் கண்டறிந்து, அவற்றை நிஜ உலகச் செயல்பாடுகளுக்கு அல்லது ஆக்கப்பூர்வமான பணிகளுக்குப் பயன்படுத்துவதே 'விளையாட்டாக்கம்' (Gamification) எனும் கலை."

யு-கை சௌ Yu-kai Chou (Creator, Octalysis Framework)

விளையாட்டு அல்லாத சூழல்களில் விளையாட்டு வடிவமைப்பு கூறுகளைப் பயன்படுத்துவது, நவீன வணிக உலகில் மிகவும் சக்திவாய்ந்த கருவிகளில் ஒன்றாக மாறியுள்ளது. தயாரிப்பு வடிவமைப்பு முதல் சந்தைப்படுத்தல் பிரச்சாரங்கள் வரையிலும், பணியாளர் பயிற்சி முதல் வாடிக்கையாளர் விசுவாசத் திட்டங்கள் (Customer loyalty programs) வரையிலும், வணிகங்கள் மக்களை எவ்வாறு ஈர்க்கின்றன, ஊக்கப்படுத்துகின்றன மற்றும் உத்வேகம் அளிக்கின்றன என்பதை இது மாற்றியமைத்து வருகிறது.

சில ஆண்டுகளுக்கு முன்பு, ஒரு நிறுவனத்தின் பயிற்சி அமர்விற்கு நான் சென்றிருந்தேன். வழக்கம்போல மக்கள் வரிசையாக அமர்ந்து, கைகளைக் கட்டிக்கொண்டு, பாதி கவனத்துடன் திரையில் ஓடும் 'பவர்பாயிண்ட்' (PowerPoint) ஸ்லைடுகளைப் பார்த்துக் கொண்டிருப்பார்கள் என்று எதிர்பார்த்தேன்.

ஆனால், அங்கே நான் முற்றிலும் வேறொன்றைக் கண்டேன்.

அந்த அறையே உயிர்ப்புடன் இருந்தது. பணியாளர்கள் குழுக்களாகக் கூடி, கையடக்கக் கணினிகளில் (Tablets) சிக்கல்களைத் தீர்த்துக் கொண்டிருந்தனர்; ஒருவரை ஒருவர் உற்சாகப்படுத்தினர். சுவரில் இருந்த டிஜிட்டல் மதிப்பெண் பலகை அவர்களின் முன்னேற்றத்தைக் காட்டிக் கொண்டிருந்தது. யாரோ ஒருவர் "பாதுகாப்பு வெற்றியாளர்" (Safety Champion) விருதைப் பெற்றபோது, அந்த அறையே கைதட்டலால் அதிர்ந்தது.

அவர்கள் பயிற்சியில் பங்கேற்கவில்லை. அவர்கள் அதைப் பெரிய விளையாட்டாக விளையாடிக் கொண்டிருந்தார்கள்.

அப்போதுதான் நான் ஒரு ஆழமான உண்மையைப் புரிந்துகொண்டேன்:

மக்களை ஈடுபடுமாறு கட்டாயப்படுத்தத் தேவையில்லை; அவர்கள் மீது அக்கறை

கொள்ளுமாறு அழைப்பு விடுத்தாலே போதும்.

விளையாட்டாக்கம் சரியாக அதையே செய்கிறது. இது மக்களைத் தந்திரமாக இயக்குவதில்லை; மாறாக வளர்ச்சி, கற்றல் மற்றும் சாதனை ஆகியவை மீண்டும் மகிழ்ச்சிகரமானதாக இருக்கும் என்பதை அவர்களுக்கு நினைவூட்டுகிறது.

விளையாடுவது குழந்தைகளுக்கு மட்டுமே என்று நாம் நினைக்கிறோம். ஆனால் உண்மையில் மனிதர்கள் சிறப்பாகக் கற்றுக்கொள்வது விளையாட்டின் மூலமே. குழந்தைகள் விளையாடும்போது, அவர்கள் பரிசோதனைகள் செய்கிறார்கள், இணைந்து செயல்படுகிறார்கள் மற்றும் காரண-காரியத் தொடர்புகளை ஆராய்கிறார்கள். அவர்கள் பயமின்றித் தோற்றுப் போகிறார்கள்; மீண்டும் ஆர்வத்துடன் முயற்சி செய்கிறார்கள். ஒவ்வொரு சிறிய வெற்றியும், தீர்க்கப்படும் ஒவ்வொரு புதிரும், கட்டப்படும் ஒவ்வொரு கோபுரமும் அடுத்த முயற்சிக்குத் தேவையான பெருமிதத்தை அவர்களுக்கு வழங்குகின்றன.

நமது செயல்பாட்டுத் திறன் மற்றும் கட்டமைப்புகளை மேம்படுத்தும் ஓட்டத்தில், எங்கோ ஒரு இடத்தில் வேலையிலிருந்து விளையாட்டையும், கற்றலிலிருந்து மகிழ்ச்சியையும் நாம் தொலைத்துவிட்டோம். தேடல் ஆர்வத்திற்குப் பதிலாகக் கட்டாயக் கீழ்ப்படிதலை மாற்றாகக் கொண்டு வந்தோம். விளையாட்டாக்கம் என்பது அந்த உற்சாகத்தை மீண்டும் கொண்டு வரும் ஒரு எளிய செயல் மட்டுமே.

இது விஷயங்களை எளிதாக்குவது பற்றியது அல்ல; அவற்றை அர்த்தமுள்ளதாக மாற்றுவது பற்றியது.

நான் ஒருமுறை ஒரு ஆசிரியரைச் சந்தித்தேன், அவர் சொன்னார், "எனது மாணவர்கள் மதிப்பெண்களுக்குப் பதிலளிக்கவில்லை, ஆனால் அவர்கள் 'தேடல்களை' (Quests) விரும்புகிறார்கள்."

அவர் தனது வகுப்பறையில் 'ககூட்!' (Kahoot!) எனும் செயலியைப் பயன்படுத்தத் தொடங்கினார். பாடங்கள் ஊடாடும் சவால்களாக மாறின. மாணவர்கள் கேள்விகளுக்குப் பதிலளிக்கப் போட்டியிட்டனர், ஒவ்வொரு சரியான பதிலும் அவர்களுக்கு டிஜிட்டல் விருதுகளைப் பெற்றுத் தந்தது.

திடீரென்று, முன்பெல்லாம் வகுப்பில் ஆர்வம் காட்டாத மாணவர்கள் கூட, வகுப்பிற்குப் பிறகு அங்கேயே தங்கி கேள்விகள் மற்றும் உத்திகளைப் பற்றி விவாதிக்கத் தொடங்கினர். அவர்கள் மதிப்பெண்களைத் துரத்தவில்லை; அந்தத் துறையில் ஆளுமை (Mastery) பெறத் துடித்தார்கள்.

விளையாட்டாக்கத்தின் முதல் பாடம் இதுதான்: மக்கள் சோம்பேறிகள் அல்ல. அவர்கள் தங்கள் முன்னேற்றத்தைக் காண விரும்புகிறார்கள்.

ஒரு நிறுவனத்தில், புதிய பணியாளர்களை அறிமுக உரையுடன் வரவேற்பதில்லை; மாறாக ஒரு இலட்சியப் பயணத்துடன் (Mission) வரவேற்கிறார்கள்: "முதல் நிலைக்கு (Level 1) உங்களை வரவேற்கிறோம். உங்கள் இலக்கு: நிறுவனத்தில் இணையும் பயணத்தை முழுமையாக முடித்து, 'ஆய்வாளர்' (Explorer) விருதைப் பெறுவது."

பாதுகாப்பு வீடியோவைப் பார்ப்பது, படிவத்தைப் பூர்த்தி செய்வது, நிறுவனத்தின் மதிப்புகளைப் புரிந்துகொள்வது என அந்தச் செயல்முறையின் ஒவ்வொரு படியும் ஒரு விளையாட்டின் பகுதியாக மாறுகிறது. முன்னேற்றத்தைக் காட்டும் பட்டை (Progress bar) நிரம்புகிறது, ஒவ்வொரு சாதனையையும் அந்த அமைப்பு கொண்டாடுகிறது.

அங்கே என்ன மாறியது? வேலையில் எந்த மாற்றமும் இல்லை. அதைச் செய்யும்போது மக்கள் உணர்ந்த விதம் மட்டுமே மாறியது.

மக்களின் உழைப்பிற்கு மதிப்பிருக்கிறது, அது அவர்களை எங்கோ ஒரு இடத்திற்கு அழைத்துச் செல்கிறது என்பதைக் காட்டும் தருணத்தில், அவர்கள் வெறும் மூளையால் மட்டும் அல்லாமல் இதயத்திலிருந்தும் ஈடுபடுகிறார்கள். முன்னேற்றமே எல்லாவற்றையும் விடச் சிறந்த ஊக்க சக்தி என்பதை விளையாட்டாக்கம் தலைவர்களுக்கு நினைவூட்டுகிறது.

கவனம் ஈர்ப்பதே ஒரு பெரும் செல்வமாக இருக்கும் உலகில் நாம் வாழ்கிறோம்.

ஒவ்வொரு பிராண்டும் நமது பணப்பையை மட்டும் அல்ல, நமது நேரம், ஆற்றல் மற்றும் நம்பிக்கை ஆகியவற்றிற்காகவும் போட்டியிடுகின்றன.

ஸ்டார்பக்ஸ் (Starbucks), பேடிஎம் (Paytm), நைக்கி (Nike), மெக்டொனால்ட்ஸ் (McDonald's) என வெற்றிபெறும் பிராண்டுகள் அனைத்தும் தங்கள் வாடிக்கையாளர்களைத் தங்கள் கதையின் ஒரு பகுதியாக மாற்றுகின்றன. அவர்கள் நமக்கு வழங்குகிறார்கள்: புள்ளிகள், விருதுகள், நிலைகள் மற்றும் சவால்கள். அவர்கள் சொல்கிறார்கள், "நீங்கள் ஒரு வாடிக்கையாளர் மட்டுமல்ல. நீங்கள் எங்கள் பயணத்தின் ஒரு பகுதி."

மக்கள் அந்த உணர்வை விரும்புகிறார்கள். இது தந்திரமான கையாளுதல் அல்ல, இது பங்கேற்பு.

சந்தைப் படுத்துதலில் விளையாட்டாக்கம் சிறப்பாகச் செயல்படுவதற்குப் பின்னணியில் ஒரு காரணம் இருக்கிறது: இது ஒரு சாதாரணப் பணப் பரிவர்த்தனைக்கு அப்பாற்பட்டு மக்களுக்கு ஏதோ ஒன்றைத் தருகிறது: அதாவது முன்னேற்ற உணர்வையும், ஒரு குழுவைச் சார்ந்திருக்கும் உணர்வையும் வழங்குகிறது.

வாடிக்கையாளர் உறவு மேலாண்மை (CRM) மென்பொருளை விளையாட்டாக மாற்றிய ஒரு விற்பனைக் குழுவை நான் சந்தித்தது நினைவிருக்கிறது. ஒவ்வொரு ஒப்பந்தம் முடியும்போதும் புள்ளிகள் கிடைத்தன. ஒவ்வொரு மைல்கல்லும் எட்டப்படும்போது பொதுவான மதிப்பெண் பலகை மின்னியது.

அதன் மேலாளர் என்னிடம் சொன்னார், "முதல் முறையாக, அவர்கள் ஒருவருக்கொருவர் போட்டியிடவில்லை; மாறாக அவர்கள் தங்களுக்குத் தாங்களே போட்டியிட்டுக் கொள்கிறார்கள்."

விளையாட்டாக்கம் சரியாகச் செய்யப்படும்போது கிடைக்கும் அழகு இதுதான்: இது அழுத்தத்தை ஒரு நோக்கமாக மாற்றுகிறது. இது குறைவான செயல்திறனைக் கண்டு அவமானப்படுத்துவதில்லை; மாறாகச் சிறிய வெற்றிகளைக் கொண்டாடுகிறது.

அந்தச் சிறிய வெற்றிகள் பெருகிக் கொண்டே செல்கின்றன. ஒவ்வொரு முயற்சியும் கணக்கில் கொள்ளப்படும் என்று மக்கள் உணரும்போது, அவர்கள் வேலையில் காட்டும் ஈடுபாடு முற்றிலும் மாறுகிறது. விளையாட்டாக்கத்தின் மிக வலிமையான பயன்பாடுகளில் ஒன்று 'நலவாழ்வு' (Wellness) துறையில் உள்ளது.

ஃபிட்பிட் (Fitbit), நைக்கி+ (Nike+) அல்லது ஆப்பிள் ஹெல்த் (Apple Health) ஆகியவற்றைப் பற்றிச் சிந்தித்துப் பாருங்கள்.

ஒவ்வொரு அடியும் கணக்கில் சேர்கிறது. ஒவ்வொரு தொடர் சாதனையும் (Streak) முக்கியமானது. சுய நலவாழ்வுக்காக நாம் செய்யும் ஒவ்வொரு சிறிய செயலும் கண்ணுக்குத் தெரியும் முன்னேற்றமாக மாறுகிறது. நீங்கள் ஒருநாள் உடற்பயிற்சியைத் தவறவிட்டால் அந்தச் செயலி உங்களைக் கத்துவதில்லை; மாறாக உங்கள் பயணத்தைத் தொடருமாறு ஊக்கப்படுத்துகிறது.

இதன் பின்னணியில் உள்ள உளவியல் எளிமையானது ஆனால் ஆழமானது: மக்கள் அறிவுறுத்தப்படுவதால் மட்டும் மாறுவதில்லை. அவர்கள் தங்களால் முன்னேற முடியும் என்று உணரும்போதுதான் மாறுகிறார்கள்.

விளையாட்டாக்கம் என்பது பிறருடன் போட்டியிடுவது பற்றியது அல்ல.

நேற்றைய உங்களை விட இன்று நீங்கள்
சிறந்து விளங்குவதே உண்மையான போட்டி.

ஒரு நிறுவனத்தின் கலாச்சாரம் தற்செயலாக உருவாவதில்லை. அது ஒவ்வொரு செயல், ஒவ்வொரு தொடர்பு மற்றும் ஒவ்வொரு அங்கீகாரத்தின் மூலமாகவும் கட்டமைக்கப்படுகிறது.

தங்கள் மனிதவள மேம்பாட்டு (HR) அமைப்புகளில் விளையாட்டாக்கத்தைப் பயன்படுத்தும் நிறுவனங்கள் இதை ஆழமாகப் புரிந்து வைத்துள்ளன. அவர்கள் வெறும் முடிவுகளுக்கு மட்டுமல்லாமல்; ஒத்துழைப்பு, புதுமை, கனிவு மற்றும் முன்முயற்சி ஆகியவற்றிற்கும் வெகுமதி அளிக்கிறார்கள்.

ஒரு பணியாளர் "குழுவை உருவாக்குபவர்" (Team Builder) அல்லது "படைப்பாற்றல் மிக்க சிந்தனையாளர்" (Creative Thinker) விருதைப் பெறும்போது, அது ஒரு வெற்று அலங்காரம் அல்ல. அது அந்த நிறுவனம் எதை மதிக்கிறது என்பதன் அடையாளம். கலாச்சாரம் இவ்வாறுதான் கண்ணுக்குத் தெரிந்ததாகவும் பிறருக்குப் பரவக்கூடியதாகவும் மாறுகிறது.

மக்கள் வெறும் ஊதியத்திற்காக மட்டும் நிறுவனங்களில் தங்குவதில்லை.

அவர்கள் முன்னேற்றம், நோக்கம் மற்றும்
பெருமிதத்திற்காகத் தங்கியிருக்கிறார்கள்.

அரசாங்கங்கள் கூட இந்தப் பாடத்தைக் கற்றுக்கொண்டுள்ளன. 'தூய்மை இந்தியா' (Swachh Bharat) சவால்கள் முதல் சுற்றுச்சூழலுக்கான வெகுமதி செயலிகள் வரை, விளையாட்டாக்கம் மக்கள் தேசத்தைக் கட்டியெழுப்புவதில் பங்கேற்க உதவுகிறது. அவர்கள் கடமைக்காக அல்ல, விரும்பி ஈடுபடுகிறார்கள்.

மக்களுக்கு அர்த்தமுள்ள ஒன்றில் பங்கேற்க அழைப்பு விடுக்கப்படும்போது, அவர்களின் பங்களிப்பு ஒரு மாற்றத்தை உருவாக்குவதை அவர்களால் காண முடிந்துவிட்டால், அவர்களை யாரும் வற்புறுத்த வேண்டியதில்லை. அவர்களே முன்வந்து ஈடுபடுவார்கள்.

பல தலைவர்கள் தவறவிடும் ரகசியம் இதுதான். ஈடுபாடு என்பது சலுகைகளால் வருவதல்ல. அது பங்கேற்பால் வருகிறது.

புத்தாக்க உலகில் விளையாட்டாக்கம் செழித்து வளர்கிறது. 'கிட்ஹப்' (GitHub) தளத்தில் மென்பொருள் உருவாக்குநர்கள் தொடர் சாதனைகளை (Streaks) சேகரிக்கிறார்கள். வடிவமைப்பாளர்கள் 'ஹேக்கத்தான்களில்' (Hackathons) பங்கேற்கிறார்கள். அறிவைப் பகிர்ந்துகொள்பவர்கள் 'ஸ்டாக் ஓவர்ஃப்ளோ' (Stack Overflow) தளத்தில் புள்ளிகளைப் பெறுகிறார்கள்.

ஒவ்வொரு செயலும் பங்களிப்பு மற்றும் அங்கீகாரத்தின் ஒரு சுழற்சியை உருவாக்குகிறது. அவர்கள் எவ்வளவு அதிகமாகக் கொடுக்கிறார்களோ, அவ்வளவு அதிகமாக வளர்கிறார்கள்.

விளையாட்டாக்கத்தை வெறும் கையாளுதலுக்காக அல்லாமல், தொடர்ச்சியான வளர்ச்சியைத் தூண்டுவதற்குப் பயன்படுத்தும் நிறுவனங்களே இந்த உண்மையை உணர்ந்தவை. அவை ஈடுபாட்டை முடிவுக்குக் கொண்டுவர விளையாட்டைப் பயன்படுத்துவதில்லை.

மாறாக, அர்த்தத்தை விரிவாக்க அவற்றைப் பயன்படுத்துகின்றன.

விளையாட்டாக்கம் என்பது விருதுகள், புள்ளிகள் அல்லது முன்னிலை அட்டவணைகள் பற்றியது அல்ல.

அது மனிதர்களைப் பற்றியது.

நாம் முழுமைக்காக (Perfection) அல்லாமல், முன்னேற்றத்திற்காக (Progress) வடிவமைக்கப்பட்டவர்கள் என்பதை நினைவூட்டுவதே இது. மக்கள் தங்கள் வளர்ச்சியை அளவிட முடிந்து, அதற்காக அங்கீகரிக்கப்படும்போது அவர்கள் சிறப்பாகச் செயல்படுகிறார்கள்.

தலைவர்கள் விளையாட்டாக்கத்தை ஒரு தந்திரமாகப் பார்க்காமல் ஒரு மொழியாக, அதாவது ஊக்கம், மகிழ்ச்சி மற்றும் பிணைப்பு ஆகியவற்றின் மொழியாக, பார்க்கத் தொடங்கும் தருணத்தில், அவர்கள் ஒரு அசாதாரணமான ஆற்றலை வெளிப்படுத்துகிறார்கள்.

ஏனென்றால், நாளின் முடிவில், மக்கள் விளையாட்டுகளைக் கடமைக்காக விளையாடுவதில்லை. அவை தங்களை உயிர்ப்புடன் உணர வைப்பதாலேயே விளையாடுகிறார்கள்.

ஒருவேளை, இதுவே எல்லாவற்றையும் விடச் சிறந்த பாடமாக இருக்கலாம். நேற்றைய தினத்தை விட இன்று இன்னும் கொஞ்சம் சிறந்து விளங்க வேண்டும் என்பதே அது. விளையாட்டாக்கத்தைக் கற்றல், பயிற்சி, சந்தைப்படுத்தல், மனிதவள மேம்பாடு, விற்பனை, சுகாதாரம், நிதி, அரசாங்கம் மற்றும் சில்லறை வணிகம் ஆகிய அனைத்துத் துறைகளிலும் பயன்படுத்தலாம். அன்றாடப் பணிகளை ஈடுபாடு மிக்க, ஊக்கமளிக்கும் மற்றும் பலனளிக்கும் அனுபவங்களாக மாற்றுவதே இதன் பன்முகத் திறமையாகும்.

வேலையிலும் சரி, வாழ்விலும் சரி, நாம் அனைவரும் ஒரே விளையாட்டைத்தான் விளையாடிக் கொண்டிருக்கிறோம்:

கருத்துப்பேழை

விளையாட்டாக்கம் (Gamification) என்பது வணிகம், கல்வி, சந்தைப்படுத்தல் மற்றும் நலவாழ்வுத் துறைகளில் விளையாட்டு கூறுகளைப் பயன்படுத்தி மக்களின் உண்மையான ஈடுபாட்டை

வளர்க்கும் உத்தியாகும். இது கட்டாயக் கீழ்ப்படிதலுக்குப் பதிலாக, மனிதர்களின் உள்ளார்ந்த தேடல் ஆர்வம், முன்னேற்ற உணர்வு மற்றும் குழு உணர்வைத் தூண்டுகிறது. புள்ளிகள், சவால்கள் மற்றும் விருதுகள் மூலம் சலிப்பான பணிகளையும் அர்த்தமுள்ள, மகிழ்ச்சிகரமான பயணமாக இது மாற்றியமைக்கிறது.

பதினாறு பல்வேறு துறைகளில் இருந்து விளையாட்டாக்கத்தின் வெற்றி வியூகங்களை பின்வரும் அத்தியாயங்களில் தொகுத்துக் கொடுத்துள்ளோம். அவற்றுள் உங்களுக்கு விருப்பமானவற்றையும், பொருத்தமானவற்றையும் நீங்களே தேர்ந்தெடுத்துக் படித்து கொள்ளலாம்.

வளர்ச்சி இயந்திரத்தை வடிவமைத்தல்

Designing the Gamified Growth Engine

ஒவ்வொரு நிறுவனமும் ஈடுபாட்டை விரும்புகிறது. ஆனால், அதற்கென உண்மையாகத் திட்டமிட்டு வடிவமைப்பவர்கள் சிலரே.

விளையாட்டாக்கம் என்பது வேலையை விளையாட்டாக மாற்றுவது அல்ல; அது வேலையை ஒரு விளையாட்டைப் போலவே இயங்கும் ஒரு அமைப்பாக (system) மாற்றுவதாகும். பாரம்பரிய மேலாண்மை முறைகள் கட்டுப்பாடு, நேரத்தைக் கண்காணித்தல், உழைப்பு மற்றும் கீழ்ப்படிதல் ஆகியவற்றிற்காகக் கட்டமைக்கப்பட்டுள்ளன. இதற்கு நேர்மாறாக, வளர்ச்சி அமைப்புகள் ஈடுபாடு, முன்னேற்றத்தைக் கண்காணித்தல், கற்றல் மற்றும் பங்களிப்பு ஆகியவற்றிற்காகக் கட்டமைக்கப்படுகின்றன.

கட்டுப்பாட்டு அமைப்பிலிருந்து வளர்ச்சி அமைப்பிற்கு (From Control Systems to Growth Systems)

இந்த மாற்றத்திற்கு வேலை அனுபவத்தின் கட்டமைப்பை மீண்டும் வடிவமைக்க வேண்டியது அவசியம்:

பாரம்பரிய அமைப்பு (Traditional System)	**வளர்ச்சி அமைப்பு (Growth System)**
விதிகள் (Rules)	சவால்கள் (Challenges)
ஆய்வுகள் (Reviews)	பின்னூட்டச் சுழற்சிகள் (Feedback loops)
முக்கியச் செயல்திறன் குறிகாட்டிகள் (KPIs)	இலட்சியப் பயணங்கள் மற்றும் மைல்கற்கள் (Missions and milestones)
படிநிலை (Hierarchy)	சமூகங்கள் மற்றும் தேடல்கள் (Communities and quests)
வேலைப் பதவிகள் (Job titles)	திறன் நிலைகள் மற்றும் ஆளுமைப் பாதைகள் (Skill levels and mastery paths)

விளையாட்டாக்கம் செய்யப்பட்ட நிறுவனத்தின் ஐந்து அடிப்படை அடுக்குகள் (The Five Foundational Layers)

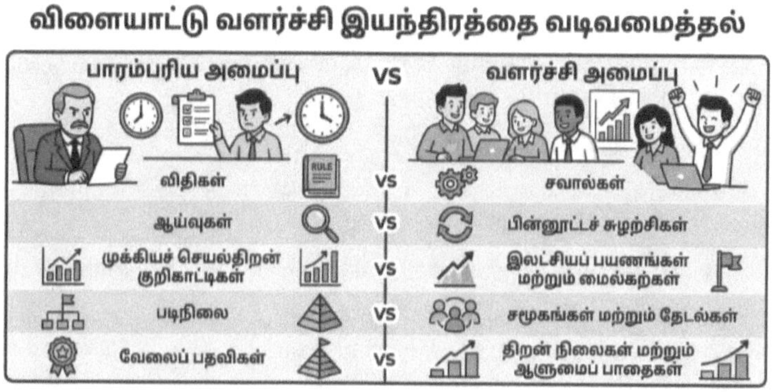

ஒவ்வொரு உயர் செயல்திறன் கொண்ட விளையாட்டாக்கம் செய்யப்பட்ட நிறுவனமும் ஐந்து அடிப்படை அடுக்குகளின் மீது நிலைபெற்றுள்ளது. இவை அனைத்தும் இணைந்து 'விளையாட்டாக்கம் சார்ந்த வளர்ச்சி இயந்திரத்தை' உருவாக்குகின்றன.

1. நோக்கம் சார்ந்த அடுக்கு: "நாம் ஏன் விளையாடுகிறோம்" என்பதை வரையறுத்தல்

ஒவ்வொரு சிறந்த விளையாட்டும் ஒரு கதையுடன் தொடங்குகிறது, அதேபோல ஒவ்வொரு சிறந்த நிறுவனமும் ஒரு ஈர்க்கக்கூடிய கதையுடன் தொடங்குகிறது. நோக்கம் என்பது ஒரு 'தேடல் வரைபடம்' (mission map) போன்றது; இது அன்றாடச் செயல்களை ஒரு பெரிய தொலைநோக்குப் பார்வையுடன் இணைக்கிறது.

உதாரணம்: பட்டகோனியா (Patagonia) நிறுவனம் தனது வணிகத்தை ஒரு சுற்றுச்சூழல் தேடலாக வடிவமைக்கிறது: "நமது தாய் கிரகத்தைக் காப்பாற்றவே நாம் வணிகத்தில் இருக்கிறோம்". ஒவ்வொரு திட்டமும் அந்தக் கதையின் ஒரு பகுதியாக உணரப்படுவதால், ஒவ்வொரு இலக்கின் பின்னணியிலும் உள்ள 'ஏன்' என்பது தெளிவாகிறது.

2. சவால் சார்ந்த அடுக்கு: அழுத்தத்தை அல்ல, ஆர்வத்தைத் தூண்டுதல்

சரியான சவால் ஒருவரை 'முழு ஈடுபாட்டு நிலையில்' (Flow state) வைத்திருக்கும். விளையாட்டாக்கம் செய்யப்பட்ட நிறுவனங்கள் மாற்றியமைக்கக்கூடிய சவால்களைப் பயன்படுத்துகின்றன. திறமை வளர வளர வளரும் இந்தத் தேடல்கள், பணியாளர்கள் எப்போதும் உகந்த ஈடுபாட்டு மண்டலத்திலேயே இருப்பதை உறுதி செய்கின்றன.

உதாரணம்: மைக்ரோசாப்ட் (Microsoft) நிறுவனத்தில், தயாரிப்புக் குழுக்கள் "புத்தாக்க விரைவோட்டங்களை" (innovation sprints) பயன்படுத்துகின்றன. இதில் முந்தைய வெற்றியின் அடிப்படையில் சவால்கள் அதிகரிக்கின்றன. ஒவ்வொரு விரைவோட்டமும் கடினமானது, ஆனால் அதிக பலன் தருவது; இது கற்றலை மேம்படுத்துகிறது.

செயல்முறைப் படி:

சவால்களை நிலைகளாகப் பிரியுங்கள்: தொடக்க நிலை → இடைநிலை → நிபுணர் → வழிகாட்டி.

3. பின்னூட்ட அடுக்கு: நிகழ்நேரக் கண்ணாடியை உருவாக்குதல்

செயல்திறனுக்குப் பின்னூட்டம் (Feedback) என்பது சுவாசிக்கும் காற்றைப் போன்றது. விளையாட்டாக்க முறைகள், டேஷ்போர்டுகள், காட்சி முன்னேற்றப் பட்டைகள் (visual progress bars) மற்றும் சக ஊழியர்களின் கருத்துக்கள் மூலம் நிகழ்நேரப் பின்னூட்டத்தை வேலைப்பாட்டில் இணைக்கின்றன. இது வளர்ச்சி நிகழும்போது அதை வெளிப்படையாகக் காட்டுகிறது.

உதாரணம்: ஜோஹோ (Zoho) நிறுவனத்தின் உள்முகத் தளம் சாதனைகளுக்கு உடனடி விருதுகளை வழங்குகிறது; இது பின்னூட்டத்தை ஒரு வருட நிகழ்வாக இல்லாமல் தினசரி தாளமாக மாற்றுகிறது.

செயல்முறைப் படி:

பின்தங்கிய பின்னூட்டங்களுக்குப் பதிலாக, உடனடிச் செயல்பாட்டைத் தூண்டும் முன்னேற்றத்தைக் காட்டும் நிகழ்நேர முன்னிலை பின்னூட்டங்களை (leading feedback) அறிமுகப்படுத்துங்கள்.

4. அங்கீகார அடுக்கு: முன்னேற்றத்தை ரகசியமாக வைக்காமல் கொண்டாடுதல்

அங்கீகாரம் என்பது ஈடுபாட்டின் உணர்வுப்பூர்வமான நாணயம், ஆனால் அது பெரும்பாலும் அவ்வப்போது மட்டுமே வழங்கப்படுகிறது. விளையாட்டாக்க முறைகள் சக ஊழியர்களின் பாராட்டுக்கள், முன்னிலை அட்டவணைகள் மற்றும் வெளிப்படையான மைல்கற்கள் மூலம் அங்கீகாரத்தைச் சீரானதாகவும் ஜனநாயகப்படுத்தப்பட்டதாகவும் மாற்றுகின்றன.

உதாரணம்: இன்ஃபோசிஸ் (Infosys) நிறுவனத்தின் "லெக்ஸ்" (Lex) கற்றல் தளம், விருதுகள் மற்றும் சக ஊழியர்களின் அங்கீகாரத்தைப் பயன்படுத்துகிறது. பணியாளர்கள் ஒருவருக்கொருவர் சாதனைகளைப் பார்க்க அனுமதிப்பதன் மூலம், அது ஒரு வலிமையான சமூக ஊக்கத்தை உருவாக்குகிறது.

5. ஆளுமை அடுக்கு: தொடர்ச்சியான மேம்பாட்டிற்காக வடிவமைத்தல்

விளையாட்டில் ஆளுமை (Mastery) என்பது முடிவற்றது; அங்கே எப்போதும் ஒரு புதிய திறனோ அல்லது கடினமான நிலையோ இருக்கும். விளையாட்டாக்கம் செய்யப்பட்ட நிறுவனங்கள், திறன் முன்னேற்றம் வெளிப்படையானதாகவும், அளவிடக்கூடியதாகவும், சுய-இயக்கமாகவும் இருக்கும் தொடர்ச்சியான கற்றல் கட்டமைப்புகளை உருவாக்குவதன் மூலம் இந்தக் தத்துவத்தைப் பின்பற்றுகின்றன.

உதாரணம்: சேல்ஸ்ஃபோர்ஸ் (Salesforce) நிறுவனத்தின் "ட்ரெயில்ஹெட்" (Trailhead) தளம், விளையாட்டாக்கம் செய்யப்பட்ட பாதைகள் மூலம் தொடர்ச்சியான திறன் மேம்பாட்டைச் சாத்தியமாக்குகிறது. ஒவ்வொரு முடித்த பாதையும் புதிய சவால்களைத் திறக்கிறது, இதனால் கற்றல் ஒரு வாழ்க்கை முறையாக மாறுகிறது.

செயல்முறைப் படி:

ஒவ்வொரு பணிக்கும் 'ஆளுமை வரைபடங்களை' (mastery maps) வடிவமைக்கவும்; கற்றல் எவ்வாறு நேரடியாக உயர்வுக்கு வழிவகுக்கிறது என்பதை இது காட்ட வேண்டும்.

விளையாட்டாக்கம் செய்யப்பட்ட நிறுவனத்தின் ஐந்து அடிப்படை அடுக்குகள் (The Five Foundational Layers)

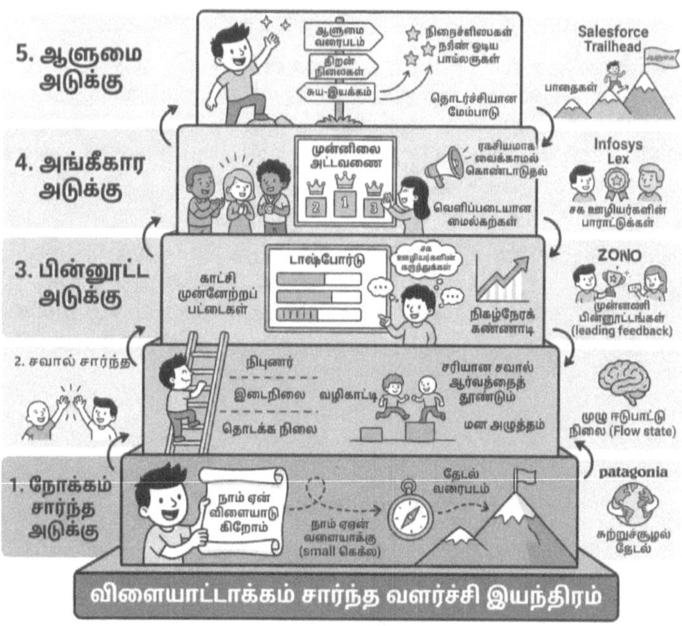

கருத்துப்பேழை

ஈடுபாட்டிற்காக வடிவமைத்தல்: கட்டுப்பாட்டின் மூலம் நடத்தையை நிர்வகிப்பதிலிருந்து விளையாட்டு வடிவமைப்பின் மூலம் அதை வடிவமைப்பதற்கு மாறுவதே அடிப்படை மாற்றமாகும்.

வேகத்தின் கட்டமைப்பு: ஐந்து அடுக்குகள் (நோக்கம், சவால், பின்னூட்டம், அங்கீகாரம், ஆளுமை) ஒரு தொடர்ச்சியான சுழற்சியை உருவாக்குகின்றன. இதில் ஒவ்வொரு அடுக்கும் அடுத்த அடுப்பிற்குத் தீனி போட்டு, முன்னேற்றத்தை ஆற்றலாக மாற்றுகிறது.

செயற்கை நுண்ணறிவு மற்றும் தனிப்பயனாக்கம்: அடுத்தகட்ட வளர்ச்சி என்பது 'புத்திசாலித்தனமான விளையாட்டாக்கம்' ஆகும். இதில் அமைப்புகள் செயற்கை நுண்ணறிவை (AI) பயன்படுத்தி, பயனரின் திறன் மற்றும் ஊக்கத்திற்கு ஏற்ப சவால்களையும் பின்னூட்டங்களையும் தானாகவே மாற்றியமைத்து, தனிப்பயனாக்கப்பட்ட விளையாட்டுப் பயணங்களை உருவாக்கும்.

சுயசிந்தனைக் கேள்விகள் (Reflection Questions)

உங்கள் நிறுவனத்தின் ஐந்து அடுக்குகளில் (நோக்கம், சவால், பின்னூட்டம், அங்கீகாரம் அல்லது ஆளுமை), இன்று மிகவும் பலவீனமாக இருக்கும் அடுக்கு எது? அந்த அடுக்கை வலுப்படுத்த நீங்கள் எடுக்கக்கூடிய ஒரு சிறிய நடவடிக்கை என்ன?

உங்கள் வேலைச் செயல்முறைகள் ஒரு விளையாட்டாக இருந்தால், உங்கள் ஆர்வமுள்ள குழு உறுப்பினர்களுக்கான தற்போதைய 'சவால் நிலை' (Challenge Tier) எவ்வளவு வெளிப்படையாக உள்ளது? அவர்கள் தொடக்க நிலை, இடைநிலை அல்லது நிபுணர் நிலை சவால்களை எதிர்கொள்கிறார்களா?

உங்கள் தற்போதைய அமைப்பு, செயல்திறனுக்கு (Performance) அளிக்கும் அதே முக்கியத்துவத்தைத் தேடல் ஆர்வத்திற்கும் (Mastery) அளிக்கிறதா? ஒரு முயற்சி தோல்வியடையும் போதும் கூட, எடுத்த முயற்சி மற்றும் கற்றலுக்காக விருதுகள் அல்லது புள்ளிகளை நீங்கள் எவ்வாறு பயன்படுத்தலாம்?

மாற்றத்தை கட்டமைப்பது

Playbook for Transformation

"மக்கள் சொல்லப்படுவதால் மட்டும் மாறுவதில்லை; அவர்களுக்கு ஈர்க்கக்கூடிய ஒரு காரணம் காட்டப்படும்போதுதான் மாறுகிறார்கள்." - ஜான் கோட்டர்

உத்திசார் விளையாட்டாக்கத்தின் (Strategic Gamification) நோக்கம் எளிமையானது: உங்களால் ஒரு விளையாட்டை வடிவமைக்க முடியுமென்றால், உங்களால் வளர்ச்சியையும் வடிவமைக்க முடியும். மாற்றத்திற்கு ஒரு பிரம்மாண்டமான திட்டம் தேவையில்லை; மாறாக அமைப்புகள், தலைமைத்துவம் மற்றும் கலாச்சாரம் ஆகியவற்றில் விளையாட்டு வடிவமைப்புக் கோட்பாடுகளைத் தொடர்ச்சியாகப் பயன்படுத்துவதே போதுமானது.

ஐந்து தூண்களைக் கொண்ட 'உத்திசார் விளையாட்டாக்கக் கட்டமைப்பு' (Strategic Gamification Framework - SGF) இந்த மாற்றத்திற்கான அடிப்படைத் தளமாகும்:

தூண் (Pillar)	**கவனம் (Focus)**	**நிறுவனத் தாக்கம் (Organizational Impact)**
நோக்கம் (Purpose)	ஈர்க்கக்கூடிய 'ஏன்' என்பதை வரையறுத்தல்	அர்த்தம் மற்றும் இலட்சியப் பயணத்தின் அடிப்படையில் மக்களை ஒன்றிணைக்கிறது
சவால் (Challenge)	விரிவான இலக்குகளை உருவாக்குதல்	ஈடுபாட்டையும் புத்தாக்கத்தையும் தூண்டுகிறது
பின்னூட்டம் (Feedback)	தொடர்ச்சியான தரவு சார்ந்த மற்றும் மனிதநேயப் பின்னூட்டம் வழங்குதல்	கற்றல் மற்றும் தகவமைப்புத் திறனை விரைவுபடுத்துகிறது
அங்கீகாரம் (Recognition)	முன்னேற்றத்தை வெளிப்படையாகக் கொண்டாடுதல்	பிணைப்பு மற்றும் ஊக்கத்தை வலுப்படுத்துகிறது

தூண் (Pillar)	**கவனம் (Focus)**	**நிறுவனத் தாக்கம் (Organizational Impact)**
ஆளுமை (Mastery)	தொடர்ச்சியான திறன் மேம்பாட்டைச் சாத்தியமாக்குதல்	ஆளுமையையும் தன்னம்பிக்கையையும் உருவாக்குகிறது

4D மாதிரி: செயல்படுத்துவதற்கான ஒரு வரைபடம் (The 4D Model)

விளையாட்டாக்கத்தைச் செயல்படுத்துவது என்பது ஒருமுறை செய்து முடிக்கும் வேலையல்ல; அது ஒரு ஆற்றல்மிக்க, தொடர்ச்சியான செயல்முறை. 4D மாதிரி இதற்கான நான்கு கட்ட வழிகாட்டியை வழங்குகிறது:

1. கண்டறிதல் (Diagnose): ஊக்கம் எங்கே குறைகிறது என்பதை அறிதல்

செயல்: ஈடுபாடு எங்கே குறைகிறது என்பதை ஆய்வு செய்யுங்கள் (சலிப்பான செயல்முறைகள், தாமதமான பின்னூட்டம், கண்ணுக்குத் தெரியாத முன்னேற்றம்). "விளையாட்டின் விதிகளை" உருவாக்குவதில் பணியாளர்களையும் ஈடுபடுத்துங்கள்.

உதாரணம்: ஒரு நிறுவனம் தனது பணியாளர்கள் நீண்ட காலத் திட்டப் பணிகளுக்குப் பிறகு சோர்வடைவதைக் கண்டறிந்தது. இடைக்கால வெற்றிகளைக் கொண்டாடுவது (சிறு வெகுமதிகள்) அவசியம் என்பதை ஆய்வின் மூலம் அவர்கள் கண்டறிந்தனர்.

2. வடிவமைத்தல் (Design): விளையாட்டின் விதிகளை உருவாக்குதல்

செயல்: தெளிவான இலட்சியப் பயணங்கள், முன்னேற்றக் குறிகாட்டிகள் மற்றும் சரியான உத்திகளை (புள்ளிகள், நிலைகள், விருதுகள்) தேர்ந்தெடுங்கள். முக்கியமாக, திறமைக்கு ஏற்ப சவால்கள் வளர்வதை உறுதி செய்யுங்கள்.

உதாரணம்: சக ஊழியர்களின் அங்கீகாரம் மற்றும் நிகழ்நேரத் தகவல்களைக் காட்டும் தளத்தை (dashboards) வடிவமைத்தல்.

3. செயல்படுத்துதல் (Deploy): தொடங்குதல், விளையாடுதல் மற்றும் கற்றல்

செயல்: முழுமையாகச் செயல்படுத்துவதற்கு முன்பு, ஒரு குறிப்பிட்ட பிரிவில் (உதாரணமாக: விற்பனை அல்லது கற்றல் மற்றும் மேம்பாடு) ஒரு முன்னோடித் திட்டமாகத் தொடங்குங்கள். நடத்தை சார்ந்த தரவுகளைச் சேகரியுங்கள்; இதில் பங்கேற்பது விருப்பத்தின் அடிப்படையிலேயே இருக்க வேண்டும். விளையாட்டாக்கம் என்பது அழைப்பு விடுக்க வேண்டுமே தவிர, திணிக்கக் கூடாது.

உதாரணம்: டெலாய்ட் தலைமைத்துவ அகாடமி (Deloitte Leadership Academy) விளையாட்டாக்கச் செயல்பாட்டிற்குப் பிறகு, பயிற்சியை முடிப்பவர்களின் விகிதம் இருமடங்காக அதிகரிப்பதைக் கண்டது.

4. மேம்படுத்துதல் (Develop): தொடர்ச்சியான வளர்ச்சி

செயல்: சலிப்பைத் தவிர்க்கச் சவால்களையும் வெகுமதிகளையும் அவ்வப்போது புதுப்பியுங்கள். சிக்கலான தன்மையையும் ஒருங்கிணைப்பையும் செம்மைப்படுத்தப் புள்ளிவிவரங்களையும் பங்கேற்பாளர்களின் கருத்துக்களையும் பயன்படுத்துங்கள்.

உதாரணம்: மைக்ரோசாப்ட் (Microsoft) நிறுவனத்தின் உலகளாவிய ஹேக்கத்தான் (hackathon), பங்கேற்பாளர்களின் கருத்துக்கள் மற்றும் தாக்கத் தரவுகளின் அடிப்படையில் ஆண்டுதோறும் மேம்படுத்தப்படுகிறது.

விளையாட்டு வடிவமைப்பாளராகத் தலைவரின் பங்கு (The Role of the Leader as Game Architect)

நவீனத் தலைவர் என்பவர் இனி வெறும் மேலாளர் மட்டுமல்ல; அவர் ஒரு விளையாட்டின் வடிவமைப்பாளர் (Game architect). ஊக்கம் இயல்பாகப் பிறக்கும் மற்றும் கற்றல் தொடர்ச்சியாக நிகழும் சூழல்களை உருவாக்குவதே அவர்களின் பொறுப்பு.

விளையாட்டாக்கம் சார்ந்த தலைவரின் 5 பாத்திரங்கள்:

கதைசொல்லி (Storyteller): நிறுவனத்தின் இலட்சியப் பயணத்தை ஒரு ஊக்கமளிக்கும் தேடலாக வடிவமைப்பவர்.

வடிவமைப்பாளர் (Designer): ஆற்றலை விரிவுபடுத்தும் சவால்களை உருவாக்குபவர்.

பயிற்சியாளர் (Coach): தொடர்ச்சியான, ஆக்கப்பூர்வமான பின்னூட்டச் சுழற்சிகளை வழங்குபவர்.

உற்சாகப்படுத்துபவர் (Cheerleader): முன்னேற்றத்தைப் பகிரங்கமாகவும் உண்மையாகவும் அங்கீகரிப்பவர்.

முடுக்கி (Catalyst): அடுத்தகட்ட வளர்ச்சியைத் தொடர்ந்து வரையறுப்பவர்.

இந்தப் பாத்திரங்களை ஏற்கும் தலைவர்கள் செயல்திறனை வற்புறுத்துவதில்லை; மாறாகத் தெளிவு, ஆர்வம் மற்றும் அக்கறை மூலம் திறமைகளை வெளிக்கொணர்கிறார்கள்.

உதாரண ஆய்வு (Case Study): மஹிந்திரா குழுமம் – அனுபவ ரீதியான மாற்றம்

மஹிந்திரா குழுமம் "ரைஸ் டு லீட்" (Rise to Lead) என்ற பல நிலைகளைக் கொண்ட தலைமைத்துவ உருவகப்படுத்துதலை (simulation) வடிவமைத்தது. பங்கேற்பாளர்கள் நிஜ உலக வணிகச் சூழல்களைத் தீர்ப்பதன் மூலம் முன்னேறினர்; படைப்பாற்றல், குழுப்பணி மற்றும் முடிவெடுக்கும் திறன் ஆகியவற்றிற்காகப் புள்ளிகளைப் பெற்றனர்.

முடிவுகள்: பாரம்பரியப் பயிற்சி வகுப்புகளுடன் ஒப்பிடும்போது ஈடுபாடு 60% அதிகரித்தது. பங்கேற்பாளர்கள் உத்திசார் சுறுசுறுப்பை (strategic agility) வளர்த்துக்கொண்டதால், தலைமைத்துவத் தரம் ஆழமானது. இது வெறும் பொழுதுபோக்கு அல்ல; இது ஒரு அனுபவ ரீதியான மாற்றம் (experiential transformation).

அளவிட வேண்டியவை: விளையாட்டாக்க மதிப்பெண் அட்டை (The Gamification Scorecard)

பரிமாணம் (Dimension)	**முக்கியக் கேள்விகள்**	**மதிப்பெண் (1–5)**
நோக்கம்	ஒவ்வொரு முயற்சியும் ஓர் அர்த்தமுள்ள இலட்சியப் பயணத்துடன் இணைக்கப்பட்டுள்ளதா?	[ ]
சவால்	இலக்குகள் மாற்றியமைக்கக்கூடியதாகவும் ஊக்கமளிப்பதாகவும் உள்ளனவா?	[ ]
பின்னூட்டம்	செயல்திறன் தரவுகள் நிகழ்நேரத்தில் (real time) தெரிகின்றனவா?	[ ]
அங்கீகாரம்	சாதனைகள் உடனுக்குடனும் அனைவரையும் உள்ளடக்கியும் கொண்டாடப்படுகின்றனவா?	[ ]
ஆளுமை	கற்றல் தொடர்ச்சியாகவும் சுய-இயக்கமாகவும் இருக்கிறதா?	[ ]
மொத்த மதிப்பெண்		[ ] (அதிகபட்சம் 25)

தயார்நிலை மற்றும் தாக்கத்தைக் கண்காணிக்க, தலைவர்கள் ஐந்து தூண்களின் அடிப்படையில் இந்த எளிய மதிப்பெண் அட்டையைப் பயன்படுத்தலாம்:

21–25: நீங்கள் செழித்து வளர்கிறீர்கள், உங்கள் கலாச்சாரம் முன்னேற்றத்தின் அடிப்படையில் இயங்குகிறது.

15–20: நீங்கள் முன்னேறி வருகிறீர்கள், உங்கள் சவால்களையும் அங்கீகாரத்தையும் இன்னும் கொஞ்சம் செம்மைப்படுத்துங்கள்.

15-க்குக் கீழ்: நீங்கள் தப்பிப்பிழைக்கப் போராடுகிறீர்கள், வளர்ச்சியை வெளிப்படையாகக் காட்டுவதில் இருந்து தொடங்குங்கள்.

கருத்துப்பேழை

4D மாதிரி: கண்டறிதல், வடிவமைத்தல், செயல்படுத்துதல் மற்றும் மேம்படுத்துதல் ஆகிய தொடர்ச்சியான சுழற்சியின் மூலம் மாற்றம் அடையப்படுகிறது. இது விளையாட்டாக்க முறையை ஒரு உயிருள்ள, வளரும் அமைப்பாக வைத்திருப்பதை உறுதி செய்கிறது.

வடிவமைக்கப்பட்ட கலாச்சாரம்: விளையாட்டாக்கம் செய்யப்பட்ட கலாச்சாரம் நிறுவனத்தின் தொலைநோக்குப் பார்வையை ஒரு பகிரப்பட்ட கதையாக மாற்றுகிறது;

விளையாட்டின் விதிகளை மதிக்கிறது; மற்றும் அங்கீகாரத்தைப் பொதுவான மதிப்பெண் பலகையாக மாற்றி பாதுகாப்பு, தன்னாட்சி மற்றும் வெளிப்படையான முன்னேற்றத்தை ஒருங்கிணைக்கிறது.

மேலாண்மையிலிருந்து ஊக்கத்திற்கு: உத்திசார் விளையாட்டாக்கம் நிறுவனங்களைக் கட்டுப்பாட்டு அமைப்புகளிலிருந்து வளர்ச்சிச் சூழல் அமைப்புகளாக (growth ecosystems) மாற்றுகிறது. அங்கே மக்கள் முன்னேற்றத்தைக் காண முடிவதால், அவர்களே முன்னேற்றத்தை உருவாக்குகிறார்கள்.

சுயசிந்தனைக் கேள்விகள் (Reflection Questions)

அடுத்த காலாண்டில் 4D மாதிரியைப் பயன்படுத்தி எந்தவொரு அமைப்பை (செயல்திறன், கற்றல், புதுமை அல்லது கலாச்சாரம்) மீண்டும் வடிவமைக்க நீங்கள் உறுதியேற்பீர்கள்?

விளையாட்டாக்க மதிப்பெண் அட்டையின்படி, உங்கள் நிறுவனம் எந்த இடத்தில் இருக்கிறது? மிகக் குறைவான மதிப்பெண் பெற்ற பகுதியை உயர்த்த நீங்கள் எடுக்கக்கூடிய ஒரு வலுவான மாற்றம் என்ன?

உங்கள் தலைமைத்துவப் பாத்திரத்தில், நீங்கள் முதன்மையாக ஒரு மேலாளராக (கட்டுப்படுத்துபவர்) அல்லது வடிவமைப்பாளராக (கட்டமைப்பவர்) செயல்படுகிறீர்களா? ஒரு சிறந்த கதைசொல்லியாகவோ அல்லது உற்சாகப்படுத்துபவராகவோ மாற இந்த வாரம் நீங்கள் எடுக்கக்கூடிய ஒரு நடவடிக்கை என்ன?

1. உற்பத்திப்பொருள் வடிவமைப்பு

Product Design

"வடிவமைப்பு என்பது உண்மையில் ஒரு தகவல் தொடர்புச் செயலாகும். அதாவது, வடிவமைப்பாளர் யாரிடம் தகவல் தொடர்பு கொள்கிறாரோ, அந்த நபரைப் பற்றிய ஆழமான புரிதலைக் கொண்டிருப்பதே வடிவமைப்பாகும்." - டான் நார்மன் (The Design of Everyday Things நூலின் ஆசிரியர்)

வாடிக்கையாளர்களுக்கு முன்னெப்போதையும் விட தேர்ந்தேடுக்க நிறைய பொருட்கள் இருக்கும் இன்றைய வணிக உலகில், " சிக்கிட்டான்டா சிவனாண்டி அல்லது சிறந்த சிக்கவைக்கும் பொறியைத் தயாரித்தல்" (build a better mousetrap) என்ற பழைய மந்திரம் இனி வெற்றிக்கு உத்தரவாதம் அளிக்காது. இன்றைய சவால் ஒரு சிறந்த தயாரிப்பை உருவாக்குவது மட்டுமல்ல; ஒரு பயனாளரை ஆதரவாளராக மாற்றும் ஓர் அனுபவத்தை வடிவமைப்பதாகும். இங்கேதான் விளையாட்டாக்கம் (Gamification), தயாரிப்பு வடிவமைப்பிற்கான ஒரு வலிமையான உந்துசக்தியாக உருவெடுக்கிறது. இது சாதாரண அம்சங்களுக்கு அப்பாற்பட்டு, உணர்வுப்பூர்வமான மதிப்புமிக்க, ஊடாடும் மற்றும் மறக்க முடியாத அனுபவங்களை உருவாக்குகிறது. இது ஒரு தேக்கமான தயாரிப்பை ஓர் ஆற்றல்மிக்க பயணமாக மாற்றுகிறது.

ஐகியா விளைவு (IKEA Effect)

இதற்கு ஒரு சிறந்த உதாரணம் 'ஐகியா விளைவு' ஆகும். இது ஹார்வர்ட் பிசினஸ் ஸ்கூல் பேராசிரியர் மைக்கல் நார்டன் என்பவரால் கண்டறியப்பட்ட ஒரு அறிவாற்றல் சார்பு (cognitive bias) ஆகும். இக்கோட்பாடு எளிமையானது ஆனால் ஆழமானது: மக்கள் தாங்களாகவே உருவாக்குவதில் பங்களிக்கும் தயாரிப்புகளுக்கு மிக அதிக மதிப்பை அளிக்கிறார்கள். ஐகியாவின் "நீங்களே செய்து கொள்ளுங்கள்" (do-it-yourself) எனும் அசெம்பிளி முறை என்பது வெறும் செலவு குறைப்பு நடவடிக்கை மட்டுமல்ல; அது ஒரு அற்புதமான உளவியல் வடிவமைப்பு. ஒரு வாடிக்கையாளர் ஒரு புத்தக அலமாரியைப் பொருத்தும்போது, அவர் வெறும் ஒரு தளபாடத்தை மட்டும் வாங்கவில்லை; அதை உருவாக்குவதில் தனது நேரத்தையும் உழைப்பையும் முதலீடு செய்கிறார். இந்த உழைப்பு, அதன் இறுதித் தரம் எப்படியிருந்தாலும், ஒருவிதமான உளவியல் ரீதியான உரிமை உணர்வையும் பெருமிதத்தையும் உருவாக்குகிறது. இது அந்தத்

தயாரிப்பை மிகவும் நேசத்துக்குரியதாகவும் மதிப்புமிக்கதாகவும் உணர வைக்கிறது. ஏற்கனவே முழுமையாகப் பொருத்தப்பட்ட ஒரு பொருளை விட, தாங்களாகவே பொருத்திய பொருளுக்கு மக்கள் கணிசமான அளவு அதிக மதிப்பை வழங்குகிறார்கள் என்று ஆராய்ச்சிகள் காட்டுகின்றன.

இது வாடிக்கையாளர்களை ஏமாற்றும் தந்திரம் அல்ல. மக்கள் வெறும் அம்சங்களுடன் (features) மட்டும் ஈடுபடுவதில்லை. அவர்கள் சவால்கள், முன்னேற்றம் மற்றும் சாதனைகளுடன் ஈடுபடுகிறார்கள். அதனால்தான் சிறந்த தயாரிப்புகள் விளையாட்டுகளைப் போல வடிவமைக்கப்படுகின்றன. திறமைக்கான அடிப்படை மனிதத் தேவையையும், ஒரு பணியை முடிப்பதன் மூலம் கிடைக்கும் மனநிறைவையும் இது பயன்படுத்துகிறது. ஐகியா விளைவு ஒரு வலிமையான வணிகப் பாடத்தை வழங்குகிறது: ஒரு நுகர்வோரை அந்தத் தயாரிப்பை உருவாக்குபவராக (co-creator) மாற்றும்போது, நீங்கள் ஒரு வலுவான உணர்வுப்பூர்வமான பிணைப்பையும் பிராண்ட் விசுவாசத்தையும் உருவாக்குகிறீர்கள்.

Nike+: தயாரிப்பிலிருந்து செயல்திறன் பயணம் வரை

விளையாட்டாக்கத்தின் அளவுகோலுக்கு ஒரு சரியான உதாரணம் Nike+ இன் வளர்ச்சி ஆகும். ஐபாடின் (iPod) உதவியுடன் ஓட்டத்தைப் பதிவு செய்யும் ஒரு எளிய சென்சாராகத் தொடங்கியது, இன்று உடற்பயிற்சித் துறையில் புரட்சியை ஏற்படுத்திய ஒரு மிகப்பெரிய டிஜிட்டல் கட்டமைப்பாக வளர்ந்துள்ளது. ஒரு ஓட்டப் பதிவுச் செயலி (running app) என்பது உணர்வுப்பூர்வமான பிணைப்பு இல்லாத ஒரு சாதாரணக் கருவி என்பதை அந்த நிறுவனம் புரிந்துகொண்டிருந்தது. விளையாட்டு போன்ற அம்சங்களை இணைப்பதன் மூலம், நைக்கி நிறுவனம் ஓடுதல் எனும் சாதாரணச் செயல்பாட்டை ஈர்க்கக்கூடிய மற்றும் சவாலான அனுபவமாக மாற்றியது.

Nike+ ரன் கிளப் செயலி பல்வேறு விளையாட்டாக்கக் கூறுகளைப் பயன்படுத்துகிறது:

புள்ளிகள், நிலைகள் மற்றும் விருதுகள்: பயனர்கள் தங்களின் உடல் செயல்பாடுகளுக்காக "NikeFuel" புள்ளிகளைப் பெறுகிறார்கள், இதைப் பயன்படுத்தி அவர்கள் அடுத்த நிலைகளுக்குச் செல்லலாம் மற்றும் விருதுகளைப் பெறலாம். இந்த வெகுமதிகள் ஒரு தொடர்ச்சியான பின்னூட்டச் சுழற்சியாக (feedback loop) செயல்பட்டு, விரும்பிய நடத்தையை

வலுப்படுத்துவதோடு சாதனையின் உணர்வையும் வழங்குகின்றன.

சவால்கள் மற்றும் சமூகப் போட்டி: காலக்கெடுவுடன் கூடிய சவால்கள் மற்றும் முன்னிலை அட்டவணைகள் (leaderboards) மூலம் இந்தச் செயலி ஒரு வேகத்தையும் சமூக உணர்வையும் உருவாக்குகிறது. ஓட்டப்பந்தய வீரர்கள் தங்கள் நண்பர்களுடனும் உலகளாவிய சமூகத்துடனும் போட்டியிடலாம், இது அவர்களைத் தொடர்ந்து ஊக்கத்துடன் வைத்திருக்கும்.

கதை சொல்லும் முறை **(Narrative):** இந்தச் செயலியின் ஆரம்பகாலப் பதிப்புகள், ஒரு சாதாரண ஓட்டத்துடன் ஒரு விறுவிறுப்பான கதையை இணைத்தன. பயனர்களை ஒரு கதையின் கதாநாயகர்களாக மாற்றுவதன் மூலம், இந்தச் செயலி ஒரு சலிப்பான வேலையை உற்சாகமான இலட்சியப் பயணமாக (mission) மாற்றியது.

இதன் முடிவுகள் மாற்றத்தை ஏற்படுத்தின. நைக்கி வாடிக்கையாளர் ஈடுபாட்டையும் விசுவாசத்தையும் அதிகரித்தது மட்டுமல்லாமல், பயனர் நடத்தை குறித்த ஏராளமான தரவுகளையும் சேகரித்தது. ஒரு தயாரிப்பு வடிவமைப்பு பயனரை அவரது சொந்தப் பயணத்தின் ஹீரோவாக மாற்றும்போது, அந்தத் தயாரிப்பு சுய-முன்னேற்றத்திற்கான ஒரு தவிர்க்க முடியாத கருவியாக மாறுகிறது என்பதை இது நிரூபிக்கிறது.

விளையாட்டாக்கம் ஒரு வலிமையான கருவிதான், ஆனால் இது மிகுந்த கவனத்துடன் பயன்படுத்தப்பட வேண்டும். PVR INOX திரையரங்குகளில் நடந்த ஒரு உதாரணம், வாடிக்கையாளர் அனுபவத்தைக் கருத்தில் கொள்ளாவிட்டால் சிறந்த உளவியல் கோட்பாடுகள் கூடத் தோல்வியடையும் என்பதை நிரூபிக்கிறது.

திரையரங்குகள் "ஐகியா விளைவை" பயன்படுத்த முயற்சித்தன. ஏற்கனவே மசாலா கலந்த பாப்கார்ன்களுக்குப் பதிலாக, வாடிக்கையாளர்களிடம் பாப்கார்ன் டப்களையும் தனித்தனி மசாலா பாக்கெட்டுகளையும் வழங்கின. வாடிக்கையாளர்கள் தாங்களாகவே மசாலாவைக் கலந்து தயாரிக்கும் ஒரு சடங்கு (DIY mixing ritual) ஈடுபாட்டை அதிகரிக்கும் என்பதே இதன் நோக்கம்.

உண்மையில், இது ஒரு மோசமான பயனர் அனுபவமாக (UX nightmare) மாறியது. டப்கள் விளிம்பு வரை நிரப்பப்பட்டிருந்தன. பாப்கார்ன் கீழே சிந்தாமல் மசாலாவைக் கலப்பது என்பது இயலாத காரியமாக இருந்தது. வாடிக்கையாளர்கள் ஆரம்பக் காட்சியைத் தவறவிடாமல் இருக்க அவசரமாக ஓடிக்கொண்டிருந்தனர். அவர்களுக்குத் தேவை வசதிதானே தவிர, ஒரு வேதியியல் சோதனை அல்ல.

வாடிக்கையாளர்கள் தங்கள் இருக்கைகளுக்கே சூடான உணவு வழங்கப்படுவதையே விரும்புகிறார்கள். பயனரின் சூழலையும் தேவைகளையும் புறக்கணித்ததால், அந்த பிராண்ட் ஒரு "வேடிக்கையான அம்சத்தை" ஒரு எரிச்சலாக மாற்றியது. நீங்கள்

விளையாட்டாக்கத்தைப் பயன்படுத்தும் முன், வாடிக்கையாளர் நிலையில் இருந்து சிந்தித்துப் பாருங்கள் (empathize). உங்கள் "ஈடுபாட்டு" உத்தி வாடிக்கையாளரின் வாழ்க்கையை கடினமாக்கினால், அது விளையாட்டாக்கம் அல்ல; அது வெறும் மோசமான வடிவமைப்பு.

உற்பத்திப் பொருள் விளையாட்டாக்கக் கட்டமைப்பு (THE PRODUCT GAMIFICATION FRAMEWORK)

விளையாட்டாக்கம் செய்யப்பட்ட தயாரிப்பை வடிவமைப்பது என்பது ஒரு உத்திசார்ந்த முயற்சியாகும். இது வெறும் விருதுகளைச் சேர்ப்பது மட்டுமல்ல. இது பயனர் ஊக்கம் மற்றும் வணிக நோக்கங்கள் இரண்டோடும் ஒத்துப்போக வேண்டும்.

கட்டம் 1: அடித்தளம் (Foundation - "ஏன்")

அடிப்படை ஊக்கங்களைக் கண்டறிதல்: உங்கள் பயனர்களின் வகையைப் புரிந்து கொள்ளுங்கள். அவர்கள் அந்தஸ்து மற்றும் முன்னேற்றத்தை விரும்பும் 'சாதனையாளர்களா' (achievers), மற்றவர்களுடன் தொடர்பு கொள்ள விரும்பும் 'சமூக விரும்பிகளா' (socializers) அல்லது புதியவற்றைக் கண்டறியத் துடிக்கும் 'ஆய்வாளர்களா' (explorers)?

இலக்கு நடத்தைகளை வரையறுத்தல்: நீங்கள் எந்தக் குறிப்பிட்ட செயல்களை ஊக்குவிக்க விரும்புகிறீர்கள்? தினசரி ஈடுபாடா, சுயவிவரத்தைப் (profile) பூர்த்தி செய்வதா அல்லது ஒரு பொருளை வாங்குவதா?

வணிக நோக்கங்களுடன் இணைத்தல்: விளையாட்டாக்கச் சுழற்சி ஒரு வணிக இலக்கிற்கு உதவ வேண்டும் (உதாரணமாக: பயனர்களைத் தக்கவைத்தல் அல்லது விற்பனையை அதிகரித்தல்).

கட்டம் 2: வடிவமைப்பு (Design - "எப்படி")

சரியான உத்திகளைத் தேர்ந்தெடுத்தல்: பயனரின் இலக்குகளுக்கு ஏற்ப விளையாட்டு கூறுகளைத் தேர்ந்தெடுங்கள்:

புள்ளிகள், விருதுகள் மற்றும் நிலைகள்: முயற்சியை அங்கீகரிக்கச் சிறந்தவை.

சவால்கள் மற்றும் தேடல்கள்: பயனர்களை வழிநடத்தவும் சாதாரணப் பணிகளை சுவாரசியமாக்கவும் உதவும்.

முன்னிலை அட்டவணைகள் மற்றும் சமூக அம்சங்கள்: போட்டியை வளர்க்கப் பயன்படும்.

பின்னூட்டச் சுழற்சியை உருவாக்குதல்: பயனர்களின் செயல்களுக்கு உடனடி, நேர்மறையான பின்னூட்டத்தை வழங்குங்கள்.

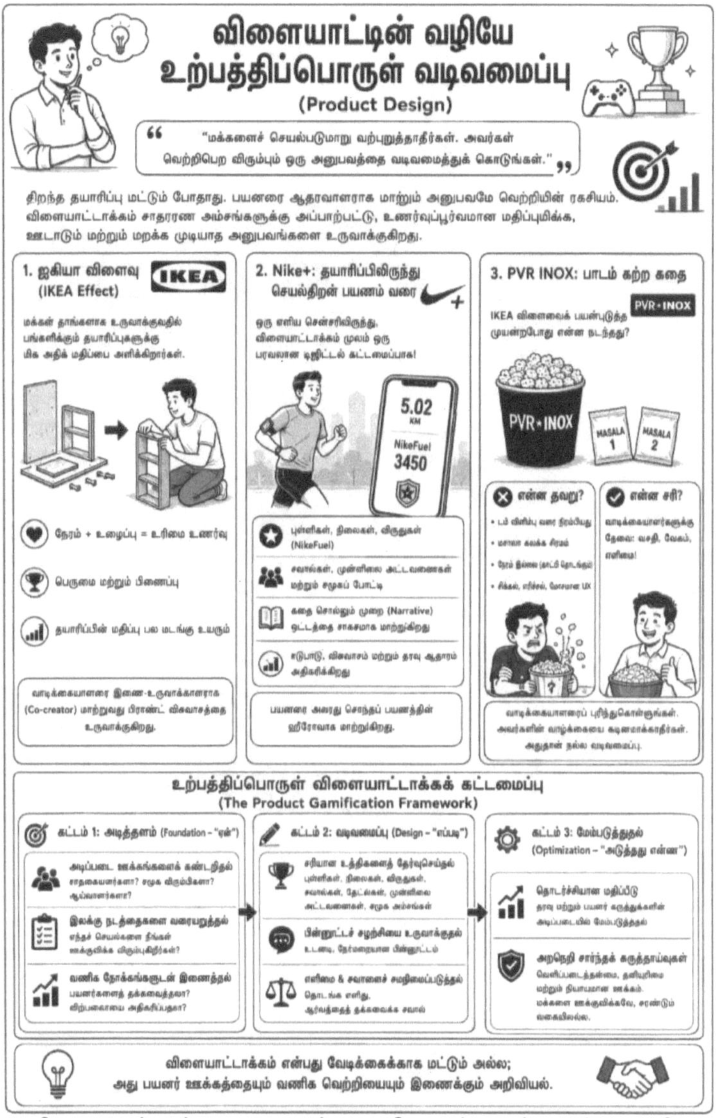

எளிமை மற்றும் சவாலைச் சமநிலைப்படுத்துதல்: பணிகள் தொடங்குவதற்கு எளிதாகவும், அதே சமயம் ஆர்வத்தைத் தக்கவைக்கச் சவாலானதாகவும் இருக்க வேண்டும்.

கட்டம் 3: மேம்படுத்துதல் (Optimization - "அடுத்தது என்ன")

தொடர்ச்சியான மதிப்பீடு: விளையாட்டாக்கம் என்பது ஒருமுறை செய்து முடிக்கும் வேலையல்ல. தரவுகள் மற்றும்

பயனர் கருத்துக்களைப் பயன்படுத்தி எது சிறப்பாகச் செயல்படுகிறது என்பதை மதிப்பீடு செய்யுங்கள்.

அறநெறி சார்ந்தக் கருத்தாய்வுகள்: உங்கள் விளையாட்டாக்கம் வெளிப்படையானதாக இருக்க வேண்டும்; மக்களைத் தவறாகக் கையாளக் கூடாது. நோக்கம் மக்களை ஊக்கப்படுத்துவதாக இருக்க வேண்டுமே தவிர, அவர்களைச் சுரண்டுவதாக இருக்கக் கூடாது.

கருத்துப்பேழை

தயாரிப்பு வடிவமைப்பில் விளையாட்டாக்கம் என்பது அடிப்படை மனித உளவியலைப் பயன்படுத்தித் தேக்கமான தயாரிப்புகளை ஊடாடும் அனுபவங்களாக மாற்றுகிறது.

ஐகியா விளைவு நமக்குக் கற்பிப்பது என்னவென்றால், பயனர்கள் ஒரு தயாரிப்பில் உழைப்பையும் முயற்சியையும் முதலீடு செய்யும்போது, அவர்கள் அதிக உரிமை உணர்வைப் பெறுகிறார்கள்.

Nike+ கட்டமைப்பு, புள்ளிகள் மற்றும் சவால்கள் போன்ற விளையாட்டு உத்திகள் எவ்வாறு ஒரு சாதாரணக் கருவியை சுய-மேம்பாட்டிற்கான ஒரு உணர்வுப்பூர்வமான பயணமாக மாற்றும் என்பதைக் காட்டுகிறது.

பாப்கார்ன் மசாலா விஷயத்தில், பயனர் அனுபவத்தைப் புறக்கணித்ததால் ஐகியா விளைவு தோல்வியடைந்தது.

வெற்றிகரமான விளையாட்டாக்க உத்தி என்பது பயனர் ஊக்கத்தைப் பற்றிய தெளிவான புரிதல், சமநிலையான வடிவமைப்பு மற்றும் அறநெறி சார்ந்த செயல்பாட்டின் மீது கட்டமைக்கப்பட வேண்டும்.

செயல்பாட்டுச் சரிபார்ப்புப் பட்டியல் (Application Checklist)

நமது இலக்கு பயனர்களையும் அவர்களின் அடிப்படைத் தூண்டுதல்களையும் (core motivations) நாம் கண்டறிந்துவிட்டோமா?

விளையாட்டாக்கத்தின் (gamification) மூலம் நாம் ஊக்குவிக்க விரும்பும் மிக முக்கியமான ஒற்றை நடத்தை எது?

நமது தயாரிப்பின் நோக்கத்திற்கு எந்தெந்த விளையாட்டு உத்திகள் (புள்ளிகள், சவால்கள், முன்னிலை அட்டவணைகள் போன்றவை) மிகச் சிறந்த முறையில் துணைபுரியும்?

பயனர்களின் முன்னேற்றம் குறித்து அவர்களுக்கு உடனுக்குடன் நேர்மறையான பின்னூட்டத்தை (feedback) நாம் எவ்வாறு வழங்க முடியும்?

2. விற்பனையில் வெளுத்துக்கட்ட

Sales and Marketing

“மக்கள் பொருட்களையோ
சேவைகளையோ வாங்குவதில்லை.
அவர்கள் உறவுகளையும், கதைகளையும்,
மந்திர மாயாஜாலங்களையுமே
வாங்குகிறார்கள்.”
சேத் கோடின் (சந்தைப்படுத்தல்
சிந்தனையாளர்)

விளம்பரப் பரப்புரைகளை வீரதீரப் பயணங்களாக மாற்றுங்கள் (Turn Campaigns into Adventures)

விளம்பரத் தடுப்பான்களும் (ad blockers), மக்களின் குறுகி வரும் கவனக் காலமும் நிறைந்த இவ்வேளையில், ஒரு நிறுவனத்தின் செய்தி வெறும் இரைச்சலாக மட்டுமே மாறிவிடக்கூடும். ஒரு நிறுவனம் நுகர்வோரிடம் ஒருதலைப்பட்சமாகப் பேசும் வழக்கமான விளம்பர முறை இன்று தன் வலிமையை இழந்து வருகிறது. தற்போது வெற்றிகரமாக விளங்கும் நிறுவனங்கள், தாங்களே முன்னின்று கதையை நடத்துவதை விடுத்து, வாடிக்கையாளர்களை ஒரு விரிவடையும் சாகசப் பயணத்தின் கதாநாயகர்களாக மாற்றுகின்றன. தங்கள் விற்பனை மற்றும் சந்தைப்படுத்தல் பரப்புரைகளில் விளையாட்டாக்கக் கோட்பாடுகளை (game-like principles) புகுத்துவதன் மூலம், இந்நிறுவனங்கள் வெறும் பொருட்களை விற்பனை செய்யாமல், ஈர்க்கக்கூடிய அனுபவங்களை உருவாக்குகின்றன. இது செயலற்ற நிலையில் இருக்கும் ஒரு வாடிக்கையாளரை, உற்சாகத்துடன் பங்கெடுக்கும் ஒரு வீரனாக மாற்றுகிறது.

ஹாரியர் இவி மற்றும் ஆனைப்பாறை (Harrier EV and Aanappara)

டாடா மோட்டார்ஸ் நிறுவனம் தனது ஹாரியர் இவி (Harrier EV) எனும் மின்சார அதிநவீன வாகனத்தை (Electric SUV) அறிமுகப்படுத்தியபோது சந்தையில் கடுமையான போட்டி நிலவியது. வழக்கமான விளம்பரங்களைப் போல வாகனத்தின் சிறப்பம்சங்களை மட்டும் பட்டியலிடாமல், அவர்கள் ஒரு ஆற்றல்மிக்க, ஊடாடும் பரப்புரையை (interactive campaign) உருவாக்கினர். இது தயாரிப்பு விளக்கத்தை ஒரு சவாலாக மாற்றியது. இடுக்கி மாவட்டத்தில் 4000 அடி உயரத்தில் யானையின் வடிவத்தில் அமைந்திருக்கும் 'ஆனைப்பாறை' மலைகளின் மீது, அந்த வலிமைமிக்க வாகனம் ஏறுவது போன்ற காட்சிகள் சித்திரிக்கப்பட்டன. இது வாகனத்தின் ஆற்றலையும் திருப்புவிசையையும் (torque) ஒரு

கற்பனை கலந்த சாகச வடிவில் மிக நேர்த்தியாக வெளிப்படுத்தியது.

இந்த விளம்பரப் பரப்புரை வாகனத்தின் வலிமையைப் பற்றி வெறும் தகவல்களை மட்டும் கூறாமல், அதன் திறனை ஒரு காட்சிப் பயணமாக (visually engaging quest) உணர வைத்தது. ஹாரியர் இவி-யை கதாநாயகனின் நம்பிக்கைக்குரிய வாகனமாகச் சித்தரித்த இக்கதை, ஆற்றலையும் ஆளுமையையும் பறைசாற்றியது. இந்த மாற்றம் வாகனத்தின் செயல்திறனை வெறும் ஒரு சிறப்பம்சமாக மட்டும் பார்க்காமல், மற்றவர்களுடன் பகிர்ந்து கொள்ள வேண்டிய ஒரு சாதனையாக (feat) மாற்றியது.

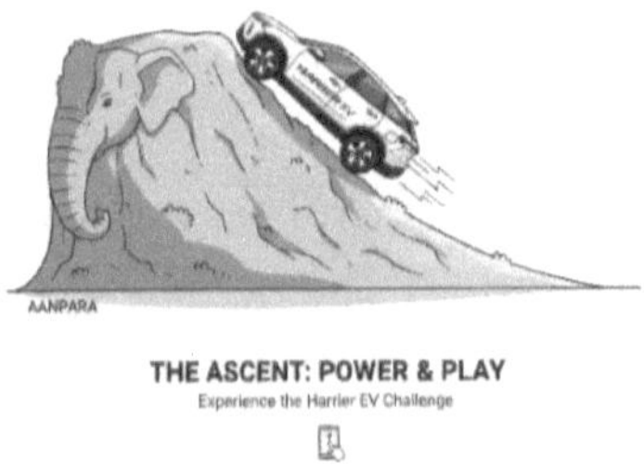

சாகசமே தயாரிப்பு (The Adventure is the Product)

டாடா ஹாரியர் பரப்புரை ஒரு புனையப்பட்ட கதையாக இருந்த நிலையில், ராயல் என்பீல்டு (Royal Enfield) நிறுவனம் இந்தச் சிந்தனையை அடுத்த கட்டத்திற்கு எடுத்துச் சென்றது. அது ஒரு பரப்புரையையே நிஜ வாழ்க்கையின் ஒரு சடங்காக (rite of passage) மாற்றியது. பல தசாப்தங்களாக, ராயல் என்பீல்டு என்றாலே அது கரடுமுரடான, சாகசம் நிறைந்த பயணங்களுக்குப் பெயர் பெற்றது. அவர்களின் 'இமயமலைச் சாகசம்' (Himalayan Adventure) எனும் பரப்புரை, வெறும் கடினமான நிலப்பரப்புகளுக்கான மோட்டார் சைக்கிள்களை விற்பதோடு நின்றுவிடாமல், அந்த நிலப்பரப்புகளை வென்று வெற்றி கொள்ளும் அனுபவத்தையே விற்பனை செய்தது.

இப்பரப்புரையில் நடிகர்கள் பயன்படுத்தப்படவில்லை; மாறாக ராயல் என்பீல்டு ஆர்வலர்களையும் பயண விரும்பிகளையும் இமயமலையில் ஒரு வழிகாட்டப்பட்ட பயணத்தில் பங்கேற்க அழைத்தது. இது ஒரு விளம்பரம் அல்ல; இது ஒரு நிஜ வாழ்க்கைத் தேடல் (quest). இதற்கான வெகுமதி வெறும் புதிய மோட்டார் சைக்கிள் மட்டுமல்ல, வாழ்நாள் முழுவதும் சொல்லிக்கொள்ளக் கூடிய சாதனைகள், தோழமை மற்றும் மறக்க முடியாத நினைவுகள் ஆகியவையே ஆகும். இத்தகைய சாகசத்தை ஒருங்கிணைப்பதன் மூலம், ராயல் என்பீல்டு தனது அடையாளத்தை வலுப்படுத்தியது மட்டுமல்லாமல், ஒரு வலிமையான ஆதரவாளர் கூட்டத்தையும் உருவாக்கியது. இங்கே வாடிக்கையாளர் ஒரு பொருளை மட்டும் வாங்கவில்லை; ஒரு பகிரப்பட்ட லட்சியத்தில் (shared ethos) தன்னை இணைத்துக் கொள்கிறார். இதுவே யாரும் நுழையாத சந்தை வெளியை உருவாக்கும் 'நீலக்கடல் உத்தி' (Blue Ocean strategy) ஆகும்.

சேகரிப்பதன் வலிமை (The Power of the Collection)

விளையாட்டாக்க முறை எவ்வாறு விற்பனையைத் தூண்டுகிறது என்பதற்கு மெக்டொனால்ட்ஸ் (McDonald's) நிறுவனத்தின் ஆண்டுதோறும் நடைபெறும் 'மொனோபோலி' (Monopoly) பரப்புரை ஒரு சிறந்த உதாரணம். பல தசாப்தங்களாகத் தொடரும் இப்பரப்புரை, தயாரிப்பு விற்பனையை விளையாட்டு நுட்பங்களுடன் மிகச்சிறப்பாக இணைக்கிறது. இதன் விதிகள் எளிமையானவை: வாடிக்கையாளர்கள் ஒவ்வொரு முறையும் பொருள் வாங்கும்போது சில ஸ்டிக்கர்களைப் பெறுவார்கள்; அவற்றைச் சேகரிப்பதன் மூலம் இலவச உணவு முதல் கார் அல்லது பணம் வரை பெரும் பரிசுகளை வெல்ல முடியும்.

இந்த விளம்பரத்தின் ரகசியம் இரண்டு உளவியல் தூண்டுதல்களில் அடங்கியுள்ளது. முதலாவது, 'சேகரிக்கும்' (collection) பழக்கம். இது ஒவ்வொரு கொள்முதலின் போதும் ஒரு நோக்கத்தையும் முன்னேற்றத்தையும் தருகிறது. இரண்டாவது, 'மாறுபடும் விகித வலுவூட்டல்' (variable-ratio reinforcement). அடுத்த ஸ்டிக்கரில் என்ன கிடைக்கும் என்று தெரியாத அந்த எதிர்பார்ப்பு, வாடிக்கையாளர்களை மீண்டும் மீண்டும் வர வைக்கிறது. இது ஒரு கொள்முதலை வெறும் பணப் பரிமாற்றமாகப் பார்க்காமல், ஒரு விளையாட்டாக உணர வைக்கிறது.

சாகசப் பரப்புரைக் கட்டமைப்பு (The Adventure Campaign Framework)

வாடிக்கையாளரை கதாநாயகனாக மாற்றுதல் ஒரு விளையாட்டாக்க சந்தைப்படுத்தல் உத்தியைச் செயல்படுத்த,

நீங்கள் ஒரு சந்தைப்படுத்துபவராகச் சிந்திக்காமல், ஒரு விளையாட்டு வடிவமைப்பாளராகச் சிந்திக்க வேண்டும்.

நிலை 1: தேடலை வரையறுத்தல் (Define the Quest) வாடிக்கையாளர்கள் தீர்க்க வேண்டிய அடிப்படைச் சவால் என்ன? அது ஒரு தள்ளுபடிக்கான புதிரா அல்லது ஒரு பெரும் பரிசை வெல்வதற்கான போட்டியா? இந்தத் 'தேடல்' நேரடியாக உங்கள் வணிக நோக்கத்துடன் (விற்பனை அதிகரிப்பு அல்லது பிராண்ட் விழிப்புணர்வு) இணைக்கப்பட்டிருக்க வேண்டும்.

நிலை 2: கதாநாயகனைத் தேர்ந்தெடுத்தல் (Cast the Hero) உங்கள் கதையின் நாயகன் யார்? உங்கள் இலக்கு வாடிக்கையாளர்களின் தூண்டுதல்களைப் புரிந்து கொள்ளுங்கள். அவர்கள் அந்தஸ்தை விரும்புகிறார்களா, சுதந்திரமாகச் செயல்படத் துடிக்கிறார்களா அல்லது சமூகத் தொடர்பை நாடுகிறார்களா? நீங்கள் தேர்ந்தெடுக்கும் விளையாட்டு நுட்பம் அவர்களின் அடிப்படைத் தேவையுடன் ஒத்துப்போக வேண்டும்.

நிலை 3: உலகத்தை உருவாக்குதல் மற்றும் வெகுமதிகளைத் தேர்ந்தெடுத்தல் (Build the World and Choose the Rewards) வெறும் புள்ளிகளை மட்டும் வழங்காமல், ஒரு சுவாரசியமான கதையைச் சொல்லுங்கள். ஒரு நன்கு வடிவமைக்கப்பட்ட விளையாட்டு உலகம் (அது டிஜிட்டல் தளமாகவோ அல்லது நிஜ இடமாகவோ இருக்கலாம்) அந்த அனுபவத்தை ஆழமாகப் பதியச் செய்யும். வெகுமதிகள் தொட்டுணரக்கூடியதாகவும் (பரிசுகள்) மற்றும் உணர்வுப்பூர்வமானதாகவும் (அங்கீகாரம், சாதனை உணர்வு)

இருக்க வேண்டும்.

கருத்துப்பேழை

விளையாட்டாக்கம், ஒரு செயலற்ற விளம்பரத்தை ஈர்க்கக்கூடிய சாகசப் பயணமாக மாற்றுகிறது.

மிகச்சிறந்த பரப்புரைகள் வெறும் பொருட்களை விற்பதில்லை; அவை மறக்க முடியாத அனுபவங்களை விற்கின்றன.

சேகரித்தல், கதை சொல்லுதல் போன்ற உளவியல் கோட்பாடுகள் வாடிக்கையாளர் நடத்தையை மாற்றியமைக்கின்றன.

ராயல் என்பீல்டு மற்றும் மெக்டொனால்ட்ஸ் போன்ற நிறுவனங்கள், விளையாட்டாக்கம் என்பது டிஜிட்டல் தயாரிப்புகளுக்கு மட்டுமல்ல, நிஜ உலகப் பொருட்களுக்கும் பொருந்தும் என்பதை நிரூபிக்கின்றன.

சாகசப் பரப்புரைச் சரிபார்ப்புப் பட்டியல் (The Adventure Campaign Checklist)

நோக்கம்: இப்பரப்புரையின் முதன்மை வணிக இலக்கை (விற்பனை, விழிப்புணர்வு அல்லது தக்கவைத்தல்) நாம் வரையறுத்துவிட்டோமா?

வாசகர்கள்: நமது வாசகர்களின் விருப்பங்களைப் புரிந்து கொண்டு, அதற்கு ஏற்றவாறு பரப்புரையைத் தேர்ந்தெடுத்துள்ளோமா?

தேடல்: இப்பரப்புரையின் 'சாகசம்' அல்லது 'சவால்' வாடிக்கையாளர் எளிதில் புரிந்து கொள்ளும் வகையில் இருக்கிறதா?

வெகுமதிகள்: நமது வெகுமதிகள் பரிசுகளையும் (பணம்/தள்ளுபடி) மற்றும் உணர்வுப்பூர்வமான நன்மைகளையும் (அங்கீகாரம்/சாதனை) உள்ளடக்கியுள்ளதா?

அளவீடு: வெற்றியையும் ஈடுபாட்டையும் நாம் எவ்வாறு கண்காணிக்கப் போகிறோம்?

3. பயிற்சி மற்றும் மேம்பாடு

Training and Development

"பயிற்சிகள் தோல்வியடைவது மக்கள் கற்கத் தெரியாததால் அல்ல; மாறாகக் கற்றல் என்பது ஒரு கடினமான வேலையாகத் தெரிவதால்தான். அதைப் போன்று ஒரு விளையாட்டாக வடிவமைத்துப் பாருங்கள், அதில் ஆளுமை பெறுவது என்பது இயல்பாகவே நிகழும்."

பயிற்சி: சலிப்பிலிருந்து புத்துணர்ச்சிக்கு (Training: From Boring to Energizing)

நாம் அனைவரும் அத்தகைய சூழலைச் சந்தித்திருப்போம்: ஒரு மந்தமான கூட்ட அரங்கம், ஒருபுறம் ஓடிக்கொண்டிருக்கும் ஒளிக்காட்சி கருவியின் இரைச்சல், மற்றொன்றில் முடிவில்லாத ஒரு விளக்கப்படக் காட்சி (PowerPoint). அதுவே ஒரு பயிற்சி வகுப்பின் பின்னணியாக இருக்கும். அங்கிருப்பவர்களின் கண்கள் சோர்வடையும், மனம் எங்கோ அலைபாயும், கற்றுக் கொண்ட விஷயங்கள் நினைவில் நிற்கும் திறன் வெகுவாகக் குறையும். பெருநிறுவன வாழ்க்கையில் சாதாரணமாக நிகழும் இந்தச் சூழல் ஒரு அடிப்படைப் பிரச்சனையைச் சுட்டிக்காட்டுகிறது: கற்றலை வெறும் தகவல்களைப் பரிமாறும் ஒருதலைப்பட்சமான செயலாகக் கருதும் பாரம்பரியப் பயிற்சி முறைகள், நவீன காலப் பணியாளர்களைக் கவரத் தவறிவிடுகின்றன.

இதற்கான தீர்வு, "அறிவை உள்வாங்குதல்" எனும் செயலற்ற நிலையிலிருந்து, "திறன்களைக் கையாளுதல்" எனும் செயலூக்க நிலைக்கு மாறுவதே ஆகும். பயிற்சியை ஒரு ஆற்றல்மிக்க விளையாட்டைப் போன்ற அனுபவமாக மாற்றுவதன் மூலம் இதைச் சாதிக்கலாம். விளையாட்டாக்கம் (Gamification) என்பது சவால்கள், முன்னேற்றம் மற்றும் ஆளுமை ஆகியவற்றின் மீதான மனித விருப்பத்தைப் பயன்படுத்தி, கற்றல் எனும் செயலையே ஒரு சுவாரசியமான தேடலாக (Quest) மாற்றுகிறது.

மூன்ஷாட் நிறுவனத்தின் விளையாட்டாக்கம் சார்ந்த பயிற்சி (Moonshot's Gamified Training)

எமது 'மூன்ஷாட்' (Moonshot) நிறுவனம் இதற்கென ஒரு சுவாரசியமான மற்றும் பயனுள்ள மாதிரியை உருவாக்கியுள்ளது. அவர்களின் திட்ட மேலாண்மை (Project Management) குறித்த பயிற்சிப் பட்டறையில், வெறும் கோட்பாடுகளைப் பேசாமல், சவால்கள்

நிறைந்த ஒரு கற்றல் சூழலை அவர்கள் உருவாக்குகிறார்கள். இந்தப் பயிற்சிப் பட்டறை ஒரு ஈர்க்கக்கூடிய "இலட்சியப் பயணமாக" (Mission) வடிவமைக்கப்பட்டுள்ளது. இதில் பங்கேற்பாளர்கள் குழுக்களாக இணைந்து, ஒரு திட்டத்தை வெற்றிகரமாக முடிக்க ஒன்றோடொன்று இணைக்கப்பட்ட பல சவால்களை எதிர்கொள்ள வேண்டும்.

இங்கே 'கான்ட் சார்ட்' (Gantt chart) பற்றிய விரிவுரைகளைக் கேட்பதற்குப் பதிலாக, பணிகளைச் சரியான வரிசையில் அமைப்பதற்குக் கூடுதல் புள்ளிகள் வழங்கப்படுகின்றன. எதிர்பாராத தடைகளைத் தாண்டிச் செல்லும்போது அவர்களுக்கு "அனுபவப் புள்ளிகள்" (Experience points) கிடைக்கின்றன; படைப்பாற்றல் மிக்கத் தீர்வுகளுக்குச் சிறப்புப் பதக்கங்கள் (Badges) வழங்கப்படுகின்றன. இது வெறும் பொழுதுபோக்கு மட்டுமல்ல; இது பயிற்சியின் முக்கியத்துவத்தை உணர வைக்கிறது, விரைவான முடிவெடுக்கும் திறனை வளர்க்கிறது மற்றும் அவர்களின் செயல்பாடுகள் குறித்த உடனடிப் பின்னூட்டத்தை வழங்குகிறது. ஒரு சிக்கலான தலைப்பைச் செயல்முறை விளையாட்டு மூலம் புரிய வைப்பதன் மூலம், பாடங்கள் வெறும் புரிதலோடு நின்றுவிடாமல், ஆழமான அனுபவமாக மாறி மனதில் நிலைக்கின்றன.

விளையாட்டு வழி கற்றலின் வலிமை (The Power of Play-Based Learning)

விளையாட்டாக்கம் சார்ந்த கற்றல் முறைகள் புதியவை அல்ல; அவை பல தசாப்தங்களாகப் பல்வேறு வடிவங்களில் பயன்படுத்தப்பட்டு வருகின்றன. இதற்கு இரண்டு முக்கியமான உதாரணங்களைச் சொல்லலாம்: 'ஸ்பாகெட்டி-மார்ஷ்மெல்லோ சவால்' (Spaghetti–Marshmallow Challenge) மற்றும் 'பாத்திரமேற்று நடித்தல்' (Role-playing).

'ஸ்பாகெட்டி-மார்ஷ்மெல்லோ சவால்' என்பது எளிமையானது, ஆனால் ஆழமானது. ஒரு குழுவிற்கு 20 ஸ்பாகெட்டி குச்சிகள், ஒரு கஜம் நீளமுள்ள ஒட்டும் நாடா (Tape), ஒரு கஜம் நூல் மற்றும் ஒரு மார்ஷ்மெல்லோ மிட்டாய் வழங்கப்படும். அவர்கள் 18 நிமிடங்களில் இவை அனைத்தையும் கொண்டு விழாத ஒரு உயரமான கோபுரத்தை உருவாக்க வேண்டும். இது வெறும் கோபுரத்தை உருவாக்குவதைப் பற்றியது மட்டுமல்ல; இது குழுவாக இணைந்து செயல்படுதல், முன்மாதிரிகளைச் சோதித்தல் (Prototype testing) மற்றும் தவறுகளிலிருந்து விரைவாகக் கற்றல் ஆகியவற்றைக் கற்பிக்கும் ஒரு சிறந்த பாடமாகும். இதில் வெற்றி பெறுபவர்கள் மிக விரிவான திட்டமிடல் செய்பவர்கள் அல்ல; மாறாகத் தங்கள் அனுமானங்களை உடனடியாகச் சோதித்துப் பார்த்து, தவறுகளை ஆரம்பத்திலேயே கண்டறிபவர்களே வெற்றி பெறுகிறார்கள்.

THE SPAGHETTI-MARSHMALLOW CHALLENGE

அதேபோல், விற்பனைப் பயிற்சியில் (Sales training), வழக்கமான பாத்திரமேற்று நடிக்கும் முறையை விளையாட்டாக்கம் மூலம் இன்னும் சிறப்பாக்கலாம். வெறும் "நல்ல முயற்சி" என்று பாராட்டுவதற்குப் பதிலாக, வாடிக்கையாளரின் ஆட்சேபனைகளைச் சரியாகக் கையாளுதல், இணக்கமான உறவை உருவாக்குதல் அல்லது ஒரு விற்பனை ஒப்பந்தத்தை முடித்தல் போன்ற ஒவ்வொன்றிற்கும் புள்ளிகளை வழங்கலாம். குறிப்பிட்ட நடத்தைகளுக்குப் புள்ளிகள் வழங்கும்போது, அந்தப் பயிற்சி ஒரு சங்கடமான நடிப்பாக இல்லாமல், திறனை வளர்க்கும் சவாலாக மாறுகிறது. ஒரு முன்னிலை அட்டவணையில் (Leaderboard) தங்கள் முன்னேற்றத்தைக் காண்பது, ஆரோக்கியமான போட்டி மனப்பான்மையை உருவாக்கித் தங்களை மேம்படுத்திக் கொள்ளும் ஆர்வத்தைத் தூண்டுகிறது.

விளையாட்டாக்கம் சார்ந்த கற்றல் வடிவமைப்புக் கட்டமைப்பு (The Gamified Learning Design Framework)

பயிற்சியில் விளையாட்டாக்கத்தை வெற்றிகரமாக ஒருங்கிணைக்க ஒரு உத்தி தேவை. கற்றல் அனுபவத்தை ஆற்றல்மிக்கதாக மாற்ற உதவும் வரைபடம் இதோ:

தூண் 1: சவால் (நோக்கம்) [The Challenge - Purpose]

கற்றல் நோக்கத்தை வரையறுத்தல்: பங்கேற்பாளர்கள் என்ன குறிப்பிட்ட திறன்களைப் பெற வேண்டும் என்பதில் தெளிவாக

இருங்கள். "தலைமைத்துவத்தைப் பற்றித் தெரிந்துகொள்ளுதல்" என்பதற்குப் பதிலாக, "ஆக்கப்பூர்வமான பின்னூட்டம் அளிப்பதைப் பயிற்சி செய்தல்" எனத் துல்லியமாக இலக்கை நிர்ணயியுங்கள்.

விளையாட்டின் விதிகளை வகுத்தல்: விதிகள் தெளிவானதாகவும், எளிமையானதாகவும், நேர்மையானதாகவும் இருக்க வேண்டும். புள்ளிகள் எவ்வாறு ஈட்டப்படுகின்றன? ஒரு நிலையை முடிக்க வேண்டிய நிபந்தனைகள் என்ன? போன்ற தெளிவான கட்டமைப்பு குழப்பங்களைத் தவிர்க்கும்.

தூண் 2: ஆட்டக்காரர் (ஊக்கம்) [The Player - Motivation]

பங்கேற்பாளர்களைப் புரிந்துகொள்ளுதல்: ஒவ்வொருவரும் ஒவ்வொரு விதமான தூண்டுதலால் ஈர்க்கப்படுவார்கள். சிலர் சாதனை புரிய விரும்புவார்கள், சிலர் மற்றவர்களுடன் இணைந்து செயல்பட விரும்புவார்கள், சிலர் அந்தஸ்தை (முன்னிலை அட்டவணையில் இடம் பெறுவதை) விரும்புவார்கள். உங்கள் விளையாட்டு உத்திகளை இவர்களுக்கு ஏற்றவாறு வடிவமைக்க வேண்டும்.

பயன்படுத்துபவருக்கு அதிகாரம் அளித்தல்: கற்றல் பயணத்தில் பங்கேற்பாளர்களுக்குச் சுதந்திரம் அளிப்பது அவசியம். அவர்கள் தங்கள் விருப்பத்திற்கேற்ப வேகத்தையோ அல்லது பாதையையோ தேர்ந்தெடுக்கும்போது, அவர்களின் ஈடுபாடும் பொறுப்புணர்வும் அதிகரிக்கும்.

தூண் 3: விளையாட்டு (உத்திகள்) [The Play - Mechanics]

சரியான விளையாட்டு கூறுகளைத் தேர்ந்தெடுங்கள்: உங்கள் நோக்கங்களுடன் ஒத்துப்போகும் கூறுகளை இணையுங்கள்:

புள்ளிகள் மற்றும் பதக்கங்கள்: சிறு சிறு முன்னேற்றங்களை அங்கீகரிக்கவும், ஊக்கப்படுத்தவும் இவை பயன்படுகின்றன.

முன்னிலை அட்டவணைகள் (Leaderboards): போட்டிச் சூழலை உருவாக்கவும், வெளிப்படையான அங்கீகாரத்தை வழங்கவும் இவை சிறந்தவை.

உருவகப்படுத்துதல்கள் மற்றும் தேடல்கள் (Simulations and Quests): சிக்கலான பணிகளை ஒரு சுவாரசியமான கதையாக மாற்ற இவை உதவுகின்றன.

உடனடி மற்றும் அர்த்தமுள்ள பின்னூட்டம்: விளையாட்டில் ஒவ்வொரு செயலுக்கும் உடனடி விளைவு இருக்கும். அதையே பயிற்சியிலும் கடைபிடியுங்கள். ஒரு குழு சவாலை முடித்தவுடன் அல்லது ஒரு விற்பனைப் பயிற்சியை முடித்தவுடன், உடனடிப் பின்னூட்டம் வழங்குவது கற்றலை வலுப்படுத்தும்.

கருத்துப்பேழை

விளையாட்டாக்கம் சார்ந்த பயிற்சி, செயலற்ற கற்றலைச் செயலூக்கமுள்ள பங்கேற்பாக மாற்றுகிறது. இது கற்றல் ஈடுபாட்டையும் நினைவாற்றலையும் கணிசமாக உயர்த்துகிறது.

மிகச்சிறந்த விளையாட்டாக்கம் சார்ந்த பயிற்சிகள், குறிப்பிட்ட கற்றல் நோக்கங்களையும் நிஜ உலக வணிகச் சவால்களையும் விளையாட்டு உத்திகள் மூலம் அணுகுகின்றன.

செயல்முறை ரீதியான மற்றும் ஊடாடும் கற்றல் முறைகள் (உதாரணம்: ஸ்பாகெட்டி-மார்ஷ்மெல்லோ சவால்) பாரம்பரிய முறைகளை விட அதிகப் பலன் அளிக்கின்றன.

விளையாட்டாக்கம் சார்ந்த கற்றல் சரிபார்ப்புப் பட்டியல் (The Gamified Learning Checklist)

நோக்கம்: நாம் கற்றுக்கொடுக்க வேண்டிய திறன்கள் அல்லது அறிவைத் தெளிவாக வரையறுத்துவிட்டோமா?

ஆட்டக்காரர்கள்: நமது பயிற்சியாளர்களை ஊக்கப்படுத்துவது எது என்பதை நாம் புரிந்து கொண்டுள்ளோமா?

விதிகள்: நமது "விளையாட்டின்" விதிகள் தெளிவானதாகவும் வெளிப்படையானதாகவும் இருக்கின்றனவா?

பின்னூட்டம்: செயல்பாடுகள் குறித்த உடனடிப் பின்னூட்டத்தை வழங்க ஒரு முறையை உருவாக்கியுள்ளோமா?

உத்திகள்: பயிற்சியாளர்களைத் தொடர்ந்து ஈடுபடுத்தத் தேவையான புள்ளிகள், பதக்கங்கள், சவால்கள் போன்ற பல்வேறு உத்திகளைப் பயன்படுத்துகிறோமா?

4. வாடிக்கையாளர்களை கவரும் உத்திகள்

Customer Loyalty

"நீங்கள் அவர்களுக்கு என்ன செய்தீர்கள் என்பதை மக்கள் மறந்துவிடலாம், ஆனால் நீங்கள் அவர்களை எவ்வாறு உணர வைத்தீர்கள் என்பதை அவர்கள் ஒருபோதும் மறக்க மாட்டார்கள்."
மாயா ஏஞ்சலோ (Maya Angelou)

வெகுமதிகளுக்காக விளையாடுதல் (Playing for Rewards)

இன்றைய கடும் போட்டி நிறைந்த சூழலில், வணிக நிறுவனங்கள் வெறும் சந்தைப் பங்கிற்காக (market share) மட்டும் போராடுவதில்லை; அவை மக்களின் மனங்களைப் பிடிப்பதற்கே (mind share) போராடுகின்றன. ஒரு வாடிக்கையாளரின் தெரிவு என்பது விலை அல்லது தரம் சார்ந்த அறிவுப்பூர்வமான முடிவு மட்டுமல்ல. மாறாக, ஒரு நிறுவனம் உருவாக்கும் உணர்வுப்பூர்வமான பிணைப்பும், அந்த நிறுவனத்தைச் சார்ந்திருக்கிறோம் என்ற உணர்வுமே அந்த முடிவைத் தீர்மானிக்கின்றன. ஒருகாலத்தில் வெறும் தள்ளுபடி அட்டைகளாக (discount cards) இருந்த விசுவாசத் திட்டங்கள், இன்று இந்த உளவியல் உண்மையை அடிப்படையாகக் கொண்டு அதிநவீன விளையாட்டாக்கம் (gamification) நிறைந்த அமைப்புகளாக உருவெடுத்துள்ளன. இவை வெறும் கொடுக்கல்-வாங்கல் உறவை, ஒரு சுவாரசியமான பயணமாக மாற்றுகின்றன. இங்கே ஒவ்வொரு கொள்முதலும் ஒரு புதிய நிலையை அடையவும், புதிய வெகுமதிகளைப் பெறவும், ஒரு ஆழமான பிணைப்பை உருவாக்கவும் உதவும் படியாக அமைகிறது.

குறுக்கு வழியில் அல்லது குறைந்த கட்டணத்தில் பயணம் செய்ய மற்றொரு வானூர்தி நிறுவனம் வழிவகை செய்தாலும், ஒரு குறிப்பிட்ட நிறுவனத்தையே தேர்ந்தெடுக்கும் ஒரு பயணியைப் பற்றிச் சிந்தித்துப் பாருங்கள். ஏன் அவர் அந்த முடிவை எடுக்கிறார்? அந்த முடிவு அந்த ஒரு பயணத்தைப் பற்றியது அல்ல; அது ஒரு நீண்டகால விளையாட்டைப் பற்றியது. அந்தப் பயணி தனது அந்தஸ்திற்காக (status) விளையாடுகிறார்: 'தங்கம்' (Gold) அல்லது 'பிளாட்டினம்' (Platinum) போன்ற உயரிய நிலைகளை அடையவும், தனித்துவமான ஓய்வறைகளைப் பயன்படுத்தவும், முன்னுரிமை அடிப்படையில் வானூர்தியில் ஏறவும் அவர் விழைகிறார். வானூர்தி நிறுவனங்களும் கடன் அட்டை (credit card) நிறுவனங்களும் பயண மற்றும் நிதித் துறைகளை மிகச்சிறந்த முறையில் விளையாட்டாக்கம் செய்துள்ளன. அவர்கள் நீங்கள்

செலவழிக்கும் ஒவ்வொரு ரூபாயையும் புள்ளிகளாகவும், ஒவ்வொரு பயணத்தையும் ஒரு உயரிய நிலையை நோக்கிய முன்னேற்றமாகவும் மாற்றுகிறார்கள். புள்ளிகளைச் சேகரித்தல், நிலைகளை உயர்த்துதல் மற்றும் சிறப்புச் சலுகைகளைத் திறத்தல் போன்ற விளையாட்டு உத்திகள், வாடிக்கையாளரை வெறும் ஒரு பயணியாகப் பார்க்காமல், ஒரு தனித்துவமான உறுப்பினராக உணர வைக்கின்றன.

ஸ்டார்பக்ஸ் வெகுமதிகள்: காபியிலிருந்து ஒரு தேடல் வரை (Starbucks Rewards: From Coffee to Quest)

தினசரி காபி குடிக்கும் பழக்கத்தை ஒரு ஈர்க்கக்கூடிய விளையாட்டாக மாற்றுவதில் ஸ்டார்பக்ஸ் (Starbucks) நிறுவனம் சிறந்து விளங்குகிறது. அவர்களின் கைபேசி செயலியுடன் ஒருங்கிணைக்கப்பட்ட விசுவாசத் திட்டம், விளையாட்டாக்கத்திற்கு ஒரு மிகச்சிறந்த உதாரணமாகும். ஒவ்வொரு கொள்முதலும் வாடிக்கையாளருக்கு "நட்சத்திரங்களை" (stars) ஈட்டித் தருகிறது; இது ஒரு காட்சிப் பலகையில் (progress bar) தெளிவாகக் காட்டப்படுகிறது. இந்த எளிய உத்தி இரண்டு முக்கியமான காரியங்களைச் செய்கிறது:

முன்னேற்றத்தைக் கண்காணிக்க வைக்கிறது: ஒவ்வொரு முறை பொருள் வாங்கும்போதும் தனது முன்னேற்றப் பலகை நிறைவடைவதை ஒரு பயனர் பார்க்க முடியும். இது அவருக்கு ஒரு இலவச வெகுமதியை நோக்கிச் செல்கிறோம் என்ற ஊக்கத்தைத் தருகிறது. இந்தத் தெளிவான காட்சிப் பின்னூட்டம் (feedback), ஒவ்வொரு கொள்முதலும் வெறும் பணப் பரிமாற்றம் மட்டுமல்லாமல், அர்த்தமுள்ள ஒரு செயலாக உணர வைக்கிறது.

சாதனை உணர்வை உருவாக்குகிறது: ஒரு இலவச பானத்தைப் பெறுவது என்பது வெறும் தள்ளுபடி அல்ல; அது ஒருவரின் முயற்சிக்கும் விசுவாசத்திற்கும் கிடைத்த வெகுமதி. இத்தகைய வடிவமைப்பு, வாடிக்கையாளர் ஏதோ ஒன்றை "வென்றுவிட்டதாக" உணரச் செய்கிறது. இது அந்த நிறுவனத்தின் மீதான அவர்களின் ஈடுபாட்டை வலுப்படுத்துகிறது.

மேலும், "தொடர்ந்து மூன்று நாட்கள் காபி வாங்கினால் கூடுதல் நட்சத்திரங்கள்" போன்ற தனிப்பயனாக்கப்பட்ட சவால்களை இச்செயலி வழங்குகிறது. இவை குறுகிய கால இலட்சியப் பயணங்களாக (quests) அமைந்து, வாடிக்கையாளர்களைத் தொடர்ந்து வரத் தூண்டுகின்றன. காபி வாங்குவதை ஒரு சாதனையாக மாற்றியதே இந்தத் திட்டத்தின் வெற்றியாகும்.

நம்பிக்கை சுழற்சிக் கட்டமைப்பு (The Loyalty Loop Framework)

ஒரு பயனுள்ள விசுவாசத் திட்டத்தை வடிவமைக்கத் திட்டமிட்ட அணுகுமுறை அவசியம். ஒரு சாதாரணக் கொடுக்கல்-வாங்கல் முறையை, விளையாட்டாக்கம் நிறைந்த உறவாக மாற்ற உதவும் வரைபடம் இதோ:

நிலை 1: தேடலை வரையறுத்தல் (Define the Quest)

வாடிக்கையாளரின் இலக்கு என்ன? அவர்கள் இலவசப் பொருட்களை விரும்புகிறார்களா, உயரிய அந்தஸ்தை நாடுகிறார்களா அல்லது ஒரு சமூகத்தின் அங்கமாக இருக்க விரும்புகிறார்களா? உங்கள் திட்டத்தின் தேடல் தெளிவானதாகவும், மற்றவர்களை ஈர்க்கக்கூடியதாகவும் இருக்க வேண்டும்.

வணிக இலக்கு என்ன? வாடிக்கையாளரின் வருகையை அதிகரிக்க வேண்டுமா அல்லது ஒருமுறை அவர்கள் செலவிடும் தொகையை உயர்த்த வேண்டுமா? உங்கள் தேடல் இந்த வணிக நோக்கத்திற்கு உதவ வேண்டும்.

நிலை 2: வருவாய் உத்திகளை வடிவமைத்தல் (Design the Earning Mechanics)

புள்ளிகளை ஈட்டுவதை இனிமையாக்குங்கள்: வெறும் புள்ளிகளோடு நிறுத்தாமல், நிலைகளை (உதாரணமாக: வெண்கலம், வெள்ளி, தங்கம்), குறிப்பிட்ட செயல்பாடுகளுக்கான பதக்கங்கள் அல்லது டிஜிட்டல் சேகரிப்புப் பொருட்களைப் பயன்படுத்துங்கள். புள்ளிகளைப் பெறுவதே ஒரு விளையாட்டைப் போல சுவாரசியமாக இருக்க வேண்டும்.

வெகுமதிகளைக் கலந்து வழங்குங்கள்: சிறிய மற்றும் உடனடி வெகுமதிகளையும் (எடுத்துக்காட்டாக: ஒவ்வொரு 10 நட்சத்திரங்களுக்கு ஒரு இலவச காபி), நீண்ட காலத்திற்கான பெரிய வெகுமதிகளையும் (எடுத்துக்காட்டாக: உயரிய உறுப்பினர் அந்தஸ்து) கலந்து வழங்குங்கள்.

நிலை 3: அந்தஸ்து படிநிலைகளை உருவாக்குதல் (Create the Status Hierarchy)

நிலைகளை உருவாக்குங்கள்: மனிதர்கள் அந்தஸ்தால் ஈர்க்கப்படுபவர்கள். வெவ்வேறு நிலைகளை (Membership tiers) உருவாக்குவதன் மூலம், படிப்படியாக சிறந்த வெகுமதிகளையும் தனித்துவமான உரிமைகளையும் வழங்குங்கள். இது ஒரு எளிய திட்டத்தைச் சமூகப் படிநிலையாக மாற்றும்.

அந்தஸ்தை வெளிப்படுத்துங்கள்: வெவ்வேறு வண்ண அட்டைகள், செயலி பதக்கங்கள் அல்லது தனிப்பட்ட வாழ்த்துக்கள் மூலம் ஒரு வாடிக்கையாளரின் நிலையை அங்கீகரித்துக் கொண்டாடுங்கள். இந்த வெளிப்படையான அங்கீகாரம் அவர்களின் சாதனையை உறுதிப்படுத்துவதோடு, மற்றவர்களையும் விசுவாசமாக இருக்கத் தூண்டும்.

கருத்துப்பேழை

விளையாட்டாக்கம் செய்யப்பட்ட நம்பிக்கை திட்டங்கள் வெறும் தள்ளுபடிக்கு அப்பாற்பட்டு சாதனை உணர்வையும், உணர்வுப்பூர்வமான பிணைப்பையும் உருவாக்குகின்றன.

புள்ளிகள் சேகரிப்பு, அந்தஸ்து நிலைகள் மற்றும் முன்னேற்றப் பலகைகள் ஆகியவை ஒரு சாதாரண வணிக உறவைத் தொடர்ச்சியான விளையாட்டாக மாற்றுகின்றன.

திறம்பட வடிவமைக்கப்பட்ட திட்டங்கள் மனிதர்களின் சாதனை மற்றும் அங்கீகாரத்திற்கான ஏக்கத்தைப் பயன்படுத்துகின்றன.

நம்பிக்கை சுழற்சி சரிபார்ப்புப் பட்டியல் (The Loyalty Loop Checklist)

நோக்கம்: வாடிக்கையாளர் மற்றும் வணிகத்திற்கான இலக்குகளைத் தெளிவாக வரையறுத்துவிட்டோமா?

ஈட்டுதல்: புள்ளிகள் அல்லது நட்சத்திரங்களைப் பெறும் முறை எளிமையாகவும் சுவாரசியமாகவும் இருக்கிறதா?

வெகுமதிகள்: உடனடி மற்றும் நீண்டகால வெகுமதிகளைச் சமமாக வழங்குகிறோமா?

அந்தஸ்து: தனித்துவமான சலுகைகளை வழங்கும் அந்தஸ்து நிலைகளை (tiers) உருவாக்கியுள்ளோமா?

ஈடுபாடு: புதிய சவால்கள் அல்லது சலுகைகள் மூலம் வாடிக்கையாளர்களைத் தொடர்ந்து ஈடுபடுத்துகிறோமா?

5. உற்பத்தித்திறன் மேம்பாடு அடைய

Productivity Improvement

"உங்கள் இலக்குகளின் உயர்தரத்திற்கு நீங்கள் வளர்வதில்லை; உங்கள் செயல்பாட்டு முறைகளின் (systems) தரத்திற்கு ஏற்பவே நீங்கள் தரம் தாழ்ந்து நிலைபெறுகிறீர்கள்."
ஜேம்ஸ் கிளியர் (Atomic Habits நூலின் ஆசிரியர்)

பணித்தளத்தில் விளையாட்டாக்கம் (Gamification on the Shop Floor)

பல தலைமுறைகளாக, தொழிற்சாலைகளும் நிறுவன அலுவலகங்களும் திரும்பத் திரும்பச் செய்யப்படும் சலிப்பான வேலைகளாலும், கடுமையான அதிகாரப் படிநிலைகளாலும் (hierarchies) அடையாளப்படுத்தப்பட்டு வந்தன. வேலை என்பது கடிகார முள்ளோடு ஓடும் ஒரு கட்டாயமான கடமையாகவும், வெறும் உற்பத்தியை மட்டுமே அடிப்படையாகக் கொண்ட அளவுகோலாகவும் பார்க்கப்பட்டது. ஆனால் இன்று, சிறந்த நிறுவனங்கள் உண்மையான உற்பத்தித்திறன் என்பது வெறும் கட்டாயப்படுத்துதலால் வருவதல்ல, மாறாகத் தொடர்ச்சியான ஈடுபாடு மற்றும் புதுமை நிறைந்த கலாச்சாரத்தால் உருவாவது என்பதை உணர்ந்துள்ளன. விளையாட்டாக்கக் கோட்பாடுகளைப் பயன்படுத்துவதன் மூலம், ஒரு வேலையைச் சலிப்பூட்டும் பணிகளின் தொகுப்பாகப் பார்க்காமல், ஒவ்வொரு நாளும் ஒரு புதிய சவாலைத் தீர்க்கும் உற்சாகமான மற்றும் கூட்டுறவு நிறைந்த சூழலாக மாற்ற முடியும் என்பதை அவர்கள் கண்டறிந்துள்ளனர்.

உற்பத்தித்திறனை உடனுக்குடன் கண்காணிக்கும் டிஜிட்டல் தகவல் பலகைகளைப் (digital dashboards) பயன்படுத்தும் ஒரு நவீனத் தொழிற்சாலையைச் சிந்தித்துப் பாருங்கள். அங்கே ஒரு மேலாளர் கையில் குறிப்பேட்டுடன் அலைவதற்குப் பதிலாக, பெரிய திரைகளில் ஒவ்வொரு குழுவின் 'முக்கியச் செயல்பாட்டுக் குறிகாட்டிகள்' (Key Performance Indicators - KPIs) காட்டப்படுகின்றன: ஒரு மணி நேரத்திற்கு உற்பத்தி செய்யப்பட்ட பொருட்களின் எண்ணிக்கை, குறைபாடுகளின் விகிதம் அல்லது இயந்திரங்கள் இயங்கிய நேரம் போன்றவை அதில் இடம்பெறும். இது வெறும் தரவுகள் மட்டுமல்ல; இது ஒரு உயிருள்ள 'மதிப்பெண் பலகை'. இது தனித்தனியான வேலைகளை ஒரு குழு விளையாட்டாக மாற்றுகிறது; அங்கே ஒவ்வொருவரும் தங்கள் செயல்திறனை உடனுக்குடன் பார்க்க முடியும். இந்த வெளிப்படைத்தன்மை ஒரு ஆரோக்கியமான போட்டி மனப்பான்மையை உருவாக்குவதோடு, சிறப்பாகச் செயல்படும் குழுக்களுக்கு உடனடி அங்கீகாரத்தையும் வழங்கி, அவர்களைத் தொடர்ந்து முன்னேறத் தூண்டுகிறது.

தொடர்ச்சியான முன்னேற்றத்தை விளையாட்டாக்கம் செய்தல்

டொயோட்டா முறை (The Toyota Method):

விளையாட்டாக்கம் சார்ந்த உற்பத்தித்திறன் எனும் கருத்து, டொயோட்டா (Toyota) நிறுவனம் முன்னோடியாகத் தொடங்கிய 'லீப் மேனுஃபேக்ச்சரிங்' (Lean Manufacturing) கோட்பாடுகளில் ஆழமாகப் பதிந்துள்ளது. 'கைசென்' (Kaizen) அல்லது தொடர்ச்சியான முன்னேற்றம் எனும் தத்துவம் இயல்பாகவே விளையாட்டாக்கம் கொண்டது. இது சிக்கல்களைத் தோல்விகளாகப் பார்க்காமல், தீர்க்கப்பட வேண்டிய புதிர்களாக மாற்றியமைக்கிறது. டொயோட்டாவின் பல தொழிற்சாலைகளில், சிறிய குழுக்கள் தங்கள் பணிச் செயல்முறைகளில் உள்ள வீணான விஷயங்களைக் கண்டறிந்து அகற்ற அதிகாரம் பெற்றுள்ளன. இது மேலிருந்து இடப்பட்ட கட்டளை அல்ல; இது கீழிருந்து மேல் நோக்கிச் செல்லும் ஒரு போட்டிச் சவாலாகும்.

ஒரு வேலையை ஒரு வினாடி முன்னதாக எப்படி முடிப்பது அல்லது ஒரு வாரத்தில் எத்தனை பாதுகாப்பு அபாயங்களைக் கண்டறிவது என்பதில் குழுக்கள் தங்களுக்குள் போட்டியிடலாம். தீர்வுகளைக் கண்டறிவதற்கு மட்டுமல்லாமல், சிக்கலைத் தீர்க்க அவர்கள் எடுக்கும் அறிவுப்பூர்வமான முயற்சிக்கும் அவர்களுக்கு வெகுமதிகள் வழங்கப்படுகின்றன. இது ஆளுமை மற்றும் சாதனை புரிய வேண்டும் எனும் மனிதனின் ஆழமான விருப்பத்தைப் பயன்படுத்துகிறது. பணியாளர்களுக்குச் தன்னாட்சி அதிகாரத்தையும் தெளிவான இலக்கையும் வழங்குவதன் மூலம், டொயோட்டா நிறுவனம் அன்றாட வேலைகளை அனைவரும் விளையாட விரும்பும் ஒரு விளையாட்டாக மாற்றுகிறது. உற்பத்தித்திறனில் டொயோட்டா இன்றும் உலகத் தலைவராகத் திகழ்வதற்கு இந்த விளையாட்டாக்கம் சார்ந்த சிக்கல்-தீர்க்கும் கலாச்சாரமே முக்கியக் காரணமாகும்.

உற்பத்தித்திறன் கையேடு (The Productivity Playbook)

பணிச் சூழலில் விளையாட்டாக்கத் திட்டத்தை வெற்றிகரமாகச் செயல்படுத்த, வெளிப்படையான மற்றும் நேர்மையான அணுகுமுறை தேவை. பணிச் சூழலை உயர்தரச் செயல்பாட்டுக் கலாச்சாரமாக மாற்ற உதவும் முக்கிய நிலைகள் இதோ:

நிலை 1: விளையாட்டை வரையறுத்தல் (Define the Game)

தெளிவான இலக்கை அடையாளம் காணுதல்: "விளையாட்டு" என்பது வணிக நோக்கங்களுடன் ஒத்துப்போகும் ஒரு தெளிவான நோக்கத்தைக் கொண்டிருக்க வேண்டும். பிழைகளைக் குறைப்பதா, பாதுகாப்பை மேம்படுத்துவதா அல்லது விற்பனையை அதிகரிப்பதா என்பதைத் துல்லியமாக வரையறுக்க வேண்டும்.

விதிகளை வகுத்தல்: புள்ளிகளைப் பெறுதல், அடுத்த நிலைக்குச் செல்லுதல் அல்லது வெகுமதிகளை வெல்லுதல் போன்ற விதிகள் எளிமையாகவும் யாவரும் புரிந்துகொள்ளும் வகையிலும் இருக்க வேண்டும்.

நிலை 2: ஆட்டக்காரர்களையும் குழுவையும் தேர்ந்தெடுத்தல்

தனிநபர் மற்றும் குழு விளையாட்டாக்கம்: தனிநபர் செயல்பாட்டிற்கு வெகுமதி அளிக்கப் போகிறீர்களா அல்லது குழு ஒத்துழைப்பிற்கா என்பதைத் தீர்மானியுங்கள். தனிநபர் முன்னிலை அட்டவணைகள் (leaderboards) வலிமையானவை என்றாலும், ஒரு கூட்டுறவு கலாச்சாரத்தை உருவாக்கவும், எதிர்மறைப் போட்டியைத் தவிர்க்கவும் குழு சார்ந்த விளையாட்டுகளே சிறந்தவை.

கட்டாயப்படுத்துவதை விட அதிகாரமளித்தல்: மக்கள் விளையாட விரும்ப வேண்டுமே தவிர, விளையாட நிர்ப்பந்திக்கப்படக் கூடாது. இந்த விளையாட்டு பணியாளர்களுக்குத் தெளிவான வெற்றிப் பாதையைக் காட்ட வேண்டும்.

நிலை 3: ஆற்றல்மிக்க பின்னூட்டச் சுழற்சியை வடிவமைத்தல்

நிகழ்நேரத் தரவுகள்: பணியாளர்கள் தங்கள் முயற்சியின் தாக்கத்தை உடனுக்குடன் உணரும் வகையில் டிஜிட்டல் திரைகளையோ அல்லது செயலிகளையோ பயன்படுத்துங்கள்.

அர்த்தமுள்ள வெகுமதிகள்: வெறும் பண ரீதியான சலுகைகளுக்கு அப்பாற்பட்டுச் சமூக மதிப்புமிக்க வெகுமதிகளை வழங்குங்கள் (உதாரணமாக: பொதுவான அங்கீகாரம் அல்லது ஒரு சிறப்பு விருது). புத்தாக்கமான ஆலோசனைகளை வழங்குவதற்குப் புள்ளிகள் வழங்குவது, நிறுவனத்தின் சவால்களைத் தீர்ப்பதில் பணியாளர்களைத் தீவிரமாகப் பங்கெடுக்க வைக்கும்.

வேலையை ஒரு அளவிடக்கூடிய, கண்ணுக்குத் தெரியும் மற்றும் வெகுமதி அளிக்கும் விளையாட்டாக மாற்றுவதன் மூலம், மேலாளர்கள் பணியாளர்களின் ஒவ்வொரு செயலையும் நுணுக்கமாகக் கண்காணிக்க வேண்டிய (micromanagement) அவசியம் இருக்காது. இது வெறும் கடமையைச் செய்யும் நிலையிலிருந்து, நிறுவனத்தின் முன்னேற்றத்தில் ஆர்வத்துடன் பங்கேற்கும் நிலையை நோக்கிய ஒரு அடிப்படை மாற்றமாகும்.

கருத்துப்பேழை

விளையாட்டாக்கம், வேலையை ஒரு வெளிப்படையான, அளவிடக்கூடிய மற்றும் வெகுமதி அளிக்கும் சவாலாக மாற்றுவதன் மூலம் உற்பத்தித்திறனை அதிகரிக்கிறது.

நிகழ்நேரத் தரவுகள் ஒரு 'மதிப்பெண் பலகை' போலச் செயல்பட்டு, ஆரோக்கியமான போட்டியையும் குழு ஒத்துழைப்பையும் வளர்க்கின்றன.

டொயோட்டா போன்ற நிறுவனங்கள், கீழ்நிலை ஊழியர்களிடமிருந்து தொடர்ச்சியான முன்னேற்றத்தைக்

கொண்டு வர விளையாட்டாக்கம் சார்ந்த சிக்கல்-தீர்க்கும் பயிற்சிகளைப் பயன்படுத்துகின்றன.

உற்பத்தித்திறன் கையேடு சரிபார்ப்புப் பட்டியல் (The Productivity Playbook Checklist)

இலக்கு: நமது விளையாட்டாக்கத் திட்டத்திற்காக ஒரு தெளிவான வணிக இலக்கை நாம் வரையறுத்துவிட்டோமா?

வெளிப்படைத்தன்மை: விளையாட்டின் விதிகள் மற்றும் வெகுமதிகள் அனைவருக்கும் வெளிப்படையாகத் தெரிகின்றனவா?

பின்னூட்டம்: செயல்பாடுகள் குறித்த உடனடிப் பின்னூட்டத்தை வழங்க ஒரு முறையை வைத்துள்ளோமா?

வெகுமதிகள்: நமது வெகுமதிகள் நடைமுறை மற்றும் சமூக மதிப்பைக் கொண்டுள்ளனவா?

கலாச்சாரம்: பணியாளர்களுக்கு அதிகாரமளிக்கும் மற்றும் கூட்டுப் பொறுப்புணர்வை வளர்க்கும் வகையில் விளையாட்டாக்கத்தைப் பயன்படுத்துகிறோமா?

6. புதிய கண்டுபிடிப்புகளுக்காக விளையாட்டாக்கம்

Innovation and Idea Generation

"நான் தோற்கவில்லை. வேலை செய்யாத பத்தாயிரம் வழிகளை மட்டுமே நான் கண்டறிந்துள்ளேன்."
தாமஸ் ஆல்வா எடிசன்

புதுமை என்பது ஒரு தனிமைப்படுத்தப்பட்ட 'ஆராய்ச்சி மற்றும் மேம்பாட்டு' (R&D) துறையோடு மட்டும் முடிந்துவிடும் என்பது என்ற பழமைவாத எண்ணத்தின் எச்சமாகும். மிகச்சிறந்த கருத்துக்கள் எங்கிருந்து வேண்டுமானாலும் பிறக்கலாம்: ஒரு பணியின் குறைகளை நாள்தோறும் நேரில் பார்க்கும் கடைநிலை ஊழியர், ஒரே புகாரைத் திரும்பத் திரும்பக் கேட்கும் வாடிக்கையாளர் சேவைப் பிரதிநிதி அல்லது புத்துணர்ச்சியான பார்வையைக் கொண்ட ஒரு பயிற்சி மாணவர் என யாரிடமிருந்தும் அவை வரலாம். இத்தகைய மறைந்திருக்கும் ஆற்றலை வெளிக்கொணர விளையாட்டாக்கம் (Gamification) ஒரு சிறந்த கட்டமைப்பை வழங்குகிறது. இது மெதுவான மற்றும் அதிகாரத்துவ முறையிலான கருத்து உருவாக்கச் செயல்முறையை, நிறுவனம் தழுவிய ஒரு துடிப்பான விளையாட்டாக மாற்றுகிறது. இங்கே படைப்பாற்றல் வெகுமதி அளிக்கப்படுகிறது; கூட்டுறவே விளையாட்டின் உயிர்நாடியாகத் திகழ்கிறது.

'ஹேக்கத்தான்' (Hackathon) அல்லது 'ஐடியாத்தான்' (Ideathon) போன்ற நிகழ்வுகளைச் சிந்தித்துப் பாருங்கள். இவை வெறும் மூளைச்சலவை அமர்வுகள் (brainstorming sessions) மட்டுமல்ல; இவை காலக்கெடுவுடன் கூடிய போட்டிகள். இதில் பல்வேறு துறைகளைச் சார்ந்த குழுக்கள் ஒரு குறிப்பிட்ட வணிகச் சவாலைத் தீர்க்க நேரத்தோடு போட்டி போடுகிறார்கள். ஒரு தெளிவான நோக்கம் மற்றும் பகிரப்பட்ட இலக்கினால் அந்தச் சூழலில் ஆற்றல் ததும்புகிறது. ஓடிக்கொண்டிருக்கும் கடிகாரமும், ஆரோக்கியமான போட்டியும் துறைசார்ந்த தடைகளை உடைத்து, விரைவான மற்றும் படைப்பாற்றல் மிக்கச் சிக்கல்-தீர்க்கும் திறனைத் தூண்டுகின்றன. வழக்கமான சூழலில் வாரக்கணக்கில் அல்லது மாதக்கணக்கில் எடுக்கும் தீர்வுகளை, இக்குழுக்கள் சில மணிநேரங்களில் அல்லது நாட்களில் உருவாக்கி, அதன் முன்மாதிரியை (prototype) சமர்ப்பிக்கின்றன. இந்த "வெற்றி" என்பது வெறும் பரிசுப் பணத்தைப் பற்றியது மட்டுமல்ல; ஒரு

பொருளை உருவாக்கிய பெருமிதத்தைப் பற்றியது மற்றும் அதற்குக் கிடைக்கும் பொதுவான அங்கீகாரத்தைப் பற்றியது.

புத்தாக்கத் தொடரோட்டங்கள்: படைப்பாற்றலின் நீண்டகால ஆட்டம் (Innovation Marathons)

ஹேக்கத்தான்கள் ஒரு வேகமான ஓட்டப்பந்தயம் (sprint) என்றால், புத்தாக்கத் தொடரோட்டங்கள் (Innovation Marathons) என்பது ஒரு நீண்டகால ஆட்டம். இவை நீட்டிக்கப்பட்ட திட்டங்கள்; இதில் ஒரு காணொளி விளையாட்டைப் போலவே, கருத்துக்கள் பல்வேறு நிலைகளைக் கடந்து "நிலை உயர்வு" (level up) பெறுகின்றன. ஊழியர்கள் அல்லது குழுக்கள் ஒரு எளிய கருத்தைச் சமர்ப்பிப்பதில் தொடங்கி, அதன் தெளிவு மற்றும் தனித்தன்மைக்காகப் புள்ளிகளைப் பெறலாம். முதல் நிலையைத் தாண்டும் கருத்துக்களுக்கு ஒரு "வழிகாட்டி" (mentor) நியமிக்கப்படுவார். அவர் ஒரு பயிற்சியாளரைப் போலச் செயல்பட்டு, அந்தக் குழு தனது கருத்தைச் செம்மைப்படுத்தவும் வலுவான திட்டத்தை உருவாக்கவும் உதவுவார். அடுத்த நிலையில் ஒரு சிறிய முன்மாதிரியை உருவாக்குதல் போன்ற பணிகள் இருக்கலாம்; மைல்கற்களை எட்டுவதற்குப் பதக்கங்களும் புள்ளிகளும் வழங்கப்படும். இந்த அணுகுமுறை பின்வருவனவற்றின் மூலம் நிலையான புத்தாக்கக் கலாச்சாரத்தை வளர்க்கிறது:

இலக்கை விட பயணத்தை மதித்தல்: ஒரு இறுதித் தயாரிப்பைப் போலவே, ஒரு கருத்தை உருவாக்கும் செயல்முறையும் முக்கியமானது என்பதை இது அங்கீகரிக்கிறது.

வெற்றிக்கான தெளிவான பாதையை வழங்குதல்: படிநிலை அமைப்பு (tiered system) பங்கேற்பாளர்களுக்கு ஒரு தெளிவான வரைபடத்தை அளிக்கிறது. இது ஒரு கடினமான இலக்கைச் சிறிய, கையாளக்கூடிய சவால்களாக (quests) மாற்றுகிறது.

வழிகாட்டுதல் கலாச்சாரத்தை வளர்த்தல்: நிபுணர்களை "வழிகாட்டிகளாக" ஒருங்கிணைப்பதன் மூலம், அறிவு அனைவருக்கும் பகிர்ந்தளிக்கப்படுகிறது மற்றும் புதிய கருத்துக்கள் செழிக்க ஒரு ஆதரவான சூழல் உருவாகிறது.

புத்தாக்க விளையாட்டுத் திட்டம் (The Innovation Game Framework)

விளையாட்டாக்கம் செய்யப்பட்ட புத்தாக்கத் திட்டத்தை வடிவமைக்கத் தெளிவான உத்தி அவசியம். கருத்துக்களை

உருவாக்குவது மட்டுமல்லாமல், படைப்பாற்றல் கலாச்சாரத்தைப் பேணி வளர்க்கும் அமைப்பை உருவாக்க உதவும் நிலைகள் இதோ:

கட்டம் 1: சவால் (The Challenge)

தேடலை வரையறுத்தல் (Define the Quest): ஒரு குறிப்பிட்ட மற்றும் ஈர்க்கக்கூடிய சிக்கலில் இருந்து தொடங்குங்கள். "இன்னும் புதுமையாகச் செயல்படுங்கள்" போன்ற தெளிவற்ற இலக்குகளுக்குப் பதிலாக, "நமது கார்பன் தடத்தை (carbon footprint) 10% குறைப்பது எப்படி?" அல்லது "நமது விசுவாசமான வாடிக்கையாளர்களுக்காக ஒரு புதிய கைபேசி அம்சத்தை வடிவமைக்கவும்" போன்ற தெளிவான இலக்குகளை நிர்ணயிங்கள்.

விதிகளை வகுத்தல்: காலக்கெடு என்ன? என்னென்ன ஆதாரங்கள் (resources) கிடைக்கின்றன? வெற்றியாளரைத் தீர்மானிக்கும் அளவுகோல்கள் என்ன? தெளிவான விதிகள் ஒரு சமமான விளையாட்டு மைதானத்தை உருவாக்கித் தேவையற்ற உராய்வுகளைக் குறைக்கின்றன.

கட்டம் 2: ஆட்டக்காரர்கள் (The Players)

அனைவருக்கும் வாய்ப்பளித்தல்: துறைசார்ந்த தடைகளை உடைத்தெறியுங்கள். மிகச்சிறந்த கருத்துக்கள் பெரும்பாலும் எதிர்பாராத இடங்களிலிருந்துதான் வருகின்றன.

பல்வேறு திறமைகளைக் கொண்ட குழுக்கள்: வெவ்வேறு துறைகளைச் சார்ந்தவர்களைக் கொண்ட குழுக்களை ஊக்குவியுங்கள். வெவ்வேறு பார்வைகளுக்கு இடையே ஏற்படும் உராய்வு, படைப்பாற்றல் மிக்கத் தீர்வுகளுக்கு ஒரு வலிமையான முடுக்கியாக (catalyst) அமையும்.

கட்டம் 3: வெகுமதி முறை (The Reward System)

பல்வேறு வெகுமதிகளை வழங்குதல்: தொட்டுணரக்கூடிய வெகுமதிகளுடன் (வெற்றி பெற்ற கருத்திற்கு ஆரம்பக்கட்ட நிதி அல்லது போனஸ்), உள்ளார்ந்த ஊக்கத்தைத் தூண்டும் உணர்வுப்பூர்வமான வெகுமதிகளையும் இணையுங்கள்.

அங்கீகாரம் மற்றும் அந்தஸ்திற்கு முன்னுரிமை: பணம் மட்டுமே எப்போதும் சிறந்த ஊக்கியாக இருப்பதில்லை. அங்கீகாரம், பெருமிதம் மற்றும் தங்களுக்குப் பிடித்தமான ஒரு திட்டத்தில் (pet project) பணியாற்றும் வாய்ப்பு ஆகியவை பெரும் தாக்கத்தை ஏற்படுத்தும். பதக்கங்கள், முன்னிலை அட்டவணைகள் மற்றும் நிறுவன அளவிலான அறிவிப்புகள் மூலம் சாதனைகளைப் பொதுப்படையாகக் கொண்டாடுங்கள்.

விளையாட்டாக்கம் புத்தாக்கத்தை ஒரு விளையாட்டாக மாற்றுவதன் மூலம் படைப்பாற்றலைத் தூண்டுகிறது; அங்கே அங்கீகாரமும் பெருமிதமும் பங்கெடுப்பதற்கான உந்துசக்தியாக மாறுகின்றன. இது செயல்முறையை ஜனநாயகப்படுத்துகிறது, ஒவ்வொரு ஊழியருக்கும் அதிகாரமளிக்கிறது மற்றும் ஒரு இறுக்கமான மேலாண்மை முறையை நிறுவனத்தின் கலாச்சாரத்தோடு இணைந்த ஒரு உயிருள்ள அங்கமாக மாற்றுகிறது.

கருத்துப்பேழை

விளையாட்டாக்கம் சார்ந்த புத்தாக்கத் திட்டங்கள், நிறுவனத்தின் தடைகளைத் தகர்த்துப் புதிய கருத்துக்களை உருவாக்கப் போட்டியையும் கூட்டுறவையும் பயன்படுத்துகின்றன.

ஹேக்கத்தான்கள் மற்றும் ஐடியாத்தான்கள் விரைவான, தீவிரமான சிக்கல்-தீர்த்தலுக்குப் பயன்படுகின்றன; அதே சமயம் புத்தாக்கத் தொடரோட்டங்கள் சிக்கலான கருத்துக்களைக் காலப்போக்கில் வளர்த்தெடுக்க உதவுகின்றன.

செயல்முறையை வெளிப்படையானதாகவும் வெகுமதி அளிப்பதாகவும் மாற்றுவதன் மூலம், விளையாட்டாக்கம் என்பது தன்னாட்சி மற்றும் நோக்கம் போன்ற உள்ளார்ந்த மனித ஊக்கங்களைப் பயன்படுத்துகிறது.

புத்தாக்க விளையாட்டுச் சரிபார்ப்புப் பட்டியல் (The Innovation Game Checklist)

சவால்: நாம் தீர்க்க முயலும் சிக்கல் தெளிவாக வரையறுக்கப்பட்டுள்ளதா?

வாசகர்கள்: பல்வேறு துறைகளைச் சேர்ந்த ஊழியர்களைப் பங்கேற்க நாம் அழைத்துள்ளோமா?

விதிகள்: வெற்றி பெறுவதற்கான விதிகள் மற்றும் அளவுகோல்கள் எளிமையாகவும் வெளிப்படையாகவும் உள்ளனவா?

வெகுமதிகள்: பரிசுகள் மற்றும் பொதுவான அங்கீகாரம் ஆகிய இரண்டையும் உள்ளடக்கிய வெகுமதி முறையை நாம் வடிவமைத்துள்ளோமா?

கலாச்சாரம்: இதை ஒரு கட்டாயப் பணியாகப் பார்க்காமல், ஒரு சுவாரசியமான, போட்டி நிறைந்த விளையாட்டாக நாம் முன்னிறுத்துகிறோமா?

7. நிறுவன மேம்பாடு

Organizational Development

"மக்கள் மாற்றத்தை எதிர்ப்பதில்லை;
தாங்கள் மாற்றப்படுவதையே
(கட்டாயப்படுத்தப்படுவதையே)
எதிர்க்கிறார்கள்."
பீட்டர் செங்கே (The Fifth Discipline நூலின்
ஆசிரியர்)

உத்திசார் ஒருங்கிணைப்பை விளையாட்டாக்கம் செய்தல் (Gamifying Strategic Alignment)

ஒரு பெரிய நிறுவனத்தின் பரந்த மற்றும் சிக்கலான அமைப்பிற்குள், ஒரு புதிய உத்திசார் முயற்சி (strategic initiative) என்பது ஒரு பிரம்மாண்டமான குகைக்குள் கேட்கும் மெல்லிய முணுமுணுப்பைப் போலவே இருக்கும். தலைவர்கள் தங்கள் நிறுவனத்தின் குறிக்கோள்கள் (mission), தொலைநோக்கு ஆவணங்கள் (vision documents) மற்றும் பல ஆண்டு கால இலக்குகளை உருவாக்குவதில் எண்ணற்ற நேரத்தைச் செலவிடுகிறார்கள். ஆனால், பெரும்பாலும் இந்த உயரிய இலக்குகள் களத்தில் பணியாற்றும் கடைநிலை ஊழியர்களிடம் எடுபடுவதில்லை. அவை வெறும் தத்துவார்த்தக் கருத்துக்களாகவே நின்றுவிடுகின்றன; அவற்றைச் செயல்படுத்த வேண்டிய ஊழியர்களின் அன்றாடப் பணிகளோடு எந்தத் தொடர்பும் இல்லாமல் இருக்கின்றன. இதன் விளைவாக, நிறுவனத்தின் எண்ணத்திற்கும் ஊழியர்களின் செயல்பாட்டிற்கும் இடையே ஒரு ஏமாற்றமளிக்கும் இடைவெளி உருவாகிறது. இத்தகைய இடைவெளியில்தான் பல மாற்றத்திற்கான முயற்சிகள் தோல்வியைத் தழுவுகின்றன. விளையாட்டாக்கம் (Gamification) இந்த இடைவெளியை நிரப்பும் ஒரு வலிமையான பாலமாக அமைகிறது. இது நிறுவனத்தின் உயர்மட்ட நோக்கங்களை, ஒவ்வொரு ஊழியரும் ஈடுபாட்டுடன் பங்கேற்கக்கூடிய ஒரு சுவாரசியமான கூட்டுப் பயணமாக மாற்றுகிறது.

ஒரு நிறுவனம் தனது குறிக்கோள், தொலைநோக்கு மற்றும் இலக்குகளை (Mission-Vision-Goals) எவ்வாறு விளையாட்டாக்கம் செய்யலாம் என்று சிந்தித்துப் பாருங்கள். உத்திசார் திட்டம் என்பது ஒருமுறை அறிவிக்கப்படும் அறிவிப்பாக இல்லாமல், படிப்படியாகத் திறக்கப்பட வேண்டிய பல மைல்கற்களாக (milestones) மாறுகிறது. உதாரணமாக, ஒரு உலகளாவிய சில்லறை வர்த்தக நிறுவனத்தின் "கார்பன் வெளியேற்றத்தை 20% குறைப்போம்" என்ற இலக்கு, வெறும் ஆண்டு அறிக்கையில் உள்ள ஒரு வரியாக மட்டும் இருக்காது. அதற்குப் பதிலாக, ஒவ்வொரு குழுவிற்கும் ஒரு குறிப்பிட்ட இலக்குடன் கூடிய ஒரு

"தேடல்" (quest) வழங்கப்படும். உதாரணமாக, "கடையின் எரிசக்தி நுகர்வை 5% குறைத்து 'சுற்றுச்சூழல் போராளி' (Eco-Warrior) பதக்கத்தைப் பெறுங்கள்" என்று அது அமையலாம். ஒரு குழு தனது இலக்கை அடையும்போது, நிறுவன அளவிலான தகவல் பலகையில் அவர்கள் அடுத்த நிலைக்கு (level up) முன்னேறுவார்கள். இது பொதுவான அங்கீகாரத்தைப் பெற்றுத் தருவதோடு, ஒட்டுமொத்த முன்னேற்றப் பலகையிலும் அவர்களின் பங்களிப்பைக் காட்டும். இந்த அணுகுமுறை, ஒரு தொலைதூர இலக்கை எட்டக்கூடிய எளிய பணிகளாக மாற்றுகிறது. இது தனிநபரின் செயல்பாட்டிற்கும் நிறுவனத்தின் வெற்றிக்கும் இடையே ஒரு தெளிவான தொடர்பை உருவாக்குகிறது. இப்போது இது வெறும் மேலிடத்துக் கட்டளை அல்ல; ஒட்டுமொத்த நிறுவனம் பங்கேற்கும் ஒரு வீரகாவியப் பயணம்.

டானஹெரின் X-மேட்ரிக்ஸ் (Danaher's X-Matrix): உத்தி ஒருங்கிணைப்பை ஒரு விளையாட்டாக மாற்றுதல்

உத்திகளைச் செயல்படுத்துவதில், டானஹெரின் X-மேட்ரிக்ஸ் (X-Matrix) போன்ற நேர்த்தியான மற்றும் ஒழுக்கமான கருவி வேறெதுவும் இல்லை. ஜப்பானிய முறையான 'ஹோஷின் கான்ரி' (Hoshin Kanri)-யிலிருந்து உருவான இந்த ஒற்றைப் பக்க வரைபடம், டானஹெர் வணிக அமைப்பின் (DBS) இதயத் துடிப்பாகும். இது திட்டமிடுதல் எனும் உத்தியை ஒருங்கிணைப்பு மற்றும் பொறுப்புக்கூறல் நிறைந்த ஒரு விளையாட்டு போன்ற அனுபவமாக மாற்றுகிறது.

X-மேட்ரிக்ஸ் ஒரு உத்திசார் விளையாட்டுப் பலகையைப் (game board) போலச் செயல்படுகிறது; இதில் எடுக்கப்படும் ஒவ்வொரு நகர்வும், அளவீடும், மைல்கல்லும் நிறுவனத்தின் நீண்டகால வெற்றியை எட்டுவதற்குப் பங்களிக்கின்றன. இதன் வலிமை அதன் தெளிவு, பிணைப்பு மற்றும் வெளிப்படைத்தன்மையில் உள்ளது, இவைதான் ஒரு சிறந்த விளையாட்டை ஈர்க்கக்கூடியதாக மாற்றும் கூறுகளாகும்.

இந்த வரைபடம் ஐந்து மண்டலங்களாகப் பிரிக்கப்பட்டுள்ளது; ஒவ்வொன்றும் விளையாட்டின் ஒரு முக்கிய அங்கத்தைக் குறிக்கிறது:

தெற்கு – திருப்புமுனை நோக்கங்கள் (Breakthrough Objectives): நீண்ட காலத்திற்கான "வெற்றி நிபந்தனைகள்"; இவை பொதுவாக 3 முதல் 5 ஆண்டுகள் வரை நீடிக்கும்.

மேற்கு – ஆண்டு நோக்கங்கள் (Annual Objectives): ஓராண்டு இலக்குகள்; இவை வீரர்கள் கடக்க வேண்டிய அடுத்தடுத்த "நிலைகள்" (levels).

வடக்கு – மேம்பாட்டு முன்னுரிமைகள் (Improvement Priorities): முக்கிய முயற்சிகள் மற்றும் திட்டங்கள்; இவை முன்னேற்றத்தைத் தூண்டும் "தேடல்கள்" (quests).

கிழக்கு – அளவீடுகள் மற்றும் குறிகாட்டிகள் (Metrics and KPIs): இவை "மதிப்பெண் பலகைகள்" (scoreboards); இவை செயல்பாட்டைக் கண்காணித்து பின்னூட்டங்களை வழங்குகின்றன.

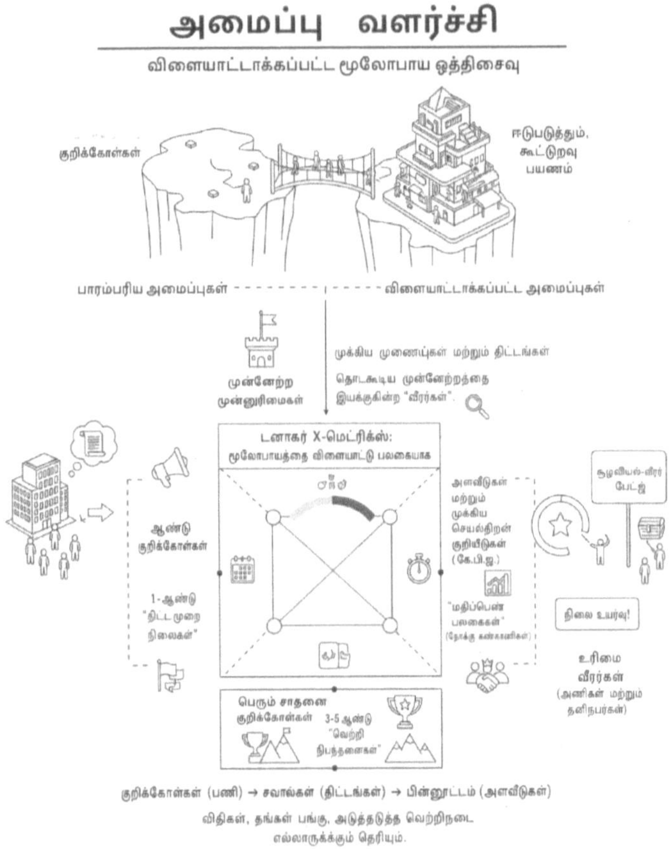

தொலை கிழக்கு – உரிமைத்துவம் (Ownership): இவர்களே "ஆட்டக்காரர்கள்" (players); தங்கள் நகர்வுகளுக்கும் முடிவுகளுக்கும் பொறுப்பேற்கும் குழுக்கள் மற்றும் தனிநபர்கள்.

இந்த வரைபடத்தில் உள்ள புள்ளிகளும் இணைப்புகளும், ஒவ்வொரு திட்டமும் அளவீடும் இலக்கும் நிறுவனத்தின் ஒட்டுமொத்த தொலைநோக்குப் பார்வையுடன் எவ்வாறு பிணைக்கப்பட்டுள்ளன என்பதைக் காட்டுகின்றன. விளையாட்டா்க்கம் எனும் கோணத்தில் பார்த்தால், X-மேட்ரிக்ஸ் வேலையை ஒரு விளையாட்டாக மாற்றுகிறது, அங்கே தெளிவான இலக்குகள் (குறிக்கோள்), சவால்கள் (திட்டங்கள்), பின்னூட்டம் (அளவீடுகள்) மற்றும் அங்கீகாரம் (உரிமைத்துவம் மற்றும்

முன்னேற்றம்) ஆகியவை உள்ளன. டானஹெர் நிறுவனத்தில், உத்தி என்பது தேங்கி நிற்கும் ஒன்றல்ல; அது தொடர்ச்சியான முன்னேற்றத்திற்கான ஒரு உயிருள்ள விளையாட்டு. அங்கே விதிகள், தங்கள் பங்களிப்பு மற்றும் வெற்றியை நோக்கிய அடுத்த நகர்வு ஆகியவற்றை அனைவரும் அறிவர்.

கருத்துப்பேழை

விளையாட்டாக்கம் நிறுவனத்தின் உயரிய இலக்குகளைத் தொட்டுணரக்கூடிய மைல்கற்களாக மாற்றுகிறது; இது தனிநபரின் முயற்சிக்கும் நிறுவனத்தின் வெற்றிக்கும் இடையே ஒரு தெளிவான பிணைப்பை உருவாக்குகிறது.

உத்திசார் முயற்சிகளை விளையாட்டுகளாக மாற்றுவதன் மூலம், நிறுவனங்கள் ஊழியர்களின் ஈடுபாட்டையும் உள்ளார்ந்த ஊக்கத்தையும் அதிகரிக்க முடியும்.

ஆறு சிந்தனைத் தொப்பிகள் (Six Thinking Hats) போன்ற விளையாட்டாக்கம் செய்யப்பட்ட கட்டமைப்புகள், சிக்கல் தீர்த்தலில் பல்வேறு பார்வைகள் பயன்படுத்தப்படுவதை உறுதி செய்கின்றன.

விளையாட்டாக்கம் செய்யப்பட்ட விரைவான முன்மாதிரிகள் (Rapid Prototyping), தோல்விகளைக் கண்டு அஞ்சாத ஒரு பாதுகாப்பான சூழலை உருவாக்கி, புதிய தயாரிப்புகளின் கற்றல் சுழற்சியை விரைவுபடுத்துகின்றன.

உத்திசார் ஒருங்கிணைப்பு விளையாட்டுத் திட்டம் (The Strategic Alignment Playbook)

மொழிபெயர்த்தல் (Translate): ஒரு உத்திசார் இலக்கை (உதாரணமாக: "வாடிக்கையாளர் திருப்தியை மேம்படுத்துதல்") எட்டக்கூடிய தேடல்களாக (quests) மாற்றவும் (உதாரணமாக: "புதிய சேவையில் 90% நேர்மறையான பின்னூட்டத்தைப் பெறுங்கள்").

விளையாட்டாக்கம் (Gamify): விளையாட்டு விதிகளை வடிவமைக்கவும். இதில் ஆரோக்கியமான போட்டியை வளர்க்க முன்னிலை அட்டவணைகளை உருவாக்குதல், மைல்கற்களுக்குப் பதக்கங்களை வழங்குதல் மற்றும் நேர்மறையான நடத்தையை ஊக்குவிக்க உடனடிப் பின்னூட்டம் அளித்தல் ஆகியவை அடங்கும்.

கொண்டாடுதல் (Celebrate): முன்னேற்றத்தையும் சாதனைகளையும் பொதுப்படையாக அங்கீகரிக்கவும். வெற்றிக்கான வெகுமதிகள் பண ரீதியானதாகவும் (போனஸ்), அதே சமயம் சமூக மதிப்பு மிக்கதாகவும் (பொதுவான பாராட்டு, புதிய குழுவிற்கு வழிகாட்டும் உரிமை) இருக்க வேண்டும்.

8. இலக்குகளை விளையாட்டாய் மாற்றி வெற்றி பெறுதல்

Goal Setting

"தாளில் எழுதப்பட்ட இலக்கு ஒருவரைச் சிறிதளவே ஊக்குவிக்கும். ஆனால், கண்முன்னே தெரியும் முன்னேற்றம், உடனுக்குடன் கிடைக்கும் பின்னூட்டம் மற்றும் சிறு வெற்றிகளுடன் கூடிய இலக்கு, மக்கள் விளையாடி முடிக்க விரும்பும் ஒரு சுவாரசியமான விளையாட்டாக மாறுகிறது."

இலக்குகளை விளையாட்டாக மாற்றுதல் (Turning Goals into Games)

நிறுவனங்களின் பாரம்பரிய இலக்கு நிர்ணய முறைகளில், ஊழியர்களுக்குச் சில இலக்குகள், காலாண்டு விற்பனை ஒதுக்கீடுகள் (sales quotas), ஆண்டுச் செயல்பாட்டு அளவீடுகள் மற்றும் திட்டக் காலக்கெடு போன்றவை வழங்கப்படுகின்றன. இவை ஊழியர்களுக்கு ஒரு வாய்ப்பாகத் தெரிவதை விட, ஒரு பெரும் சுமையாகவே தோன்றுகின்றன. இந்த முறை முறையானதாக இருந்தாலும், நோக்கம் சார்ந்த உணர்வு, சவால்களை எதிர்கொள்ளும் ஆர்வம் மற்றும் தனிப்பட்ட வளர்ச்சி போன்ற மனித ஊக்கத்தின் வலிமையான காரணிகளைத் தூண்டத் தவறிவிடுகிறது. ஆனால், இன்றைய நவீன வணிக நிறுவனங்கள் இந்தச் செயல்முறையை முற்றிலும் மாற்றி அமைத்து, இலக்குகளை 'இலட்சியத் தேடல்களாக' (quests) மாற்றுகின்றன. விளையாட்டாக்கம் (Gamification) சார்ந்த இந்த அணுகுமுறை, தத்துவார்த்தமான இலக்குகளை அர்த்தமுள்ள ஒரு பயணமாக மாற்றுகிறது.

இன்று பல முன்னணி நிறுவனங்கள் ஊழியர்களின் நலன் மற்றும் செயல்பாடுகளை மையமாகக் கொண்டு, "செல்வச் செழிப்பு" (Wealthify), "உடல்நலப் பேணல்" (Healthify), "வளர்ச்சி ஊக்கம்" (Growify) மற்றும் "அன்பைப் பகிர்தல்" (Lovify) போன்ற விரிவான தேடல் திட்டங்களை வடிவமைக்கின்றன. இந்த அணுகுமுறை தனிப்பட்ட வளர்ச்சியை ஒரு முறையான மற்றும் வெகுமதி அளிக்கும் விளையாட்டாகக் கருதுகிறது. உதாரணமாக, "உடல்நலப் பேணல்" (Healthify) திட்டத்தில் ஊழியர்கள் குழுக்களாக இணைந்து, தங்கள் தினசரி நடைப்பயணத்தை டிஜிட்டல் திரையில் பதிவு செய்யலாம். இதன் நோக்கம் வெறும் நடைப்பயிற்சி மட்டுமல்ல; சக ஊழியர்களுடன் "போட்டியிட்டு", குறிப்பிட்ட மைல்கற்களை எட்டும்போது 'சிறப்புப் பதக்கங்களை' (badges) வெல்வதாகும். இது

ஒரு சாதாரணச் செயலை மகிழ்ச்சியான கூட்டு முயற்சியாக மாற்றி, ஆரோக்கியத்தை மேம்படுத்துவதோடு நிறுவனத்திற்குள் பிணைப்பையும் வலுப்படுத்துகிறது. ஒரு நண்பரை வெற்றி கொள்ள வேண்டும் அல்லது தனது சொந்தச் சாதனையை முறியடிக்க வேண்டும் என்ற எண்ணம், "ஊழியர் நலன்" என்ற பொதுவான இலக்கை விட ஒருவரை வலிமையாக ஊக்குவிக்கிறது என்பதே இதிலுள்ள உண்மை.

விற்பனைத் தேடல்கள்: இலக்கிலிருந்து வெற்றி வரை (Sales Quests: From Quota to Conquest)

விற்பனைத் துறையில்தான் விளையாட்டாக்கம் செய்யப்பட்ட இலக்கு நிர்ணயத்தின் வலிமை மிகத் தெளிவாகத் தெரிகிறது. வழக்கமான விற்பனை முறைகள் 'ஒதுக்கீடு' (quota) எனும் ஒரே ஒரு அழுத்தமான அளவீட்டால்தான் இயக்கப்படுகின்றன. விளையாட்டாக்கம் இதனை மாற்றி, விற்பனை இலக்குகளை ஒரு ஈர்க்கக்கூடிய "விற்பனைத் தேடலாக" (Sales Quest) மாற்றுகிறது. புதிய சந்தைகளைக் கண்டறியவும், முக்கியக் கணக்குகளை (accounts) வென்றெடுக்கவும் அல்லது குறிப்பிட்ட இலக்குகளை எட்டும்போது பதக்கங்களைப் பெறவும் குழுக்கள் தங்களுக்குள் போட்டியிடுகின்றன. ஒரு நேரடித் தகவல் பலகையில் (live dashboard) குழுக்களின் தரவரிசைகளும் தனிநபர் சாதனைகளும் காட்டப்படும்போது, அது ஆரோக்கியமான போட்டியை உருவாக்குகிறது. ஒவ்வொரு சிறு வெற்றியும் அங்கே பொதுப்படையாகக் கொண்டாடப்படுகிறது. இது ஒரு விற்பனைப் பிரதிநிதியின் உளவியல் அணுகுமுறையையே மாற்றுகிறது. அவர் இப்போது வெறும் எண்களை எட்ட முனையும் ஊழியர் அல்ல; அவர் ஒரு கதையின் நாயகன், வெற்றியையும் அங்கீகாரத்தையும் தேடிப் புறப்பட்ட ஒரு மாவீரன்.

சாதனைத் தேடல் கட்டமைப்பு: இலக்குகளை அர்த்தமுள்ளதாக்குதல் (The Achievement Quest Framework)

நிறுவனத்தின் இலக்குகளை ஒரு விளையாட்டாக மாற்றத் திட்டமிட்ட அணுகுமுறை அவசியம். ஊழியர்களை ஊக்குவிக்கும் வகையில் ஒரு அமைப்பை உருவாக்க இந்த உத்திசார் வழிகாட்டி உதவும்:

கட்டம் 1: சேருமிடத்தைத் தீர்மானித்தல் (Identify the Destination)

தேடலை வரையறுத்தல்: வணிக நோக்கங்கள் மற்றும் ஊழியர்களின் ஆர்வங்கள் ஆகிய இரண்டிற்கும் பொருத்தமான ஒரு தெளிவான, ஊக்கமளிக்கக்கூடிய இலக்குடன் தொடங்குங்கள். அந்த இலக்கு துல்லியமானதாகவும், அளவிடக்கூடியதாகவும், ஒரு தெளிவான எல்லைக்கோட்டைக் கொண்டதாகவும் இருக்க வேண்டும்.

ஒரு கதையை உருவாக்குதல்: அந்த இலக்கை ஒரு சுவாரசியமான கதையாக மாற்றுங்கள். "நான்காம் காலாண்டு வருவாயை அதிகரியுங்கள்" என்று கூறுவதற்குப் பதிலாக, "புதிய

சந்தைகளைக் கண்டறிய 'வளர்ச்சிப் பயணத்தை' (Growth Expedition) மேற்கொள்ளுங்கள்" எனக் கூறலாம். இது இலக்கைத் தனிப்பட்டதாகவும் நினைவில் நிற்கக்கூடியதாகவும் மாற்றும்.

கட்டம் 2: பாதையை அமைத்தல் (Build the Path)

பயணத்தைப் பிரித்தல்: முதன்மையான தேடலைச் சிறிய, எட்டக்கூடிய மைல்கற்களாகப் பிரியுங்கள். இவை ஒரு விளையாட்டின் "நிலைகளைப்" (levels) போன்றது; இது தொடர்ச்சியான முன்னேற்ற உணர்வையும் சாதனை உணர்வையும் வழங்கும்.

வெகுமதிகளை வடிவமைத்தல்: வெகுமதிகள் தொட்டுணரக்கூடியவையாகவும் (பரிசுகள், போனஸ்), அதே சமயம் மனதிற்கு நிறைவளிப்பவையாகவும் (பதக்கங்கள், பட்டங்கள், பொது அங்கீகாரம்) இருக்க வேண்டும். அந்தஸ்து மற்றும் ஆளுமை மீதான விருப்பத்தைத் தூண்டுவதால், பெரும்பாலும் உணர்வுப்பூர்வமான வெகுமதிகளே அதிகத் தாக்கத்தை ஏற்படுத்துகின்றன.

கட்டம் 3: விளையாட்டுத் தளம் (The Game Interface)

முன்னேற்றத்தைக் காட்சிப்படுத்துதல்: முன்னேற்றத்தை அனைவரும் காணும் வகையில் தகவல் பலகைகள் அல்லது செயலிகளைப் பயன்படுத்துங்கள். ஒரு மலை ஏறுவது போன்றோ அல்லது ஓட்டப்பந்தயப் பாதை போன்றோ முன்னேற்றத்தைக் காட்சிப்படுத்துவது இலக்கை உண்மையானதாகவும் அடையக்கூடியதாகவும் உணரச் செய்யும்.

ஒரு சமூகத்தை உருவாக்குதல்: ஆட்டக்காரர்கள் ஒருவருக்கொருவர் ஒத்துழைக்கவும், உற்சாகப்படுத்தவும், போட்டியிடவும் உதவும் சமூக அம்சங்களை இணையுங்கள். இது ஒரு தனிமனிதத் தேடலைப் பலரும் பங்கேற்கும் கூட்டு சாகசமாக மாற்றும்.

இத்தகைய கட்டமைப்பைப் பயன்படுத்துவதன் மூலம், நிறுவனங்கள் சாதாரண இலக்குகளை அர்த்தமுள்ள தனிப்பட்ட வெற்றிகளாக மாற்ற முடியும். விளையாட்டாக்கம் செய்யப்பட்ட இலக்குகள், வேலையை ஒரு கடமையாகப் பார்க்காமல், மேற்கொள்ளப்பட வேண்டிய ஒரு சாகசப் பயணமாக ஊழியர்களை உணரச் செய்கின்றன.

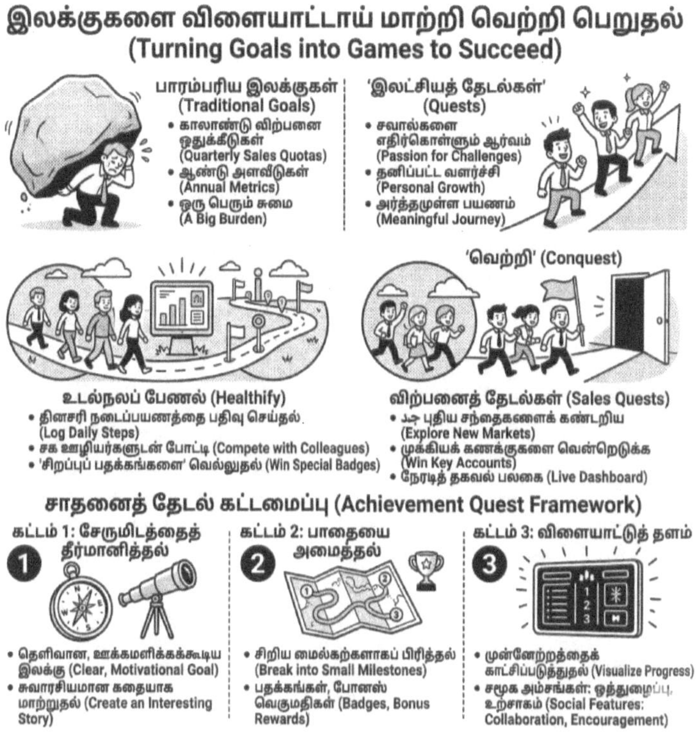

கருத்துப்பேழை

விளையாட்டாக்கம் என்பது வழக்கமான இலக்குகளை ஈர்க்கக்கூடிய தேடல்களாக மாற்றி, நோக்கம் மற்றும் முன்னேற்ற உணர்வின் மூலம் ஊழியர்களை ஊக்குவிக்கிறது.

"செல்வச் செழிப்பு" (Wealthify) போன்ற கட்டமைப்புகள் மற்றும் நிறுவன நலன் சார்ந்த போட்டிகள், அங்கீகாரத்தைப் பயன்படுத்தித் தனிநபர் மற்றும் குழு இலக்குகளை சுவாரசியமாக்குகின்றன.

விற்பனைத் துறையில், இலக்குகளைத் தேடல்களாக மாற்றுவது அந்தஸ்து மற்றும் வெற்றிக்கான வேட்கையைத் தூண்டி ஒரு வீரகாவிய உணர்வைத் தருகிறது.

சிறந்த விளையாட்டாக்கம் செய்யப்பட்ட இலக்கு முறைக்குத் தெளிவான சேருமிடம், மைல்கற்களுடன் கூடிய பாதை மற்றும் முன்னேற்றத்தைக் காட்டும் வெளிப்படையான தளம் ஆகியவை அவசியம்.

9. சிறந்த அணியை உருவாக்கும் விளையாட்டு உத்தி

Team Building

"நிதி அல்ல, உத்தி அல்ல, தொழில்நுட்பமும் அல்ல. ஒரு நிறுவனத்தின் தலையாயப் போட்டித்திறன் என்பது இன்றும் அதன் 'குழுப்பணி' (teamwork) மட்டுமே."
பேட்ரிக் லென்சியோனி (The Five Dysfunctions of a Team நூலின் ஆசிரியர்)

வேலையை மீண்டும் இனிமையாக்குதல் (Making Work Fun Again)

நீண்ட காலமாக, வேலையில் "மகிழ்ச்சி" என்பது வெள்ளிக்கிழமை மாலைகளில் வழங்கப்படும் சிற்றுண்டிகளுடனும் (pizza parties), ஆண்டுக்கொரு முறை செல்லும் சுற்றுலாக்களுடனும் மட்டுமே முடிந்துவிட்டது. ஆனால், கூட்டுறவும் படைப்பாற்றலும் முதன்மையாகத் திகழும் இன்றைய அறிவுசார் பொருளாதாரத்தில், ஊழியர்களின் ஈடுபாடு (employee engagement) என்பது ஒரு முக்கியமான உத்திசார் சொத்தாக மாறியுள்ளது. எளிமையாகச் சொன்னால், வேலையில் முழு ஈடுபாடு கொண்ட ஊழியர்கள் அதிக உற்பத்தித்திறன் கொண்டவர்களாகவும், புதுமை படைப்பவர்களாகவும், நிறுவனத்தின் மீது மிகுந்த பற்று கொண்டவர்களாகவும் இருக்கிறார்கள். விளையாட்டாக்கம் (Gamification) என்பது வேலையை வெறும் ஒரு கடமையாகப் பார்க்காமல், அனைவரும் இணைந்து மகிழும் ஒரு கூட்டு அனுபவமாக மாற்றும் ஒரு வலிமையான கட்டமைப்பை வழங்குகிறது. அன்றாடப் பணிகளையும் நீண்டகால இலக்குகளையும் விளையாட்டு உத்திகளுடன் இணைப்பதன் மூலம், நிறுவனங்கள் அதிகப்படியான மனநிறைவையும், குழுப் பிணைப்பையும் உருவாக்குகின்றன.

ஒவ்வொரு நாளும் செய்யும் முயற்சியோடு எந்தத் தொடர்பும் இல்லாத, ஆண்டுக்கொரு முறை நிர்ணயிக்கப்படும் தேக்கமான இலக்குகளுக்குப் பதிலாக, நவீன நிறுவனங்கள் அவற்றை நிலைகளாகவும் (levels), தேடல்களாகவும் (quests), மைல்கற்களாகவும் (milestones) பிரிக்கின்றன. ஊழியர்கள் உடனுக்குடன் பின்னூட்டங்களைப் பெறுவதோடு, சிறு வெற்றிகளைக் கொண்டாடுகிறார்கள்; மேலும், ஒரு பெரிய இலக்கை நோக்கிய தங்கள் முன்னேற்றத்தைத் தெளிவாகக் காண்கிறார்கள். பணி அனுபவத்தை ஒரு நோக்கம் மற்றும் சாதனை உணர்வைச் சுற்றி அமைக்கும் இந்த அணுகுமுறை, மக்கள் தங்கள் வேலையைப் பார்க்கும் விதத்தையே அடிப்படை ரீதியாக மாற்றியமைக்கிறது.

டெலாய்ட் தலைமைத்துவ அகாடமி (Deloitte Leadership Academy)

இந்த மாற்றத்தை டெலாய்ட் தலைமைத்துவ அகாடமி (Deloitte Leadership Academy) மிகச்சிறந்த முறையில் விளக்குகிறது. இந்நிறுவனம் தனது தலைமைத்துவப் பயிற்சித் திட்டத்தை விளையாட்டாக்கம் செய்தது. வழக்கமான, தகவல்கள் நிறைந்த பாடத்திட்டங்களுக்குப் பதிலாக, பதக்கங்கள் (badges), முன்னிலை அட்டவணைகள் (leaderboards) மற்றும் முன்னேற்றக் கண்காணிப்பு முறையை அறிமுகப்படுத்தியது. இது ஒரு முறையான கற்றல் செயல்முறையை ஈர்க்கக்கூடிய சவாலாக மாற்றியது. இதன் முடிவுகள் வியக்கத்தக்கவை: ஊழியர்களின் ஈடுபாடு 47% அதிகரித்ததோடு, நிறுவனம் முழுவதும் தலைமைத்துவத் திறன்களில் அளவிடக்கூடிய முன்னேற்றம் ஏற்பட்டது. அங்கீகாரம் மற்றும் ஆளுமையை நோக்கிய தெளிவான பாதையை வழங்கியதன் மூலம், ஒரு கட்டாயப் பயிற்சியை ஒரு மதிப்புமிக்க பயணமாக மாற்றியதே இத்திட்டத்தின் வெற்றியாகும்.

குழுத் தேடல்கள் மற்றும் பாராட்டுதல் கலாச்சாரம்

நிறுவனத்தின் வெவ்வேறு துறைகளுக்கு இடையே உள்ள தடைகளை உடைப்பதிலும், பல்துறை கூட்டுறவை (cross-functional collaboration) வளர்ப்பதிலும் விளையாட்டாக்கம் சிறந்து விளங்குகிறது. 'குழுத் தேடல்களை' (Team Quests) வடிவமைப்பதன் மூலம், நிறுவனங்கள் வெவ்வேறு துறைகளைச் சார்ந்தவர்களை ஒரு குறிப்பிட்ட சவாலைத் தீர்க்க ஊக்குவிக்க முடியும். இது ஒரு காலக்கெடுவுக்குள் முடிக்க வேண்டிய திட்டமாகவோ அல்லது பகிரப்பட்ட இலக்குகளுடன் கூடிய நீண்டகால முயற்சியாகவோ இருக்கலாம். போட்டியும் கூட்டுறவும் கலந்த இத்தகைய தேடல்கள், குழு உறுப்பினர்கள் ஒருவருக்கொருவர் தனித்துவமான திறன்களைச் சார்ந்திருக்க ஊக்குவிக்கின்றன; இது ஒரு ஆழமான தோழமையையும் பொதுவான நோக்கத்தையும் உருவாக்குகிறது.

உயர்தரச் செயல்பாட்டைக் கொண்ட குழுக்களின் அடிப்படைத் தூணான 'பாராட்டுதல் கலாச்சாரத்தையும்' (culture of appreciation) விளையாட்டாக்கம் மூலம் திறம்படச் செயல்படுத்தலாம். எப்போதாவது நடக்கும் முறையான மதிப்பீட்டு முறைகளுக்குப் பதிலாக, விளையாட்டாக்கம் செய்யப்பட்ட அங்கீகார அமைப்புகளை நிறுவனங்கள் அமல்படுத்தலாம். ஊழியர்கள் டிஜிட்டல் பதக்கங்களைப் பெறலாம், பணிகளை முடிப்பதன் மூலம் தரவரிசையில் முன்னேறலாம் அல்லது சக ஊழியர்களுக்குப் பாராட்டுப் புள்ளிகளை (kudos) வழங்கலாம். இது நேர்மறையான நடத்தைகளை வலுப்படுத்தும் ஒரு தொடர்ச்சியான பின்னூட்டச் சுழற்சியை உருவாக்குகிறது. இதன் மூலம் ஒவ்வொரு பங்களிப்பும் அங்கீகரிக்கப்பட்டு, ஒவ்வொரு வெற்றியும் கொண்டாடப்படுகிறது.

அக்சென்ச்சரின் "பசுமை நிலைகள்" (Accenture's "Green Steps")

இதற்கு ஒரு சிறந்த உதாரணம் அக்சென்ச்சரின் (Accenture) "பசுமை நிலைகள்" (Green Steps) திட்டமாகும். ஊழியர்களின் கார்பன் தடத்தைக் (carbon footprint) குறைக்க ஊக்குவிக்கும் வகையில் விளையாட்டாக்கம் செய்யப்பட்ட ஒரு முயற்சியை இந்நிறுவனம் தொடங்கியது. படிக்கட்டுகளைப் பயன்படுத்துதல், வாகனங்களைப் பகிர்ந்து கொள்ளுதல் (carpooling) அல்லது மின்விளக்குகளை அணைத்தல் போன்ற நிலையான செயல்பாடுகளுக்காக ஊழியர்கள் புள்ளிகளைப் பெற்றனர். இந்தத் திட்டம் தனிநபரின் செயல்பாடுகளை நிறுவனத்தின் ஒட்டுமொத்த நிலைத்தன்மை இலக்குகளுடன் இணைத்தது. சமூகப் பொறுப்புணர்வு சார்ந்த ஒரு கார்ப்பரேட் முயற்சியை நிறுவனம் தழுவிய விளையாட்டாக இது மாற்றியது. இத்திட்டம் மிகப்பெரிய வெற்றியைப் பெற்றதோடு, ஊழியர்களின் ஈடுபாட்டை அதிகரித்து சுற்றுசூழலில் ஒரு குறிப்பிடத்தக்கத் தாக்கத்தையும் ஏற்படுத்தியது.

ஈடுபாட்டிற்கான கட்டமைப்பு (The Engagement Framework)

ஊழியர்களின் ஈடுபாட்டை மேம்படுத்த விளையாட்டாக்கத்தைத் திறம்படப் பயன்படுத்த, ஒரு நிறுவனம் உத்திசார்ந்த அணுகுமுறையைக் கொண்டிருக்க வேண்டும். வேலையை ஒரு மகிழ்ச்சியான மற்றும் ஊக்கமளிக்கும் அனுபவமாக மாற்ற இந்த வழிகாட்டி உதவும்:

நிலை 1: ஈடுபாட்டிற்கான காரணிகளைக் கண்டறிதல் (Identify the Engagement Drivers)

ஊழியர்களின் அடிப்படை ஊக்கம் என்ன? அவர்கள் சமூகப் பிணைப்பை விரும்புகிறார்களா, பொது அங்கீகாரத்தை நாடுகிறார்களா, போட்டியை விரும்புகிறார்களா அல்லது ஆளுமையை வளர்க்கத் துடிக்கிறார்களா? உங்கள் விளையாட்டாக்க உத்தி இந்த உள்ளார்ந்த ஊக்கங்களுடன் ஒத்துப்போக வேண்டும்.

எந்த நடத்தைகளை ஊக்குவிக்க விரும்புகிறீர்கள்? பயிற்சியை முடிக்கும் விகிதத்தை அதிகரிப்பதா, துறைகளுக்கு இடையிலான தொடர்பை மேம்படுத்துவதா அல்லது நிறுவனத்தின் முயற்சிகளில் பங்கெடுப்பை அதிகரிப்பதா? உங்கள் இலக்குகள் துல்லியமானவையாக இருக்க வேண்டும்.

நிலை 2: விளையாட்டை வடிவமைத்தல் (Design the Game)

சரியான உத்திகளைத் தேர்ந்தெடுங்கள்: உங்கள் இலக்குகளுக்கு ஏற்ற விளையாட்டு கூறுகளைத் தேர்ந்தெடுங்கள். சிறு செயல்களுக்குப் புள்ளிகளும் பதக்கங்களும் சிறந்தவை; ஆரோக்கியமான போட்டிக்கு முன்னிலை அட்டவணைகள் உதவும். பெரிய உத்திசார் முயற்சிகளுக்குக் கதை சார்ந்த தேடல்கள் (narrative-driven quests) பொருத்தமானவை.

காட்சி பின்னூட்டச் சுழற்சியை உருவாக்குங்கள்: முன்னேற்றத்தை அனைவருக்கும் தெரியப்படுத்துங்கள். குழு தரவரிசைகள், தனிநபர் முன்னேற்றக் கோடுகள் மற்றும் திறக்கப்பட்ட பதக்கங்களைக் காட்ட டிஜிட்டல் திரைகளைப் பயன்படுத்துங்கள். இது விளையாட்டை உண்மையானதாக மாற்றும்.

நிலை 3: கலாச்சாரத்தை வளர்த்தல் (Foster the Culture)

இதைக் கட்டாயமாக இல்லாமல் ஒரு விளையாட்டாக முன்னிறுத்துங்கள்: இதை ஒரு கடமையாகக் கருதாமல்,. ஒரு சுவாரசியமான, விருப்பமான சவாலாக அறிவியுங்கள். வேலையை ஒரு சுமையாக அல்லாமல், ஒரு சாகசப் பயணமாக உணர வைப்பதே இதன் நோக்கம்.

கொண்டாடுங்கள் மற்றும் வெகுமதி அளிங்கள்: குழு மற்றும் தனிநபர் வெற்றிகளைப் பொதுப்படையாகக் கொண்டாடுங்கள். பாராட்டும், ஒரு வெற்றிகரமான குழுவின் அங்கமாக இருக்கிறோம் என்ற உணர்வுமே மிகச்சிறந்த வெகுமதிகளாக அமையும்.

கருத்துப்பேழை

விளையாட்டாக்கம் அன்றாடப் பணிகளை ஊக்கமளிக்கும் சவால்களாக மாற்றி, ஊழியர்களின் தனிப்பட்ட விருப்பங்களை நிறுவனத்தின் வெற்றியோடு இணைக்கிறது.

விளையாட்டாக்கம் செய்யப்பட்ட இலக்குகளும் குழுத் தேடல்களும் துறைகளுக்கு இடையிலான தடைகளை உடைத்து, கூட்டுறவை வளர்ப்பதோடு உத்திகளை எளிமையாக்குகின்றன.

டிஜிட்டல் பதக்கங்கள் மற்றும் முன்னிலை அட்டவணைகள் ஒரு தொடர்ச்சியான பாராட்டுச் சுழற்சியை உருவாக்கி, ஊழியர்களின் மனவலிமையையும் பிணைப்பையும் அதிகரிக்கின்றன.

டெலாய்ட் மற்றும் அக்செஞ்சர் போன்ற நிறுவனங்களின் வெற்றி, ஈடுபாட்டையும் வணிக முடிவுகளையும் மேம்படுத்த விளையாட்டாக்கம் ஒரு வலிமையான கருவி என்பதை நிரூபிக்கிறது.

10. தனிநபர் மேம்பாட்டுக்கான விளையாட்டக்கம்

Health, Wellness, and Personal Development

"நீங்கள் எடுக்கும் ஒவ்வொரு செயலும், நீங்கள் எத்தகைய மனிதராக உருவெடுக்க விரும்புகிறீர்களோ, அந்த மனிதருக்கான ஒரு வாக்களிப்பாகும்."

, ***ஜேம்ஸ் கிளியர்*** *(Atomic Habits நூலின் ஆசிரியர்)*

உடல்நலம், நல்வாழ்வு மற்றும் தனிநபர் மேம்பாடு

தொலைநோக்குப் பார்வை கொண்ட பல நிறுவனங்கள், வணிகச் செயல்பாடுகளையும் ஊழியர்களின் நல்வாழ்வையும் தனித்தனி விஷயங்களாகப் பார்ப்பதில்லை; அவை ஒரே நாணயத்தின் இரு பக்கங்கள் என்பதை உணர்ந்துள்ளன. ஊழியர்கள் உடல் ரீதியாக ஆரோக்கியமாகவும், நிதி ரீதியாகப் பாதுகாப்பாகவும், மன ரீதியாக வலிமையாகவும் இருக்கும்போது, அவர்கள் தங்கள் பணியில் மிகச்சிறந்த பங்களிப்பை வழங்க முடிகிறது. இத்தகைய நற்பயன்களை ஊக்குவிக்க விளையாட்டாக்கம் (Gamification) ஒரு வலிமையான கருவியாகச் செயல்படுகிறது. இது "நல்வாழ்வு" (wellness) மற்றும் "தனிநபர் வளர்ச்சி" (personal growth) போன்ற தத்துவார்த்தக் கருத்துக்களை, உண்மையான மற்றும் வெகுமதி அளிக்கக்கூடிய பயணங்களாக மாற்றுகிறது. தனிப்பட்ட இலக்குகளை விளையாட்டாக மாற்றுவதன் மூலம், ஊழியர்கள் தொழில் ரீதியாக வளர்வது மட்டுமல்லாமல், தனிப்பட்ட வாழ்விலும் சிறந்து விளங்கும் ஒரு கலாச்சாரத்தை நிறுவனங்கள் உருவாக்குகின்றன.

பல நிறுவனங்கள் தங்கள் நல்வாழ்வு உத்தியின் ஒரு முக்கிய அங்கமாக உடற்பயிற்சி சார்ந்த சவால்களை (fitness challenges) நடைமுறைப்படுத்துகின்றன. இத்தகைய சவால்கள் வெறும் நடைப்பயிற்சிப் போட்டிகளாக மட்டுமில்லாமல், முழுமையான மற்றும் குழு சார்ந்த முயற்சிகளாக உருவெடுத்துள்ளன. உதாரணமாக, ஒரு நிறுவனம் "நீர்ச்சத்து நாயகன்" (Hydration Hero) என்ற சவாலைத் தொடங்கலாம்; இதில் ஊழியர்கள் தங்கள் நீர் நுகர்வைத் (water intake) துல்லியமாகப் பதிவு செய்வதன் மூலம் புள்ளிகளைப் பெறலாம். அதிக நீர் அருந்தும் குழுக்கள் முன்னிலை அட்டவணைகளில் (leaderboards) கொண்டாடப்படும்.

மற்றொரு முயற்சி, தியானப் பழக்கத்தின் மூலம் மனநலத்தை மேம்படுத்துவதில் கவனம் செலுத்தலாம்; இதில் ஒரு மாதம் முழுவதும் தியானப் பயிற்சியைத் தொடர்ந்து கடைப்பிடிக்கும் ஊழியர்களுக்கு "மனத்தெளிவு மாண்பாளர்" (Mindful Master) என்ற பதக்கம் வழங்கப்படும். இந்த அணுகுமுறை, ஆரோக்கியமான பழக்கங்களை உருவாக்குவதற்கு ஆரோக்கியமான போட்டியையும், கண்முன்னே தெரியும் முன்னேற்றத்தையும் பயன்படுத்துகிறது. இது ஊழியர்களின் ஆற்றலிலும் கவனத்திலும் நேரடித் தாக்கத்தை ஏற்படுத்துகிறது.

நிதி மற்றும் தனிநபர் வளர்ச்சி விளையாட்டாக்கம்

நிதி நல்வாழ்வு (financial well-being) போன்ற சிக்கலான மற்றும் பலருக்கு அச்சுறுத்தலாகத் தோன்றும் துறைகளிலும் விளையாட்டாக்கம் பயன்படுத்தப்படுகிறது. நிதி சார்ந்த செயலிகளும் நிறுவனத் திட்டங்களும் இப்போது சேமிப்பு, முதலீடு மற்றும் நிதித் திட்டமிடல் போன்றவற்றுக்காக ஊழியர்களுக்கு வெகுமதி அளிக்கின்றன. இந்த நிதி நல்வாழ்வு விளையாட்டுகளில் புள்ளிகள் முறை பயன்படுத்தப்படலாம்; ஒரு சேமிப்புத் திட்டத்தைத் தொடங்குதல், மாதாந்திரச் சேமிப்பு இலக்கை எட்டுதல் அல்லது ஓய்வுக்காலத் திட்டமிடல் குறித்த வினாடி வினாவிற்குச் சரியாகப் பதிலளித்தல் போன்றவற்றிற்கு ஊழியர்களுக்குப் புள்ளிகள் வழங்கப்படும். இந்தப் புள்ளிகளைப் பொருட்களை வாங்குவதற்கோ அல்லது சலுகைகளுக்கோ பயன்படுத்தலாம். இதன் மூலம் நிதிப் பாதுகாப்பு எனும் நீண்டகால இலக்கு, எட்டக்கூடிய எளிய படிகளாக மாறுகிறது. இது ஒரு சலிப்பான மற்றும் மன அழுத்தத்தைத் தரும் விஷயத்தை, வெற்றிக்கான தெளிவான பாதையைக் கொண்ட ஈர்க்கக்கூடிய சவாலாக மாற்றுகிறது.

கூகுளின் "ஜி-பாஸ்" (gPause) திட்டம்

தனிநபர் மேம்பாடு மற்றும் மனத்தெளிவுப் பயிற்சியில் விளையாட்டாக்கம் பயன்படுத்தப்படுவதற்கு கூகுள் (Google) நிறுவனத்தின் புகழ்பெற்ற "ஜி-பாஸ்" (gPause) திட்டம் ஒரு மிகச்சிறந்த உதாரணமாகும். இது ஒரு நேரடி விளையாட்டாக இல்லாவிட்டாலும், சமூகம் மற்றும் பழக்கவழக்கக் கண்காணிப்பு போன்ற விளையாட்டு கூறுகளைப் பயன்படுத்துகிறது. இத்திட்டம் ஊழியர்களைத் தங்கள் வேலைக்கு இடையே ஒரு சிறிய "மனத்தெளிவு இடைவேளை" (mindful pause) எடுக்க ஊக்குவிக்கிறது. பங்கேற்பாளர்கள் தங்கள் மனத்தெளிவுப் பழக்கங்களைக் கண்காணிக்கலாம், தங்கள் சாதனைகளைச் சக ஊழியர்களுடன் பகிர்ந்து கொள்ளலாம் மற்றும் அவர்களின் கூட்டு முயற்சியால் ஏற்படும் தாக்கத்தைக் காணலாம். இது மனத்தெளிவை ஒரு தனிநபர் பயிற்சியாக மட்டும் பார்க்காமல், ஒரு பகிரப்பட்ட மதிப்பாக மாற்றி மன சமநிலையையும்

கவனத்தையும் மேம்படுத்துகிறது. சமூக அங்கீகாரம் மற்றும் பொதுவான நோக்கத்தைப் பயன்படுத்துவதால் இந்த அணுகுமுறை பெரும் வெற்றியைப் பெற்றுள்ளது.

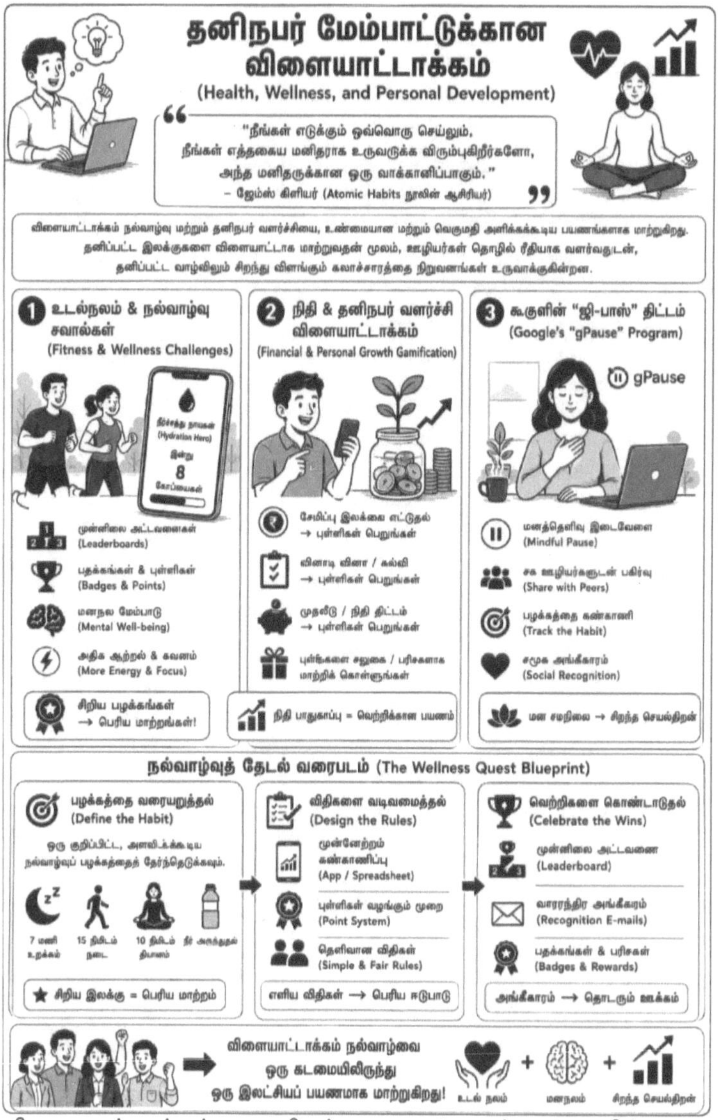

விளையாட்டாக்கம் ஊழியர்களை வெறும் தொழில்முறை அளவீடுகளை எட்டுபவர்களாக மட்டும் பார்க்காமல், அவர்களின் சொந்த வளர்ச்சியில் தீவிரமாகப் பங்கேற்பவர்களாக மாற்றுகிறது. இது நல்வாழ்வை ஒரு நிறுவனக் கடமையாகப்

பார்க்காமல், மேற்கொள்ளப்பட வேண்டிய ஒரு தனிப்பட்ட இலட்சியத் தேடலாக மாற்றியமைக்கிறது.

நல்வாழ்வுத் தேடல் வரைபடம் (The Wellness Quest Blueprint)

பழக்கத்தை வரையறுத்தல் (Define the Habit): ஊக்குவிக்கப்பட வேண்டிய ஒரு குறிப்பிட்ட, அளவிடக்கூடிய நல்வாழ்வுப் பழக்கத்தைத் தேர்ந்தெடுங்கள் (உதாரணமாக: 7 மணி நேர உறக்கம், 15 நிமிட நடைப்பயணம் அல்லது தியானப் பயிற்சி).

விதிகளை வடிவமைத்தல் (Design the Rules): விளையாட்டிற்கான எளிய விதிகளை உருவாக்குங்கள். இதில் முன்னேற்றத்தைக் கண்காணிக்க ஒரு தெளிவான முறை (பகிரப்பட்ட விரிதாள் அல்லது நிறுவனச் செயலி) மற்றும் மதிப்பெண் வழங்கும் முறையை நிர்ணயிக்கவும்.

வெற்றிகளைக் கொண்டாடுதல் (Celebrate the Wins): தனிநபர் மற்றும் குழு மைல்கற்களுக்குப் பொதுவான அங்கீகாரம் கிடைப்பதை உறுதி செய்யுங்கள். இது ஒரு முன்னிலை அட்டவணையாகவோ அல்லது சாதனைகளைக் கொண்டாடும் வாராந்திர மின்னஞ்சலாகவோ இருக்கலாம். இது தனிநபர் வளர்ச்சி என்பது நிறுவனக் கலாச்சாரத்தின் ஒரு மதிப்புமிக்க பகுதி என்பதை உறுதிப்படுத்தும்.

கருத்துப்பேழை

விளையாட்டாக்கம் நேர்மறையான பழக்கங்களை ஈர்க்கக்கூடியதாகவும் வெகுமதி அளிக்கக்கூடியதாகவும் மாற்றி, ஊழியர்களின் ஆரோக்கியம் மற்றும் நல்வாழ்வை மேம்படுத்துகிறது.

உடற்பயிற்சி சவால்கள் மற்றும் தியானப் போட்டிகள் ஆகியவை ஆரோக்கியமான நடத்தைகளை ஊக்குவிக்கப் போட்டி, முன்னிலை அட்டவணைகள் மற்றும் பதக்கங்களைப் பயன்படுத்துகின்றன.

நிதி நல்வாழ்வு விளையாட்டுகள், சேமிப்பு மற்றும் முதலீட்டிற்குப் புள்ளிகள் வழங்குவதன் மூலம் ஊழியர்களைத் தங்கள் நிதியைச் சிறப்பாக மேலாண்மை செய்யத் தூண்டுகின்றன.

கூகுளின் "ஜி-பாஸ்" போன்ற விளையாட்டாக்கம் செய்யப்பட்ட திட்டங்கள், மனத்தெளிவு மற்றும் நல்வாழ்வுக் கலாச்சாரத்தை வளர்க்கச் சமூகம் மற்றும் வெளிப்படையான முன்னேற்றத்தைப் பயன்படுத்துகின்றன.

11. மனித வளம் கட்டமைக்கும் விளையாட்டுக்கள்

Recruitment and Onboarding

"புதியவர்களைப் பணியமர்த்துவதுதான் நீங்கள் செய்யும் காரியங்களிலேயே மிக முக்கியமானது."

லாஸ்லோ பாக் (கூகுள் நிறுவனத்தின் முன்னாள் மூத்த துணைத் தலைவர்)

நிறுவன நுழைவை ஒரு விளையாட்டாக மாற்றுதல்

புதிய திறமையாளர்களை ஈர்ப்பது, அவர்களை மதிப்பிடுவது மற்றும் நிறுவனத்திற்குள் ஒருங்கிணைப்பது என்பது எந்தவொரு வணிகத்தின் மிக முக்கியமான பணிகளில் ஒன்றாகும். இருப்பினும், பல தசாப்தங்களாக இந்தச் செயல்முறை மாறாமல், நிலையான சுயவிவரக் குறிப்புகள் (resumes), மன அழுத்தத்தைத் தரும் நேர்காணல்கள் மற்றும் சலிப்பூட்டும் ஆவண வேலைகளையே நம்பியுள்ளது. இந்தத் தொன்மையான முறை பெரும்பாலும் திறமையற்றதாகவும், ஒருதலைப்பட்சமான முடிவுகளுக்கு வழிவகுப்பதாகவும் அமைகிறது. இது ஒரு வேட்பாளரின் உண்மையான ஆற்றலையோ அல்லது நிறுவனத்தின் கலாச்சாரத்தையோ சரியாகப் பிரதிபலிப்பதில்லை. ஆனால், தொலைநோக்குப் பார்வை கொண்ட நிறுவனங்கள் இன்று விளையாட்டாக்கத்தைப் (gamification) பயன்படுத்தி, இந்த நுழைவுப் புள்ளியை வேட்பாளர் மற்றும் நிறுவனம் ஆகிய இருவருக்குமே ஒரு சுவாரசியமான, ஆழமான மற்றும் மறக்க முடியாத அனுபவமாக மாற்றுகின்றன.

ஒரு ஆய்வு: ஆள்சேர்ப்பு புரட்சி – சிப்லா (Cipla) நிறுவனத்தின் 'கெம்பா' ரகசியம்

கேள்விகளுக்கு ஒருவர் எவ்வளவு சிறப்பாகப் பதிலளிக்கிறார் என்பதை மட்டும் சோதிக்கும் நேர்காணல்களால் சலிப்படைந்து விட்டீர்களா? சிப்லா (Cipla) நிறுவனத்தின் தொழிற்சாலை மேலாளர் ஒருவர், இறுதி நேர்காணலை ஒரு பயனுள்ள அனுபவமாக மாற்றி, இந்த முறையையே முற்றிலுமாக மாற்றியமைத்துள்ளார். இது குளிரூட்டப்பட்ட அறைகளுக்குள் நடக்கும் நேர்காணல் அல்ல; இது வணிகத்தின் வேகத்திற்கு ஏற்ப நடக்கும் பணியமர்த்தல் முறை.

அங்கே வேட்பாளர் வெறும் கேள்வி-பதில் அமர்வுகளில் பங்கேற்பதற்குப் பதிலாக, நேரடியாகத் தொழிற்சாலைக்கே (factory floor) அழைத்துச் செல்லப்படுகிறார். அங்கே அவருக்கு ஒரு முக்கியமான 'கெம்பா நடை' (Gemba Walk) பணி வழங்கப்படுகிறது. நீண்டகாலமாக அங்கே பணியாற்றும் குழுவினரின் கண்களுக்குத் தட்டுப்படாத முன்னேற்ற வாய்ப்புகளை, ஒரு புதிய பார்வையின் மூலம் கண்டறிவதே அவரது இலக்கு.

இது வெறும் ஒரு தொழிற்சாலைச் சுற்றுலா அல்ல; இது ஒரு வேட்பாளரின் முழுமையான திறனை நிகழ்நேரத்தில் மதிப்பிடும் ஒரு கடுமையான சோதனையாகும்:

தொழில்நுட்பத் திறன் (Technical Acumen): இயந்திரங்களுக்கு அப்பால், பணிச் செயல்முறையிலோ அல்லது தரக் கட்டுப்பாட்டிலோ உள்ள குறைபாடுகளை அவர்களால் கண்டறிய முடிகிறதா?

நடத்தை சார் அறிவு (Behavioral Intelligence): அந்த வேட்பாளர் அங்குள்ள தொழிலாளர்களை எவ்வாறு அணுகுகிறார், அவர்களுடன் எவ்வாறு உரையாடுகிறார் என்பதை மேலாளர் கூர்ந்து கவனிக்கிறார். இது அவர்களின் கூட்டுத் தலைமைத்துவப் பண்பிற்கான (collaborative leadership) ஒரு உண்மையான சோதனை.

விதிமுறைப் பற்று (Compliance Instinct): சுற்றுச்சூழல், சுகாதாரம் மற்றும் பாதுகாப்பு (EHS) விதிகளைக் கண்டிப்பாகப் பின்பற்றுவது மிக அவசியம். அந்தச் சூழலில் அவர்களின் உடனடி நடத்தை, அவர்களின் ஒழுக்கத்தைப் பற்றிப் பல உண்மைகளைத் தெரிவிக்கிறது.

நேர்காணலை விளையாட்டாக்கம் செய்து, மதிப்பீட்டைத் தொழிற்சாலைக்கே கொண்டு சென்றதன் மூலம், அந்த மேலாளர் ஒரு மகத்தான வெற்றியைப் பெறுகிறார். அவர் புத்திசாலித்தனமான, சிக்கல்களைத் தீர்க்கும் திறன் கொண்டவர்களைத் தேர்ந்தெடுப்பது மட்டுமல்லாமல், நேர்காணல் முடிவில் வேட்பாளர்களாலேயே உருவாக்கப்பட்ட செயல்பாட்டு மேம்பாட்டுப் பட்டியலையும் (operational improvement initiatives) பெற்றுவிடுகிறார். இந்த முன்னோடி முறை வெறும் ஆள்சேர்ப்பு அல்ல; இது பங்களிப்பின் மூலம் திறமையாளர்களைக் கண்டறியும் கலை.

சலிப்பூட்டும் கேள்வித்தாள்களுக்குப் பதிலாக, நிறுவனங்கள் இப்போது விளையாட்டாக்கம் செய்யப்பட்ட மதிப்பீடுகளைப் பயன்படுத்துகின்றன. இவை ஊடாடும் புதிர்கள் (interactive puzzles) மற்றும் சவால்கள் மூலம் ஒரு வேட்பாளரின் சிக்கல் தீர்க்கும் திறன், விமர்சன சிந்தனை மற்றும் உணர்ச்சிசார் அறிவை ஒரு துடிப்பான சூழலில் சோதிக்கின்றன. ஒரு சுயவிவரக் குறிப்பு (resume) ஒருவர் என்ன செய்திருக்கிறார் என்பதை மட்டுமே காட்டும்; ஆனால், விளையாட்டாக்கம் செய்யப்பட்ட மதிப்பீடு அவர் அழுத்தமான சூழலில் எவ்வாறு சிந்திக்கிறார்,

மற்றவர்களுடன் எவ்வாறு ஒத்துழைக்கிறார் மற்றும் ஒரு சிக்கலான பிரச்சனையை எவ்வாறு அணுகுகிறார் என்பதை வெளிச்சம் போட்டுக் காட்டும். இது வேட்பாளரைப் பற்றிய ஒரு முழுமையான மற்றும் நடுநிலையான பார்வையை வழங்குகிறது.

பணியமர்த்தல் தேடல்: பணியாளர் முதல் வெற்றியாளர் வரை (The Onboarding Quest)

ஒருவர் பணியமர்த்தப்பட்டவுடன், சவாலானது அவரை ஈர்ப்பதிலிருந்து நிறுவனத்துடன் ஒருங்கிணைப்பதாக மாறுகிறது. பணியில் சேர்ந்த முதல் சில வாரங்கள் உற்பத்தித்திறனுக்கு மிகவும் முக்கியமானவை. விளையாட்டாக்கம் இந்தச் செயல்முறையை ஒரு முறையான பயணமாக மாற்றுகிறது. புதிய பணியாளர்கள் நிறுவனத்தின் கலாச்சாரம், கொள்கைகள் மற்றும் நடைமுறைகளை ஒரு விளையாட்டைப் போலக் கற்றுக்கொள்ளும் வகையில் பல்வேறு "நிலைகள்" (levels) அல்லது "தேடல்கள்" (quests) மூலம் வழிநடத்தப்படுகிறார்கள். உதாரணமாக, ஒருவர் தனது ஆவணங்களைச் சமர்ப்பிப்பதன் மூலம் புள்ளிகளைப் பெறலாம் அல்லது நிறுவனத்தின் வரலாற்றைப் பற்றிய வினாடி வினாவில் வென்று பதக்கத்தைப் பெறலாம். இது பணியமர்த்தல் செயல்முறையை ஒரு சலிப்பான அலுவலக வேலையாக மாற்றாமல், தெளிவான இலக்குகளுடன் கூடிய ஒரு வழிகாட்டுதல் சாகசமாக மாற்றுகிறது.

மேரியட் (Marriott) நிறுவனத்தின் "மை மேரியட் ஹோட்டல்" (My Marriott Hotel)

இதற்கு ஒரு சிறந்த உதாரணம் மேரியட் (Marriott) நிறுவனத்தின் "மை மேரியட் ஹோட்டல்" எனும் முகநூல் (Facebook) விளையாட்டாகும். இது விருந்தோம்பல் துறையில் ஆர்வமுள்ளவர்களை ஈர்க்கவும் சோதிக்கவும் வடிவமைக்கப்பட்டது. இது வெறும் விளம்பரத்திற்கான முயற்சி மட்டுமல்ல.

இந்த விளையாட்டு பங்கேற்பாளர்களை ஒரு மெய்நிகர் (virtual) ஹோட்டல் சமையலறையை நிர்வகிக்கவும், வரவு-செலவுத் திட்டங்களைக் கையாளவும், பணியாளர்களை அமர்த்தவும் மற்றும் வாடிக்கையாளர்களின் ஆர்டர்களை நிறைவேற்றவும் தூண்டியது. இது விருந்தோம்பல் துறையில் உள்ள சவால்கள் மற்றும் வெகுமதிகளைப் பற்றிய ஒரு உண்மையான அனுபவத்தை வேட்பாளர்களுக்கு வழங்கியது. விளையாட்டில் வெற்றி பெற்றவர்கள் மேரியட் நிறுவனத்தில் உண்மையான வேலைக்கு விண்ணப்பிக்க ஊக்குவிக்கப்பட்டனர். இந்த அணுகுமுறை பணியமர்த்தல் செயல்முறையை ஈர்க்கக்கூடியதாக மாற்றியது மட்டுமல்லாமல், முறையான நேர்காணலுக்கு முன்பே வேட்பாளர்கள் அந்த வேலைக்குத் தங்களுக்குப் பொருத்தம்

தானா என்பதைத் தாங்களே தீர்மானிக்க ஒரு வாய்ப்பையும் வழங்கியது.

ஆள்சேர்ப்பு மற்றும் பணியமர்த்தல் கட்டமைப்பு (The Recruitment & Onboarding Framework)

உங்கள் நிறுவனத்தில் விளையாட்டாக்கத்தைத் திறம்படச் செயல்படுத்த இந்த மூன்று நிலைகள் உதவும்:

சவால்கள் மூலம் ஈர்த்தல் (Attract with a Challenge): வழக்கமான வேலை விளம்பரங்களுக்குப் பதிலாக, ஒரு சுவாரசியமான சவால் அல்லது வினாடி வினாவைப் பயன்படுத்துங்கள். இது சிறந்த திறமையாளர்களை ஈர்ப்பதோடு, அவர்கள் தங்கள் திறமையை உடனே நிரூபிக்கவும் வழிவகை செய்கிறது.

மாதிரிகள் மூலம் மதிப்பிடுதல் (Assess with a Simulation): ஒரு வேட்பாளரின் திறன் மற்றும் கலாச்சாரப் பொருத்தத்தை மதிப்பிட விளையாட்டாக்கம் செய்யப்பட்ட மாதிரிகளைப் பயன்படுத்துங்கள். இது ஒரு சுயவிவரக் குறிப்பின் எல்லைகளைத் தாண்டி, தரவு சார்ந்த துல்லியமான மதிப்பீட்டை வழங்குகிறது.

பயணத்தின் மூலம் ஒருங்கிணைத்தல் (Onboard with a Journey): பணியமர்த்தல் செயல்முறையை மைல்கற்கள், வெகுமதிகள் மற்றும் சமூகப் பிணைப்புகளுடன் கூடிய ஒரு பயணமாக வடிவமைக்கவும். இது புதிய பணியாளர்களுக்கு ஒரு பிணைப்புணர்வையும் முன்னேற்றத்தையும் தந்து, அவர்கள் புதிய பொறுப்பை எளிதாக ஏற்க உதவுகிறது.

கருத்துப்பேழை

விளையாட்டாக்கம் ஆள்சேர்ப்பு முறையை அறிவார்ந்ததாகவும், பணியமர்த்தலை எளிமையானதாகவும் மாற்றுகிறது.

விளையாட்டாக்கம் செய்யப்பட்ட மதிப்பீடுகள் ஒரு வேட்பாளரின் திறன் மற்றும் ஆற்றலைக் கண்டறிய ஒரு துல்லியமான மற்றும் நடுநிலையான வழியை வழங்குகின்றன.

பணியமர்த்தல் பயணங்கள், ஒரு புதிய பணியாளரின் முதல் சில வாரங்களைச் சலிப்பூட்டும் வேலையாக மாற்றாமல், ஒரு சுவாரசியமான சாகசமாக மாற்றுகின்றன.

மேரியட் போன்ற நிறுவனங்களின் வெற்றி, விளையாட்டாக்கம் செய்யப்பட்ட ஆள்சேர்ப்பு முறை திறமையாளர்களை ஈர்க்கவும் தக்கவைக்கவும் ஒரு வலிமையான கருவி என்பதை நிரூபிக்கிறது.

12. நாளைய தலைவர்களை உருவாக்குதல்

The Succession Game

" அடுத்த தலைவரை உருவாக்க திட்டமிடல் என்பது ஒரு நிகழ்வு அல்ல; அது ஒரு தொடர் செயல்முறை."
ராம் சரண் (Leaders at All Levels நூலின் ஆசிரியர்)

இன்றைய நாளிலேயே நாளைய தலைவர்களை உருவாக்குதல்

நிலைத்து நிற்கும் எந்தவொரு நிறுவனமும் எதிர்கொள்ளும் மிகப்பெரிய ஆபத்து என்பது சந்தைச் சரிவோ அல்லது பொருளாதார வீழ்ச்சியோ அல்ல; அது தகுதியான அடுத்தகட்டத் தலைமைத்துவத்தை உருவாக்கத் தவறுவதே (failure of succession) ஆகும். இருப்பினும், பல நிறுவனங்களில் அடுத்த தலைவரை உருவாக்க திட்டமிடல் என்பது ஒரு தற்காப்பு நடவடிக்கையாகவே உள்ளது. ஒரு முக்கிய அதிகாரி ஓய்வுபெறும்போதோ, தலைமைச் செயல் அதிகாரி திடீரென மாற்றப்படும்போதோ அல்லது புதிய வளர்ச்சி வாய்ப்புகள் வரும்போதோ மட்டுமே புதிய தலைவர்களைத் தேடும் அவசர முயற்சி மேற்கொள்ளப்படுகிறது.

கடைசி நிமிடம் வரை காத்திருப்பது என்பது, ஒரு சவாலான விளையாட்டின் இறுதி நிலைக்கு (final boss level), அதற்கு முந்தைய நிலைகளில் பயிற்சி பெறாமலும், சூட்சுமங்களை அறியாமலும், உங்கள் முதன்மை வீரரின் திறனை மேம்படுத்தாமலும் நுழைவதைப் போன்றது. இதன் தவிர்க்க முடியாத விளைவு, பெரும் இழப்புடன் கூடிய தோல்வியே ஆகும்.

இதற்கான உத்திசார் தீர்வு என்பது, வெறும் விரிதாள்களையும் (spreadsheets) மேலதிகாரிகளின் ஊகங்களையும் தாண்டிச் சிந்திப்பதாகும். அடுத்த தலைவரை உருவாக்க திட்டமிடலை ஒரு தொடர்ச்சியான, வெளிப்படையான "ஆயத்த நிலை விளையாட்டாக" (game of readiness) நாம் மாற்ற வேண்டும். வளர்ந்து வரும் தலைவர்கள் தங்கள் திறனைத் தானாகவே நிரூபித்து, அங்கீகாரத்தைப் பெற்று, அடுத்தகட்டப் பொறுப்புகளுக்குத் தங்களை முறையாகத் தயார்படுத்திக் கொள்ளும் ஒரு துடிப்பான அமைப்பை உருவாக்க வேண்டும்.

அடுத்த தலைவரை உருவாக்க திட்டமிடலில் உள்ள மறைமுகக் குறைபாடு (Succession Blind Spot)

திறமையான ஊழியர்களைக் (High-Potential - HiPo) கண்டறியும் பாரம்பரிய முறையில் ஒரு முக்கியமான பாரபட்சம் நிலவுகிறது. பெரும்பாலும் முடிவெடுப்பவர்களுக்கு நெருக்கமாக இருப்பவர்கள், தற்போதைய பணியில் சிறந்து விளங்குபவர்கள் அல்லது தங்களைத் தாங்களே விளம்பரப்படுத்திக் கொள்வதில் வல்லவர்கள் மட்டுமே திறமையாளர்களாகக் கருதப்படுகிறார்கள். ஆனால், உலகளாவிய அலுவலகங்களிலோ அல்லது விநியோகச் சங்கிலித் துறையிலோ அமைதியாகப் பணியாற்றும், எச்சூழலுக்கும் பொருந்தக்கூடிய உண்மையான தலைவர்கள், ஒரு நெருக்கடி வரும் வரை பலரின் கண்களுக்குத் தெரிவதே இல்லை.

விளையாட்டாக்கம் (Gamification) என்பது, வளரும் தலைவர்கள் வெறும் பதவி உயர்வைக் கோராமல், தங்கள் செயல்களின் மூலம் தங்களின் ஆளுமையையும் நம்பகத்தன்மையையும் நிலைநாட்டும் ஒரு முறையை உருவாக்குகிறது.

1. அங்கீகாரத்தின் மூலம் வெளிப்படுதல் (Visibility Through Recognition)

அடுத்தகட்டத் தலைமை விளையாட்டின் முதல் நகர்வு, தகுதியும் செல்வாக்கும் எவ்வாறு ஈட்டப்படுகின்றன என்பதை மறுவரையறை செய்வதாகும்.

சகாக்களின் அங்கீகாரப் பதக்கங்கள் (Peer-Endorsed Badges): நவீன நிறுவனங்களில் அதிகாரம் என்பது வெறும் பதவியால் (vertical) வருவதல்ல; அது திறமையால் சகாக்களுக்கிடையே (lateral) ஈட்டப்படுவதாகும். மேலாளர்களும் சக ஊழியர்களும் ஒருவருடைய சிறப்பான பங்களிப்பிற்காகப் பதக்கங்களை (உதாரணமாக: "சிக்கல் தீர்ப்பவர்", "கலாச்சாரத்தை உருவாக்குபவர்", "டிஜிட்டல் மொழிபெயர்ப்பாளர்") வழங்கலாம். மக்கள் பணியை முடிக்க யாரை உண்மையாக நம்புகிறார்கள் என்பதை இந்த முறை வெளிச்சம் போட்டுக் காட்டுகிறது; இது தலைமைத்துவ ஆற்றலின் துல்லியமான அறிகுறியாகும்.

பங்களிப்பு முன்னிலை அட்டவணைகள் (Contribution Leaderboards): வெறும் பதவிகளைப் பட்டியலிடுவதைத் தவிர்த்து, பங்களிப்புகளை முன்னிலைப்படுத்துவதில் கவனம் செலுத்த வேண்டும். அறிவுப் பகிர்வு, வெற்றிகரமான கூட்டுத் திட்டங்கள், வழிகாட்டுதல் மற்றும் பணிச் சிக்கல்களைக் களைதல் போன்ற செயல்களின் அடிப்படையில் ஊழியர்களை வரிசைப்படுத்த வேண்டும். இது ஆளுமையை ஜனநாயகப்படுத்துகிறது மற்றும் ஏணியின் எந்தப் படியில் இருந்தாலும் சரி, சிறந்த முடிவுகளைத் தரும் செயல்திறன் மிக்க அதிகாரிகளுக்கு (ட்ருக்கரின் கொள்கைப்படி) வெகுமதி அளிக்கிறது.

சிறப்புச் செய்தி அம்சம் (The Spotlight Feature): அதிக ஆற்றல் கொண்ட ஊழியர்களின் சாதனைகள் நிறுவனத்தின் தகவல் தளங்களில் தொடர்ச்சியாகப் பகிரப்பட வேண்டும். இது வெறும் புகழ்ச்சிக்காக அல்லாமல், அவர்கள் ஒரு சிக்கலை எவ்வாறு

தீர்த்தார்கள் என்பதை விளக்கும் ஒரு பயிற்சியாகவும் அமைய வேண்டும்.

உதாரணம்: ஒரு 'ஃபார்ச்சூன் 500' நிறுவனம், சிக்கலான திட்டங்களில் சரியான நேரத்தில் ஆலோசனைகளை வழங்கும் சக ஊழியர்களுக்கு "முடிவெடுக்கும் ஆளுமை" (Decision Mastery) எனும் பதக்கத்தை வழங்கும் முறையை அறிமுகப்படுத்தியது. இதன் மூலம், ஆண்டு மதிப்பீடுகளில் தென்படாத, தெளிவான மற்றும் விரைவான முடிவெடுக்கும் திறன் கொண்ட நடுத்தர நிலை தலைவர்களை அந்நிறுவனம் மிக எளிதாகக் கண்டறிந்தது.

அடுத்த தலைவரை உருவாக்கும் தயார்நிலைக்கான தேடல்கள்: அடுத்த கட்டத்திற்கான பயிற்சி

அடுத்தகட்டத் தலைமை என்பது ஒரு பதவியை நிரப்புவது மட்டுமல்ல; அது ஒருவரின் ஆயத்த நிலையை உறுதிப்படுத்துவதாகும். விளையாட்டாக்கம் செய்யப்பட்ட இந்த மாதிரியின் மையப்பகுதி, சலிப்பூட்டும் மேம்பாட்டுத் திட்டங்களுக்குப் பதிலாக, படிப்படியான "உயர்மட்டத் தேடல்களை" (Progressive Quests) அறிமுகப்படுத்துவதாகும். இது ஜிஇ (GE) மற்றும் டாடா குழுமம் போன்ற நிறுவனங்கள் பின்பற்றும் நீண்டகால, கடுமையான மேம்பாட்டு மாதிரியை அடிப்படையாகக் கொண்டது.

2. படிப்படியான தேடல் கட்டமைப்பு (The Progressive Quest Architecture)

உயர்மட்டத் தலைமைக்கான பாதை என்பது தலைவர்களின் மூன்று முக்கியப் பண்புகளைச் சோதிக்கும் சவாலான பணிகளின் வரிசையாக அமைய வேண்டும்: அவை தகவமைப்புத் திறன் (Adaptability), தெளிவற்ற சூழலை மேலாண்மை செய்தல் (Ambiguity Management) மற்றும் செயல்முறைப்படுத்துதல் (Execution) ஆகும்.

விரிவாக்கப் பணிகள் (Stretch Missions): வளர்ந்து வரும் தலைவர்களுக்குத் தங்களின் துறை சார்ந்த எல்லைகளைத் தாண்டிய அல்லது சர்வதேச அளவிலான திட்டங்கள் "தேடல்களாக" வழங்கப்படுகின்றன. இவை வெறும் வேலைகள் அல்ல; உண்மையான இடர் மற்றும் உத்திசார் முக்கியத்துவம் கொண்ட திட்டங்கள். இது அவர்களின் துறைக்கு வெளியேயுள்ளவர்களுடன் இணைந்து செயல்படும் திறனைச் சோதிக்கிறது. இதில் வெற்றி பெறுவது அடுத்தகட்டத் தலைமைத்துவப் பயிற்சியைத் தொடங்குவதற்கான வாய்ப்பை வழங்கும்.

சுழற்சி முறையிலான வாய்ப்புகள் (Rotational Unlocks): உயர்மட்டப் பொறுப்புகளுக்குச் செல்ல வணிகத்தைப் பற்றிய ஒரு முழுமையான பார்வை அவசியம். நிதி, செயல்பாடு, சந்தைப்படுத்துதல் மற்றும் தொழில்நுட்பம் போன்ற வெவ்வேறு

துறைகளில் வழங்கப்பட்ட "பணிகளை" முடித்த பின்னரே தலைவர்கள் அடுத்த நிலைக்கு முன்னேற முடியும். இது ஒரு தலைவர் தனது துறையில் மட்டும் வல்லவராக இல்லாமல், நிறுவனத்தின் அனைத்துப் பிரிவுகளையும் ஒருங்கிணைத்துச் செயல்படும் திறன் (Interoperability) கொண்டவராக இருப்பதை உறுதி செய்கிறது.

நெருக்கடி கால உருவகப்படுத்துதல்கள் ("தலைமைப் போர்கள்" - Boss Battles): அடுத்தகட்டத் தலைமைப் பட்டியலில் சேர்க்கப்படுவதற்கு முன்பு, வேட்பாளர்கள் கடினமான சவால்களை எதிர்கொள்ள வேண்டும் (உதாரணமாக: ஒரு பொருளைச் சந்தையிலிருந்து திரும்பப் பெறுதல் அல்லது நிறுவனத்தைக் கைப்பற்ற முயலும் எதிர்ப்புகளைச் சமாளித்தல்). இது ஒரு பாதுகாப்பான சூழலில், கடுமையான அழுத்தத்தின் கீழ் அவர்களின் தலைமைத்துவத்தையும் முடிவெடுக்கும் திறனையும் சோதிக்க உதவுகிறது.

ஆய்வு 1: ஜிஇ-இன் குரோட்டன்வில் திட்டம் (GE's Crotonville Pipeline)

ஜிஇ (GE) நிறுவனம் ஒரு "தலைமைச் செயல் அதிகாரிகளின் தொழிற்சாலை" என்று அழைக்கப்படுவது தற்செயலானது அல்ல; அது குரோட்டன்வில் வளாகத்தில் உருவாக்கப்பட்ட ஒரு விளையாட்டாக்கம் செய்யப்பட்ட மேம்பாட்டு முறையின் விளைவாகும். இத்திட்டத்தின் சிறப்பு என்னவென்றால், தலைமைத்துவத்தை ஒரு "முன்னேற்ற விளையாட்டாக" (Game of Progression) வரையறுத்ததாகும்.

இங்கே பங்கேற்பாளர்கள் வெறும் பயிற்சியைப் பெறுவதில்லை; அவர்கள் தங்களை "மேம்படுத்திக் கொள்கிறார்கள்" (leveled up). சிறிய குழுக்களை நிர்வகிப்பதில் தொடங்கி, ஒரு முழு வணிகப் பிரிவையே உருவகப்படுத்துவது வரை பல நிலைகளைக் கடந்தனர். கடுமையான சக ஊழியர் மதிப்பீடுகளும், பல்துறை சார்ந்த "தேடல்களும்", ஒவ்வொரு நிலையிலும் தங்கள் திறனை நிரூபித்த தலைவர்கள் மட்டுமே அடுத்த நிலைக்குச் செல்வதை உறுதி செய்தன. இதிலிருந்து நாம் கற்கும் பாடம் தெளிவானது: அடுத்தகட்டத் தலைமை என்பது ஒரு முன்னேற்ற விளையாட்டு; தலைவர்கள் கடினமான பணிகள் மூலம் தங்களை மேம்படுத்திக் கொள்கிறார்கள்.

தலைமைத்துவப் பெஞ்சை மறுவரையறை செய்தல்: துடிப்பான மதிப்பெண் அட்டை

இறுதி அம்சம் என்னவென்றால், ரகசியமாக வைக்கப்படும் அடுத்தகட்டத் தலைமைப் பட்டியலை ஒரு துடிப்பான, வெளிப்படையான மற்றும் ஊக்கமளிக்கும் கருவியாக மாற்றுவதாகும்.

3. துடிப்பான பெஞ்ச் வலிமை மதிப்பெண் (The Dynamic Bench Strength Score)

நிலையான பெயர்ப் பட்டியலுக்குப் பதிலாக, நிறுவனங்கள் ஒரு "பெஞ்ச் வலிமை மதிப்பெண்" அல்லது "ஆயத்த நிலை மதிப்பெண்ணை" (Readiness Score) பராமரிக்க வேண்டும். இது அனைத்துத் திறமையான வேட்பாளர்களுக்கும் வெளிப்படையாகத் தெரிவிக்கப்பட வேண்டும். இது முழு மேம்பாட்டுத் திட்டத்தையும் ஒரு நேரடி முன்னிலை அட்டவணையாக மாற்றுகிறது.

தயார்நிலைத் திரைகள் (Readiness Dashboards): வேட்பாளர்களுக்கு ஒரு திரை வழங்கப்படுகிறது; அது அவர்களின் தற்போதைய திறன்களுக்கும், அடுத்தகட்ட இரண்டு நிலைகளுக்கான தேவைகளுக்கும் இடையே உள்ள இடைவெளியைத் தெளிவாகக் காட்டும். இது அவர்களின் வாழ்க்கைப் பயணத்திற்கான ஒரு வழிகாட்டியாக (GPS) அமைந்து, அவர்களின் வளர்ச்சித் திட்டத்தின் மீது அவர்களுக்கே முழு அதிகாரத்தை வழங்குகிறது.

குழுத் தேடல்கள் (Team Quests): இந்த விளையாட்டு கூட்டு வலிமையை ஊக்குவிக்க வேண்டும். ஒரு மேலாளரின் அடுத்தகட்டத் தலைமை மதிப்பெண், அவருக்குக் கீழ் பணியாற்றுபவர்களின் தயார்நிலை மதிப்பெண்ணைப் பொறுத்தே அமைய வேண்டும். இது தற்போதைய தலைவர்களைத் தங்கள் குழுவினருக்குத் தீவிரமாகப் பயிற்சியளிக்கத் தூண்டுகிறது. தனிநபர் சாதனைகளை விடக் குழுவின் ஆரோக்கியத்திற்கு முன்னுரிமை அளிக்கப்படுவதை இது உறுதி செய்கிறது.

மதிப்புமிக்க வெகுமதிகள் (Prestige Rewards): அடுத்தகட்டத் தலைமை வேட்பாளர்களுக்கு வழங்கப்படும் மிகச்சிறந்த வெகுமதிகள் பண ரீதியானவை அல்ல; அவை கௌரவம் சார்ந்தவை. மூத்த அதிகாரிகளிடமிருந்து நேரடி வழிகாட்டுதல் பெறுதல், உத்திசார் திட்டமிடல் கூட்டங்களில் பங்கேற்றல் மற்றும் "உயரும் தலைவர்" (Ascendant Leader) என அங்கீகரிக்கப்படுதல் ஆகியவை இதில் அடங்கும். இத்தகைய வெகுமதிகள் ஊழியர்களின் அர்ப்பணிப்பைத் தக்கவைக்கின்றன.

ஆய்வு 2: டாடா குழுமத்தின் டிஏஎஸ் (TAS) திட்டம் (The Rotational Unlock)

டாடா அட்மினிஸ்ட்ரேட்டிவ் சர்வீசஸ் (TAS) திட்டம், விளையாட்டாக்கம் செய்யப்பட்ட சுழற்சி முறையின் (gamified rotations) ஆற்றலை விளக்குகிறது. இதற்கெனத் தேர்ந்தெடுக்கப்பட்ட திறமையாளர்கள் தகவல் தொழில்நுட்பம் முதல் வாகன உற்பத்தி மற்றும் சொகுசு விடுதிகள் வரை டாடாவின் பல்வேறு நிறுவனங்களுக்குச் சுழற்சி முறையில் மாற்றப்படுகிறார்கள். ஒவ்வொரு சுழற்சியும் ஒரு புதிய "திறப்பு" (unlock) போன்றது; இது வெவ்வேறு தொழில்துறைகளில் அவர்களின் தகவமைப்புத் திறனைச் சோதிக்கிறது. இதன் விளைவாக, பல்வேறு சூழல்களில் பணியாற்றித் தங்களை நிரூபித்த தலைவர்கள், அக்குழுமத்தின் எந்தவொரு நிறுவனத்திலும் தலைமைப் பொறுப்பை ஏற்கத் தயாராக இருக்கிறார்கள்.

அடுத்தகட்டத் தலைமை விளையாட்டு கட்டமைப்பு: H.I.P.O. மாதிரி

அடுத்த தலைவரை உருவாக்க திட்டமிடல் என்பது திறன்களை உருவாக்குதல், அங்கீகாரத்தை வழங்குதல் மற்றும் தயார்நிலையை உறுதிப்படுத்துதல் ஆகியவற்றை உள்ளடக்கிய ஒரு தொடர்ச்சியான விளையாட்டாகும். உங்கள் நிறுவனத்தின் அடுத்தகட்டத் தலைமைப் பாதையை ஒரு போட்டித்திறன் வாய்ந்த நன்மையாக மாற்ற H.I.P.O. மாதிரியைப் பயன்படுத்துங்கள்.

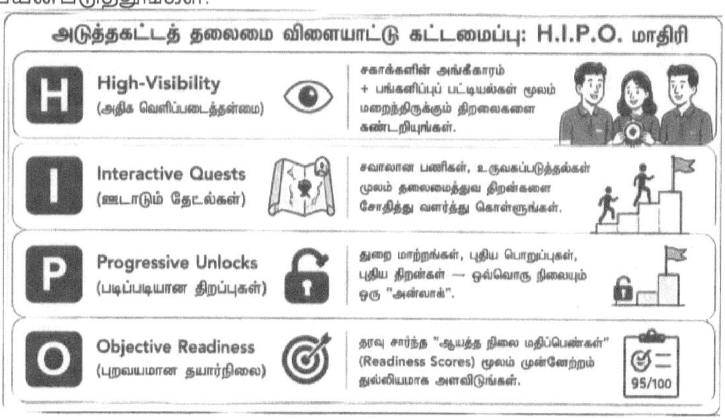

கருத்துப்பேழை

விளையாட்டாக்கம் என்பது அடுத்த தலைவரை உருவாக்கும் திட்டமிடலை ஒரு சுமையான வேலையிலிருந்து, தொடர்ச்சியான "ஆயத்த நிலை விளையாட்டாக" மாற்றுகிறது.

அங்கீகாரமே முதல் வெகுமதி: சாதாரண மனிதவள மேம்பாட்டு முறைகளில் தென்படாத தலைவர்களைக் கண்டறியப் பதக்கங்களையும் பங்களிப்புப் பட்டியல்களையும் பயன்படுத்துங்கள்.

ஆயத்த நிலைக்குத் தேடல்கள் அவசியம்: தலைமைத்துவத்திற்கான பாதை என்பது விரிவாக்கப் பணிகள், சுழற்சி முறையிலான வாய்ப்புகள் மற்றும் நெருக்கடி கால உருவகப்படுத்துதல்கள் (தலைமைப் போர்கள்) கொண்ட கட்டமைப்பாக இருக்க வேண்டும்.

பட்டியல் துடிப்பானதாக இருக்க வேண்டும்: நிலையான பட்டியல்களுக்குப் பதிலாக, வெளிப்படையான "பெஞ்ச் வலிமை மதிப்பெண்ணைப்" பயன்படுத்தி தலைவர்களைத் தங்கள் வாரிசுகளை உருவாக்க ஊக்குவியுங்கள்.

சிந்தனைக்கான கேள்விகள்

உங்கள் அடுத்த உத்திசார் இலக்கிற்கு அவசியமான, ஆனால் தற்போதைய மதிப்பீடுகளில் அளவிடப்படாத மூன்று தலைமைத்துவப் பண்புகள் யாவை? அந்தப் பண்புகளுக்கு வெகுமதி அளிக்கப் பதக்கங்களை எவ்வாறு உருவாக்கலாம்?

உங்கள் அடுத்த தலைமுறை தலைவர்கள் எதிர்கொள்ளக்கூடிய ஒரு முக்கிய "தலைமைப் போர்" (நெருக்கடிச் சூழல்) எது? வணிக ரீதியான பாதிப்பு இல்லாமல் இந்தச் சவாலை நீங்கள் எவ்வாறு உருவகப்படுத்தலாம்?

ஒரு திறமையான ஊழியர் உங்களிடம் வந்து, "நான் அடுத்த நிலைக்குச் செல்ல எவ்வளவு மதிப்பெண் எடுக்க வேண்டும்?" என்று கேட்டால், உங்களால் ஒரு தெளிவான, தரவு சார்ந்த "ஆயத்த நிலை மதிப்பெண்ணை" வழங்க முடியுமா?

13. தலைமைப் பண்பை வளர்த்துக்கொள்ள

Leadership Development

"உங்களை இந்த நிலைக்குக் கொண்டு வந்தவை, உங்களை அடுத்த நிலைக்குக் கொண்டு செல்லாது."
மார்ஷல் கோல்ட்ஸ்மித் (நிர்வாகப் பயிற்சியாளர்)

திறமை மேலாண்மையில் (talent management) இன்று நிலவும் பெரும் நெருக்கடி என்பது, உள்ளார்ந்த திறமை இல்லாதது அல்ல; மாறாக, உடனடியாகப் பொறுப்பேற்கக் கூடிய தகுதியான தலைவர்களின் பற்றாக்குறையே ஆகும். பெரும்பாலான நிறுவனங்கள் வலுவான தலைமைத்துவத்தின் அவசியத்தை உணர்ந்திருந்தாலும், "தலைமைத்துவக் குழாய்வழிச் சிக்கலில்" (Leadership Pipeline Problem) சிக்கித் தவிக்கின்றன. அவர்களின் மேம்பாட்டுத் திட்டங்கள் பெரும்பாலும் நடைமுறைக்கு ஒவ்வாத கோட்பாடுகளைக் கொண்ட சலிப்பூட்டும் பயிற்சி வகுப்புகளாகவே இருக்கின்றன. இதன் விளைவாக, ஊழியர்கள் பயிற்சியை முடித்ததற்கான அடையாளத்தைப் பெறுகிறார்களே தவிர, கற்ற பாடங்களை அன்றாடப் பணியில் செயல்திறனாக மாற்றுவதில்லை.

தலைவர்கள் வகுப்பறைகளில் உருவாவதில்லை; அவர்கள் சவால்களின் மூலமே செதுக்கப்படுகிறார்கள். வளர்ச்சியை ஒரு விளையாட்டைப் போல வடிவமைத்தால், தலைமைத்துவம் என்பது ஒரு பதவியாக இல்லாமல், ஒரு நற்பண்பாக மாறும். இதற்கு விளையாட்டாக்கம் (Gamification) ஒரு சிறந்த தீர்வை வழங்குகிறது. இது தலைமைத்துவ மேம்பாட்டை ஒருமுறை நடக்கும் நிகழ்வாகப் பார்க்காமல், ஒரு சுவாரசியமான தொடர் பயணமாக மாற்றுகிறது. ஒரு நன்முறையில் வடிவமைக்கப்பட்ட விளையாட்டில் ஒவ்வொரு நிலையும் (level) புதிய சவால்களையும் பொறுப்புகளையும் திறப்பதோடு, வீரரை அந்த விளையாட்டில் நிபுணத்துவம் பெறத் தூண்டுவதைப் போல இது அமைகிறது.

1. தலைமைத்துவம் என்பது ஒரு பயணம், நிகழ்வு அல்ல

தலைமைத்துவப் பயிற்சியை வெறும் மூன்று நாள் கருத்தரங்காகச் சுருக்குவது அடிப்படையிலேயே தவறான அணுகுமுறையாகும். பீட்டர் எஃப். ட்ருக்கரின் கருத்துப்படி, உண்மையான தலைமைத்துவம் என்பது தொடர்ச்சியான பயிற்சி, ஒழுக்கமான பழக்கவழக்கங்கள் மற்றும் நீடித்த முயற்சியின் வெளிப்பாடாகும். விளையாட்டாக்கம் இந்தப் பயணத்தை ஒரு குறிப்பிட்ட காலத்திற்கு நீட்டித்து, "நிலை உயர்வு

முறை" (Leveling System) மூலம் படிப்படியான நிபுணத்துவத்தை உறுதி செய்கிறது.

நிலை 1: தன்னை வழிநடத்துதல் (Leading Self): அடிப்படைத் திறன்கள், நேர மேலாண்மை, உணர்ச்சிசார் அறிவு (emotional intelligence), தனிநபர் உற்பத்தித்திறன் மற்றும் தெளிவான முடிவெடுத்தல் ஆகியவற்றில் கவனம் செலுத்தும் தேடல்கள் (quests). அடுத்த நிலைக்குச் செல்ல இதில் தேர்ச்சி பெறுவது அவசியம்.

நிலை 2: குழுக்களை வழிநடத்துதல் (Leading Teams): உறவுமுறைத் திறன்கள், பயிற்சியளித்தல், முரண்பாடுகளைக் களைதல், அதிகாரப் பகிர்வு (delegation) மற்றும் குழு ஒருங்கிணைப்பு ஆகியவற்றில் கவனம் செலுத்தும் பணிகள் (missions).

நிலை 3: வணிகத்தை வழிநடத்துதல் (Leading the Business): உத்திசார் சிந்தனை, வரவு-செலவு மேலாண்மை (P&L), துறைகளுக்கு இடையேயான ஒருங்கிணைப்பு மற்றும் மாற்றங்களை முன்னின்று நடத்துதல் போன்ற உயர்மட்டச் சவால்கள்.

நிலை 4: எதிர்காலத்தை வழிநடத்துதல் (Leading for the Future): தொலைநோக்குப் பார்வை, அறம் சார்ந்த தலைமைத்துவம், புத்தாக்க உத்திகள் மற்றும் நிலைத்தன்மை (sustainability) ஆகியவற்றில் கவனம் செலுத்தும் உயரிய தேடல்கள்.

ஒவ்வொரு கட்டத்திலும், முந்தைய நிலையில் தேர்ச்சி பெற்றதை நடைமுறையில் நிரூபித்த பின்னரே அடுத்தகட்டப் பணிகள் வழங்கப்படும். இது ஜிஇ (GE) குரோட்டன்வில் மாதிரியைப் போன்றது, தலைவர்கள் தங்கள் முன்னேற்றத்தைத் தகுதியின் மூலம் ஈட்டுவதை இது உறுதி செய்கிறது.

2. உடனடி வெகுமதிகளாகக் கருத்துப் பரிமாற்றம் (Feedback as Instant Power-Ups)

நிறுவனங்களில் ஆண்டுக்கு ஒருமுறை வழங்கப்படும் கருத்துப் பரிமாற்றச் சுழற்சிகள் மிகவும் தாமதமானவை. உடனடிப் பின்னூட்டத்தை எதிர்பார்க்கும் மனித இயல்புக்கு இது முரணானது. விளையாட்டாக்கம் இந்தச் சுழற்சியை வேகப்படுத்தி, ஒவ்வொரு செயலையும் ஒரு "ஆற்றல் அதிகரிப்பு" (power-up) வாய்ப்பாக மாற்றுகிறது.

நேரடித் தரவுத் திரைகள் (Live Dashboards): தலைவர்கள் தங்கள் தலைமைத்துவத் திறன்களில் (உதாரணமாக: "அதிகாரப் பகிர்வு

மதிப்பெண்", "முரண்பாடு தீர்வு வெற்றி விகிதம்") அடைந்துள்ள முன்னேற்றத்தை நிகழ்நேரத்தில் காணும் திரைகள். இது கண்ணுக்குத் தெரியாத முன்னேற்றத்தை வெளிச்சம் போட்டுக் காட்டி, ஒருவரைத் தன் திறமையின் எல்லையில் நின்று செயல்படத் தூண்டுகிறது (Flow state).

நுண்ணிய கருத்துப் பகிர்வு (Micro-Feedback Loops): சக ஊழியர்கள் மற்றும் கீழ்நிலை ஊழியர்களிடமிருந்து பெறப்படும் உடனடி மதிப்பீடுகள், சிக்கலான 360-டிகிரி ஆய்வுகளைத் தொடர்ச்சியான மற்றும் துல்லியமான தரவுகளாக மாற்றுகின்றன.

திறக்கப்படக்கூடிய சலுகைகள் (Unlockable Perks): சிறந்த செயல்பாடுகளுக்குப் பணத்திற்குப் பதிலாக, கௌரவமான வெகுமதிகள் (Prestige Rewards) வழங்கப்படுகின்றன. இதில் மூத்த அதிகாரிகளின் நேரடி வழிகாட்டுதல், உத்திசார் குழுக்களில் பங்கேற்பு அல்லது புதிய திட்டங்களுக்கான நிதி ஒதுக்கீடு போன்றவை அடங்கும்.

ஆய்வு: டெலாய்ட் (Deloitte) நிறுவனம் தனது தலைமைத்துவத் திட்டத்தை விளையாட்டாக்கம் செய்ததன் மூலம், பயிற்சியை முடிப்பவர்களின் எண்ணிக்கை இருமடங்காக உயர்ந்தது.

3. தலைமைத்துவத் தேடல்களை வடிவமைத்தல்: திறமைக்கான சோதனை

கோட்பாடுகள் செயலற்றவை; தலைமைத்துவம் என்பது செயல் சார்ந்தது. விளையாட்டாக்கம் தலைமைத்துவச் சவால்களை உண்மையான உலகப் பிரதிபலிப்பாகவும், அதிக பொறுப்பு வாய்ந்ததாகவும் மாற்றுகிறது.

உண்மையான நெருக்கடி உருவகப்படுத்துதல்கள் ("தலைமைப் போர்கள்" - Boss Battles): விநியோகச் சங்கிலித் தடை அல்லது திடீர் போட்டி போன்ற உருவகப்படுத்தப்பட்ட சூழல்களில் வேட்பாளர்கள் ஈடுபடுத்தப்படுவார்கள். நேர நெருக்கடி மற்றும் தெளிவற்ற சூழலில் அவர்கள் எடுக்கும் முடிவுகளின் தரமே அவர்களின் வெற்றியைத் தீர்மானிக்கும்.

துறைகளுக்கு இடையேயான தேடல்கள் (Cross-Functional Quests): நிதி, சந்தைப்படுத்துதல் மற்றும் செயல்பாட்டுத் துறைகளை ஒருங்கிணைத்து ஒரு வாடிக்கையாளர் சிக்கலைத் தீர்ப்பது போன்ற தேடல்கள். இது நிறுவனத்திற்குள் நிலவும் உராய்வுகளைக் குறைத்து, ஒன்றிணைந்து செயல்படும் திறனை (Interoperability) வளர்க்கிறது.

உயர்மட்ட அதிகாரிகளுடனான இறுதிச் சவால்: ஒரு பெரிய தேடலின் இறுதி நிலை என்பது, மூத்த நிர்வாகக் குழுவின்

முன்னிலையில் தீர்வுகளை முன்வைப்பதாகும். இது அவர்களின் உத்திசார் சிந்தனையையும் தகவல் தொடர்புத் திறனையும் உச்சகட்ட அழுத்தத்தில் சோதிக்கிறது.

தலைமைத்துவ முன்னேற்றத்திற்கான L.E.A.D. கட்டமைப்பு

உங்கள் தலைமைத்துவ மேம்பாட்டுத் திட்டத்தைச் சீரமைக்க இந்த நான்கு கொள்கைகளை ஒருங்கிணைக்கவும்:

சுருக்கம்	**விளக்கம்**
L - Leveling (நிலை உயர்வு)	பயிற்சியைப் படிப்படியான பயணமாக மாற்றி, அடுத்த நிலைக்கு முன்னேறத் தேர்ச்சியை நிரூபிக்கச் செய்தல்.
E - Empowered Feedback (ஆற்றல்மிக்க பின்னூட்டம்)	நேரடித் தரவுத் திரைகள் மூலம் உடனடிப் பின்னூட்டம் வழங்கி ஊழியர்களைத் தூண்டுதல்.
A - Autonomy (தன்னாட்சி)	இலக்குகளை எட்டும் தலைவர்களுக்குச் சுதந்திரம் மற்றும் கௌரவமான வெகுமதிகளை வழங்குதல்.
D - Designed Quests (வடிவமைக்கப்பட்ட தேடல்கள்)	நிஜ உலகச் சவால்களைப் பிரதிபலிக்கும் வகையில் கடினமான பணிகளை உருவாக்குதல்.

கருத்துப்பேழை

பின்னூட்டம் உடனடியாக இருக்க வேண்டும்: தாமதமான ஆண்டு மதிப்பீடுகளைத் தவிர்த்து, உடனடி "ஆற்றல் அதிகரிப்பு"களாகச் செயல்படும் நேரடித் தரவுத் திரைகளைப் பயன்படுத்த வேண்டும்.

தேடல்கள் ஆயத்த நிலையை உறுதி செய்கின்றன: "தலைமைப் போர்கள்" (Boss Battles) மற்றும் பல்துறைப் பணிகள் மூலமே ஒரு தலைவரின் முடிவெடுக்கும் திறன் சோதிக்கப்பட வேண்டும்.

சிந்தனைக்கான கேள்விகள்

உங்கள் நிறுவனத் தலைவர்கள் எதிர்கொள்ளும் மிக முக்கியமான நடத்தைச் சிக்கல் (உதாரணமாக: அதிகாரப் பகிர்வு) எது? பதவி உயர்வுக்கு முன் இதில் தேர்ச்சி பெறுவதை உறுதி செய்ய ஒரு 'நிலை 1' தேடலை எவ்வாறு வடிவமைப்பீர்கள்?

உங்கள் தற்போதைய பாடத்திட்டத்தில் உள்ள ஒரு தத்துவார்த்தப் பகுதியை, இரண்டு வெவ்வேறு துறைகளின் ஒத்துழைப்பு தேவைப்படும் ஒரு சவாலான பணியாக எவ்வாறு மாற்றலாம்?

வெற்றி பெறும் 'நிலை 3' தலைவர்களுக்கு, மேலும் ஈடுபாட்டுடன் செயல்படத் தூண்டும் வகையில் எந்த மாதிரியான பிரத்யேகச் சலுகையை (உதாரணமாக: புத்தாக்க நிதி மீதான கட்டுப்பாடு) நீங்கள் வழங்குவீர்கள்?

14. சமூக பொறுப்புணர்வை வளர்க்க

Sustainability and CSR

" சுற்றுப்புற சூழல் நிலைத்தன்மை என்பது வெறும் கொள்கைகளால் வளர்வதில்லை,அது மக்களின் பங்களிப்பால் மட்டுமே வளர்கிறது. உங்கள் நிறுவனத்தின் சமூகப் பொறுப்புணர்வு (ESG) இலக்குகளை ஒரு விளையாட்டாக மாற்றுங்கள்; அப்போது ஒவ்வொரு ஊழியரும் மாற்றத்திற்கான தூதராக மாறுவார்."

பசுமைத் தேடல்: சுற்றுப்புற சூழல் நிலைத்தன்மை மற்றும் சமூகப் பொறுப்புணர்வை விளையாட்டாக்கம் செய்தல்

சுற்றுப்புற சூழல் நிலைத்தன்மை மற்றும் நிறுவனங்களின் சமூகப் பொறுப்புணர்வு (CSR) ஆகியவை வெறும் மக்கள் தொடர்பு (PR) சார்ந்த முயற்சிகளிலிருந்து மாறி, இன்று தவிர்க்க முடியாத உத்திசார் தேவைகளாக உருவெடுத்துள்ளன.

பல்வேறு குப்பைக் கூடைகள் கொண்ட அமைப்பில் கழிவுகளை மிக நுணுக்கமாகப் பிரித்துப் போடுமாறு ஒரு ஊழியரைக் கேட்பதோ, அல்லது அவசரத்தில் இருக்கும் ஒரு வாடிக்கையாளரை மீண்டும் பயன்படுத்தக்கூடிய கோப்பையையே (reusable cup) தேர்ந்தெடுக்குமாறு கோருவதோ "தேனீ உத்தி" (Bee Strategy) எதிர்கொள்ளும் அதே சிக்கலைத் தான் உருவாக்குகின்றன: இவை மிகக் குறைந்த இடர் கொண்ட, ஆனால் அடிக்கடி செய்ய வேண்டிய சலிப்பான பணிகள். இத்தகைய இடங்களில் தான் மனித கவனம் சிதறுகிறது. இந்த நடத்தைப் இடைவெளியால் ஏற்படும் ஒட்டுமொத்த இழப்பு,வீணாகும் வளங்கள், அதிகரிக்கும் சுற்றுச்சூழல் பாதிப்பு மற்றும் தோல்வியடையும் திட்டங்கள் என,மிகப் பெரியது.

இதற்கான தீர்வு ஒரு "விளையாட்டு வல்லுநரின்" (Game Master) அணுகுமுறையில் உள்ளது: அதாவது, அருவமான தார்மீகக் கடமைகளை (abstract moral obligations), ஈடுபாட்டுடன் கூடிய மற்றும் சமூக அங்கீகாரம் தரக்கூடிய சவால்களாக மாற்றுவதாகும். அந்தஸ்து, நிபுணத்துவம் மற்றும் போட்டி போன்ற அடிப்படை மனித உணர்வுகளைப் பயன்படுத்துவதன் மூலம், நாம் சூழல் நட்பு நடத்தைகளை (eco-friendly behaviors) நிறுவனத்தின் அடிப்படைப் பண்பாகவே மாற்ற முடியும். இதுவே "பசுமைத் தேடல்" (The Green Quest).

சூழல்-செயல்பாட்டின் உளவியல்: கண்ணுக்குத் தெரியாததை வெளிச்சமாக்குதல்

சுற்றுப்புற சூழல் நிலைத்தன்மைக்கான முயற்சிகள் பெரும்பாலும் தோல்வியடைவதற்குக் காரணம், அவற்றின் பலன் வெகு தொலைவில் இருப்பதும் (எங்கோ பல ஆண்டுகளுக்குப் பிறகு பூமியைக் காப்பது), தனிநபர் எடுக்கும் முயற்சியின் தாக்கம் கண்ணுக்குத் தெரியாமல் இருப்பதுமே ஆகும். உத்திசார் விளையாட்டாக்கம் (Strategic Gamification), உடனடி மற்றும் தெளிவான பின்னூட்டச் சுழற்சிகளை உருவாக்குவதன் மூலம் இந்தச் சிக்கலைத் தீர்க்கிறது.

1. பொது வெளிப்பாட்டின் வலிமை (உள்வட்டம்)

நிறுவனத்திற்குள், தலைவர்கள் "சமூக ஒப்பீடு" (social comparison) எனும் வலிமையான கருவியைப் பயன்படுத்தி நடத்தையில் மாற்றத்தைக் கொண்டு வர முடியும்.

உத்தி: கார்பன்-தடய முன்னிலை அட்டவணை (Carbon-Footprint Leaderboard): டெலாய்ட் (Deloitte) மற்றும் ஹெச்பி (HP) போன்ற நிறுவனங்கள், ஒவ்வொரு துறை அல்லது அலுவலகத்தின் மின்சாரப் பயன்பாடு மற்றும் கழிவு உருவாக்கத்தைக் கண்காணிக்க வெளிப்படையான திரைகளைப் பயன்படுத்துகின்றன. கிலோவாட்-மணிநேரம் மற்றும் காகிதப் பயன்பாடு போன்றவற்றை ஒரு எளிய "கார்பன் குறைப்பு மதிப்பெண்ணாக" (Carbon Reduction Score) மாற்றுவதன் மூலம், விதிகளுக்குக் கீழ்ப்படிவதை ஒரு அந்தஸ்துக்கான விளையாட்டாக மாற்ற முடியும்.

வெகுமதி: இதற்கான வெகுமதி பணமல்ல, மாறாக முன்னிலை அட்டவணையில் முதலிடம் பெறுவதால் கிடைக்கும் "சமூக அந்தஸ்து" ஆகும். இது சகாக்களின் மதிப்பையும் மேலதிகாரிகளின் அங்கீகாரத்தையும் பெற்றுத் தருகிறது.

2. உடனடி வெகுமதியின் ஈர்ப்பு (வெளிவட்டம்)

வாடிக்கையாளரைப் பொறுத்தவரை, சூழல் நட்பு நடத்தை என்பது அவருக்கு உடனடியாகவும் தனிப்பட்ட முறையிலும் பயனுள்ளதாக இருக்க வேண்டும்.

ஆய்வு: ஸ்டார்பக்ஸ் (Starbucks) நிறுவனத்தின் 'ஸ்டார்' வெகுமதிகள்: ஸ்டார்பக்ஸ் நிறுவனம் அதன் "மீண்டும் பயன்படுத்தக்கூடிய கோப்பை" (Reusable Cup) திட்டத்தைத் தனது 'ஸ்டார்' வெகுமதித் திட்டத்துடன் இணைத்தது. இதன் மூலம், சூழல் உணர்வுடன் செயல்படுவதை ஒரு தார்மீகத் தேர்வாக மட்டும் வைக்காமல், உடனடிப் பயன் தரும் ஒரு வணிகப் பரிமாற்றமாக மாற்றியது. வாடிக்கையாளர் ஒரு காகிதக் கோப்பையை மட்டும் சேமிக்கவில்லை; அவர் அந்த வெகுமதி அமைப்பில் அடுத்த நிலைக்கு (Leveling Up) முன்னேறுகிறார். இது உடனடித் திருப்திக்கான மனிதத் தேவையைப் பூர்த்தி செய்கிறது.

பசுமைத் தேடலுக்கான உத்திசார் நெம்புகோல்கள்

நெம்புகோல் 1: விநியோகச் சங்கிலியை விளையாட்டாக்கம் செய்தல் (தட்டுப்பாடு விளையாட்டு)

ஒரு உண்மையான சுற்றுப்புற சூழல் நிலைத்தன்மை கொண்ட தயாரிப்பை உருவாக்குவதில் உள்ள சவால் அதன் விநியோகச் சங்கிலியில் (supply chain) உள்ளது.

விளையாட்டு: 'பூஜ்ஜிய-கழிவுப் போட்டி' (Zero-Waste Scrimmage): பேக்கேஜிங் பொருட்கள் அல்லது எரிசக்தி நுகர்வைக் கணிசமாகக் குறைக்க விநியோகஸ்தர் குழுக்களுக்குச் சவால் விடுங்கள். இதற்கான வெகுமதி வெறும் செலவுச் சேமிப்பு மட்டுமல்ல, "மதிப்புச் சங்கிலி ரசவாதி" (Value Chain Alchemist) எனும் உயரிய சான்றிதழ் ஆகும். இது அவர்களுக்கு நீண்டகால ஒப்பந்தங்களைப் பெற்றுத் தரும்.

உத்திசார் விளைவு: இது செலவுக் குறைப்பை ஒரு தண்டனை போலல்லாமல், ஒரு கௌரவமான போட்டியாக மாற்றுகிறது.

நெம்புகோல் 2: தயாரிப்பு சுழற்சியை விளையாட்டாக்கம் செய்தல் (சுழற்சித் தேடல்)

உண்மையான சுற்றுப்புற சூழல் நிலைத்தன்மைக்கு வாடிக்கையாளர்கள் பழைய தயாரிப்புகளைத் திரும்ப அளித்தல் அல்லது பழுதுபார்த்தல் போன்ற செயல்பாடுகளில் ஈடுபட வேண்டும்.

விளையாட்டு: 'தயாரிப்புத் திரும்பப் பெறுதல் பரிசு' (Product Return Bounty): ஒரு வாடிக்கையாளர் பழைய மின்னணு சாதனத்தைத் திரும்ப அளிக்கும்போது, அவருக்கு வெறும் தள்ளுபடி மட்டும் வழங்காமல், அவரது கணக்கில் "வளங்களை மறுசுழற்சி செய்பவர்" (Resource Recycler) எனும் பதக்கத்தையும், அவரது விசுவாச மதிப்பெண்ணையும் (loyalty score) உயர்த்த வேண்டும்.

உத்திசார் விளைவு: இது கழிவு மேலாண்மையை ஒரு வாடிக்கையாளர் விசுவாசத் தந்திரமாக மாற்றுகிறது.

கருத்துப்பேழை

சுற்றுப்புற சூழல் நிலைத்தன்மை என்பது ஒரு நடத்தைச் சவால்: சமூகப் பொறுப்புணர்வுக்கான (CSR) மிகப்பெரிய தடையாக இருப்பது சலிப்பான பணிகளில் மனித கவனம் சிதறுவதே ஆகும். விளையாட்டாக்கம் உடனடி பின்னூட்டத்தின் மூலம் இதற்குத் தீர்வு காண்கிறது.

சேமிப்பை விட அந்தஸ்திற்கு வெகுமதி அளியுங்கள்: 'கார்பன்-தடய முன்னிலை அட்டவணைகள்' போன்ற உள்வட்டச் சவால்கள், சகாக்களுடனான போட்டியின் மூலம் அந்தஸ்தைப் பெற்றுத் தந்து வெற்றிகொள்கின்றன.

வெளிப்புறத் தூண்டுதல்களை ஒருங்கிணைக்கவும்: வாடிக்கையாளர்களுக்குச் சூழல் நட்புச் செயல்பாடுகளை ஏற்கனவே உள்ள விசுவாசத் திட்டங்களுடன் (Loyalty systems) இணைப்பது, தார்மீகத் தேர்வை உடனடிப் பயனாக மாற்றுகிறது.

E.C.O. **கட்டமைப்பைப் பயன்படுத்துங்கள்:** உங்கள் உத்திகள் சுற்றுச்சூழல் தரவுகளை ஆதாரங்களாக (Evidence)

மாற்றுவதையும், விதிமுறைகளுக்கு உட்படுவதை (Compliance) உறுதி செய்வதையும், முடிவுகள் மீதான பொது உரிமையை (Ownership) வளர்ப்பதையும் உறுதி செய்யுங்கள்.

சிந்தனைக்கான கேள்விகள்

உங்கள் அலுவலகம் அல்லது துறையில் சுற்றுச்சூழலுக்கு அதிக பாதிப்பை ஏற்படுத்தும் பழக்கம் எது? அந்தப் பழக்கத்தை உடனடியாகக் கண்ணுக்குத் தெரியும்படி மாற்றிச் சரிசெய்ய ஒரு "தேனீ ஸ்டிக்கர்" அல்லது "ஆதாரமான மீட்டரை" எவ்வாறு உருவாக்கலாம்?

உங்கள் சமீபத்திய சமூகப் பொறுப்புணர்வு (CSR) அறிக்கையை ஆய்வு செய்யுங்கள். அதில் அதிகச் செலவு பிடிக்கும் ஆனால் குறைந்த ஈடுபாடு கொண்ட எந்தச் செயல்பாட்டை (உதாரணமாக: தயாரிப்புகளைத் திரும்பப் பெறுதல்) ஒரு "தட்டுப்பாடு விளையாட்டாக" மாற்ற முடியும்?

உங்கள் விநியோகச் சங்கிலிப் பங்காளிகளுக்கு "மதிப்புச் சங்கிலி ரசவாதி" எனும் தகுதியை வழங்க விரும்பினால், அந்த உயரிய வெகுமதியைப் பெற அவர்கள் எந்தக் கடினமான சுற்றுப்புற சூழல் நிலைத்தன்மை இலக்கை எட்ட வேண்டும்?

15. சகுனியின் விளையாட்டுகள்

The Saguni Strategy

"தொழில்நுட்பத்தால் உங்கள் பாதுகாப்புப் பிரச்சினைகளைத் தீர்க்க முடியும் என்று நீங்கள் நினைத்தால், உங்களுக்குப் பிரச்சினைகளும் புரியவில்லை, தொழில்நுட்பமும் புரியவில்லை என்றுதான் அர்த்தம்."

மிக்கோ ஹப்பொனென் (சைபர் பாதுகாப்பு நிபுணர்)

விளையாட்டாக்கியத்தின் இருண்ட பக்கம் (The Dark Side of Gamification)

அனைத்தையும் மாற்றிய அந்த விளையாட்டு

உங்களுக்கு மகாபாரத இதிகாசம் தெரிந்திருந்தால், உத்தி மற்றும் ஏமாற்று வேலைகள் குறித்த வரலாற்றின் மிகப்பெரிய பாடம் போர்க்களத்தில் அல்ல, ஒரு விளையாட்டுப் பலகையில்தான் தொடங்கியது என்பதை நீங்கள் அறிவீர்கள்.

கௌரவர்களின் தந்திரமான மாமா சகுனி, வாளை ஏந்தவில்லை; அவர் உளவியலையே ஆயுதமாகக் கையாண்டார். கவனமாக வடிவமைக்கப்பட்ட ஒரு சூதாட்ட விளையாட்டின் மூலம்,இன்று நாம் இதனை 'விளையாட்டாக்கியத்தின் மேதைமை' (masterclass in gamification) என்று அழைக்கலாம்,பாண்டவர்களைத் தனது விதிகளுக்குக் கட்டுப்பட்டு விளையாட வைத்தார்.

ஆரம்பத்தில் அது ஒரு விளையாட்டாக இருந்தது. பின்னர் அதுவே ஒரு வலை (trap) ஆனது.

ஒவ்வொரு முறையும் பகடை உருட்டப்பட்டபோது, பாண்டவர்கள் தங்கள் ராஜ்யத்தை, செல்வத்தை, சுதந்திரத்தை இழந்தனர். அந்தத் துயரமான உச்சக்கட்டத்தில், அவர்கள் தங்களின் அன்பிற்குரிய திரௌபதியையும் பணயம் வைத்தனர்.

அந்த ஒரு விளையாட்டு ஏற்படுத்திய தாக்கம் எவ்வளவு வலிமையானது என்றால், சூதாட்டத்தில் இழந்த தங்கள் ராஜ்யத்தை மீட்டெடுக்க பாண்டவர்களுக்கு 23 ஆண்டுகள் தேவைப்பட்டன. இதில் 12 ஆண்டுகள் வனவாசம், 13-வது ஆண்டில் விராட தேசத்தில் மறைந்து வாழ்ந்த அஞ்ஞாதவாசம், அதன் பிறகு கௌரவர்களுக்கு எதிராக நடந்த உலகின் மிகப்பெரிய குருசேத்திர போர் ஆகியவை அடங்கும்.

இன்றைய காலத்திற்கு வருவோம்; அதே கதை ஒரு புதிய வடிவில் மீண்டும் நிகழ்கிறது.

இப்போது விளையாட்டுப் பலகை டிஜிட்டல் மயமாகிவிட்டது, பகடைகளுக்குப் பதிலாக அல்காரிதம்கள் (algorithms) வந்துவிட்டன. ஒவ்வொரு ஆண்டும், ஆன்லைன் மோசடிகள், வெகுமதி வலைகள் மற்றும் "விளையாடிச் சம்பாதிக்கும்" (play-to-earn) திட்டங்கள் மூலம் மில்லியன் கணக்கான டாலர்கள் மாயமாகின்றன. பாண்டவர்களைச் சிக்க வைத்த அதே உளவியல் நெம்புகோல்களைப் பயன்படுத்தி இவை அனைத்தும் தந்திரமாக வடிவமைக்கப்பட்டுள்ளன.

விளையாட்டின் நுட்பங்கள் மாறவில்லை, வீரர்கள் மட்டுமே மாறியிருக்கிறார்கள்.

காலம் கடந்த அந்தப் பாடம் இன்றும் பொருந்தும்: **நோக்கமோ அறமோ இல்லாமல் விளையாட்டு பயன்படுத்தப்படும்போது, அது விளையாட்டாக இருப்பதில்லை; ஒரு ஆயுதமாக மாறுகிறது.**

ஈடுபாட்டையும் ஊக்கத்தையும் உருவாக்குவதற்கான ஒரு கருவியாக விளையாட்டாக்கம் என்பது நடுநிலையானது. அதை வடிவமைப்பவரின் எண்ணமே, அது நம்பிக்கையை வளர்க்கப் பயன்படுமா அல்லது பலவீனத்தைப் பயன்படுத்திச் சுரண்டப் பயன்படுமா என்பதைத் தீர்மானிக்கிறது. முந்தைய அத்தியாயங்கள் விளையாட்டாக்கம் எவ்வாறு மதிப்பை உருவாக்கும் என்பதை ஆராய்ந்தன. ஆனால் அதன் இருண்ட பக்கத்தை அங்கீகரிப்பது மிகவும் முக்கியம்: நுகர்வோரை ஏமாற்றவும், கையாளவும், இறுதியில் மோசடி செய்யவும் விளையாட்டு நுட்பங்கள் பயன்படுத்தப்படுகின்றன. இத்தகைய "இருண்ட வடிவங்கள்" (dark patterns), அறம் சார்ந்த விளையாட்டாக்கம் கட்டியெழுப்ப விரும்பும் நம்பிக்கையைச் சிதைக்கின்றன; ஒரு சுவாரசியமான சாகசத்தை ஏமாற்று வேலைகள் நிறைந்த ஆபத்தான விளையாட்டாக மாற்றுகின்றன.

"போலியான அதிர்ஷ்டக் குலுக்கல்" (Fake Lucky Draw) எனும் பொதுவான சூழலை எடுத்துக் கொள்ளுங்கள். ஒரு பயனர் ஒரு புதிய கார், பெரும் ரொக்கப் பரிசு அல்லது ஆடம்பரச் சுற்றுலா போன்ற ஒரு பெரிய பரிசைப் பெறப்போவதாக அறிவிப்பைப் பெறுகிறார். அதில் பங்கேற்க, ஒரு ஆய்வை நிரப்புவது அல்லது ஒரு சிறிய பொருளை வாங்குவது போன்ற மிகச் சிறிய, பாதிப்பில்லாத செயலைச் செய்தால் போதும் என்று கூறப்படும். இதிலுள்ள உளவியல் தூண்டில் மிக விரைவானது: ஒரு பெரிய, மாறக்கூடிய வெகுமதி (variable reward) கிடைக்கும் என்ற வாக்குறுதி, விளையாட்டு வடிவமைப்பில் மிகவும் வலிமையான ஊக்கிகளில் ஒன்றாகும்.

ஆனால் பயனர் முன்னேறும்போது, விதிகள் மெதுவாக மாறுகின்றன. வெற்றி பெறுவதற்கான "வாய்ப்புகளை அதிகரிக்க", அவர்கள் கூடுதல் பொருட்களை வாங்கவோ, அதிக கட்டணம் கொண்ட சந்தாக்களில் சேரவோ அல்லது அந்தத் தகவலைத் தனது தொடர்புப் பட்டியலில் உள்ள அனைவருக்கும்

பகிரவோ கோரப்படுகிறார்கள். இது 'மூழ்கிய செலவு மாயையில்' (sunk cost fallacy) பயனரைச் சிக்க வைக்கிறது; பயனர் அதிக நேரத்தையும் பணத்தையும் முதலீடு செய்யச் செய்ய, அங்கிருந்து வெளியேறுவது அவர்களுக்குக் கடினமாகிறது. பயனர் அடுத்தடுத்த பணப் பரிமாற்றங்களின் சுழற்சியில் சிக்கிக் கொள்கிறார், ஆனால் அந்தப் பெரிய பரிசு எப்போதும் எட்டாக்கனியாகவே இருக்கும். இது விளையாட்டாக்கம் ஆயுதமாக மாற்றப்பட்ட நிலை; இங்கே வெகுமதி என்பது ஒரு அம்சம் அல்ல, அது ஒரு ஏமாற்றுத் தூண்டில்.

கையாளுதல் செய்யும் செயலிகளின் (Apps) சிக்கல்

இந்த முறை மொபைல் செயலி உலகில் பரவலாகக் காணப்படுகிறது. பல மொபைல் விளையாட்டுகள் விளையாடுவதற்காக நேரடிப் பணப் பரிமாற்றம் அல்லது மதிப்புமிக்க பரிசுகளை வழங்குவதாக உறுதியளிக்கின்றன. பயனர்கள் பல மணிநேரங்கள், நாட்கள் அல்லது வாரங்கள் கூட விளம்பரங்களைப் பார்ப்பதிலும், நிலைகளைக் கடப்பதிலும் செலவிடுகிறார்கள். அந்த விளையாட்டின் வடிவமைப்பு ஒரு சுரண்டல் முறையைக் கொண்டது: இது ஒரு 'மாறக்கூடிய வெகுமதி முறையைப்' (variable reward schedule) பயன்படுத்துகிறது. இதில் ஒரு சிறிய வெற்றிக்கு இடையில் பல தோல்விகள் கலந்திருக்கும்; இது பயனரை அந்த விளையாட்டிற்கு அடிமையாக்குகிறது. ஆனால் பயனர் இலக்கை அடையும்போது, அந்தச் செயலி ஒரு புதிய முட்டுக்கட்டையைப் போடும் அல்லது எண்ணற்ற விளம்பரங்களைப் பார்க்கச் சொல்லும். இறுதியில் பயனர் தனது உழைப்பிற்கு எந்தப் பயனும் பெற மாட்டார். இது தயாரிப்பு வடிவமைப்பு அல்ல; இது ஒரு டிஜிட்டல் மோசடி.

இந்த மோசடிகளில் இருந்து நாம் கற்கும் பாடம் என்னவென்றால், விளையாட்டாக்கம் பொறுப்புடன் பயன்படுத்தப்படாதபோது, அது நுகர்வோர் கொண்டுள்ள நம்பிக்கையைச் சிதைத்து, நிறுவனத்தின் நற்பெயருக்கு ஈடுசெய்ய முடியாத பாதிப்பை ஏற்படுத்துகிறது. குறுகிய கால லாபத்திற்காக வாடிக்கையாளரின் நல்லெண்ணத்தைத் தவறாகப் பயன்படுத்தும் ஒரு நிறுவனம், அறமற்ற முறையில் நடப்பது மட்டுமல்லாமல், ஒரு மோசமான நீண்டகால வணிக முடிவையும் எடுக்கிறது. இன்றைய டிஜிட்டல் உலகில், ஒரு சிறு ஏமாற்று வேலை கூட நொடியில் வைரலாகி, ஒரு பிராண்டின் கண்ணியத்தைத் தகர்த்துவிடும்.

அறம் சார்ந்த விளையாட்டாக்கத்தின் நெறிமுறை (The Code of Ethical Gamification)

தலைவர்கள் மற்றும் வடிவமைப்பாளர்களுக்குத் தீர்வு என்பது விளையாட்டாக்கத்தைக் கைவிடுவது அல்ல; மாறாக ஒரு கடுமையான அறம் சார்ந்த கட்டமைப்பை (ethical framework) ஏற்றுக்கொள்வதாகும். நேர்மையுடன் செயல்பட விரும்பும்

எவருக்கும் பின்வரும் கொள்கைகள் ஒரு திசைகாட்டியாக அமையும்.

கொள்கை 1: வெளிப்படைத்தன்மை (Transparency)

விதிகளில் நேர்மையாக இருங்கள்: விளையாட்டின் விதிமுறைகள், வெகுமதிகள் மற்றும் வெற்றி பெறுவதற்கான வாய்ப்புகள் ஆகியவை தெளிவாகவும், எளிதில் கண்டறியக்கூடியதாகவும், புரிந்துகொள்ள எளிமையாகவும் இருக்க வேண்டும். மறைமுக நிபந்தனைகளோ அல்லது கூடுதல் தேவைகளோ இருக்கக்கூடாது.

உண்மையாக இருங்கள்: விளையாட்டாக்கம் என்பது உங்கள் பிராண்டின் மதிப்பின் இயற்கையான நீட்சியாக இருக்க வேண்டும்; அது ஒரு ஏமாற்றுப் பூச்சாக இருக்கக்கூடாது. தயாரிப்பு அல்லது சேவை அதன் சொந்தத் தகுதியால் சிறந்து விளங்க வேண்டும்; விளையாட்டு அந்த அனுபவத்தை மேம்படுத்த வேண்டுமே தவிர, இல்லாத மதிப்பை இருப்பது போன்ற மாயையை உருவாக்கக்கூடாது.

கொள்கை 2: மதிப்பை உருவாக்குதல் (Value Creation)

பொருளுள்ள வெகுமதிகளை வழங்குங்கள்: பங்கேற்பதற்கான வெகுமதி என்பது வாடிக்கையாளருக்கு உண்மையான மதிப்புடையதாக இருக்க வேண்டும். அது ஒரு பரிசாகவோ, சாதனை உணர்வாகவோ அல்லது ஒரு திறனின் மேம்பாடாகவோ இருக்கலாம். வெகுமதி என்பது வெறும் மாயை என்றால், அந்த விளையாட்டு ஒரு ஏமாற்று வேலை.

அதிகாரமளியுங்கள், சுரண்டாதீர்கள்: ஒரு நல்ல விளையாட்டு வீரருக்குக் கட்டுப்பாட்டு உணர்வையும் தன்னாட்சியையும் வழங்குகிறது. அறமற்ற விளையாட்டோ பயனரைச் சிக்க வைக்கவும் கட்டுப்படுத்தவும் முயல்கிறது; இது நிறுவனத்தின் லாபத்திற்காகப் பயனரைச் சார்ந்திருக்கச் செய்கிறது.

கொள்கை 3: பொறுப்புக்கூறல் (Accountability)

பொறுப்பேற்றுக்கொள்ளுங்கள்: உங்கள் விளையாட்டாக்கப்பட்ட அமைப்புகளின் அறம் சார்ந்த வடிவமைப்பிற்கு உங்கள் குழுவைப் பொறுப்பாக்குங்கள். "இருண்ட வடிவங்கள்" ஏதேனும் உள்ளனவா என்று உங்கள் பிரச்சாரங்களைத் தொடர்ந்து ஆய்வு செய்யுங்கள்.

நீண்டகால நம்பிக்கைக்கு முன்னுரிமை கொடுங்கள்: ஒரு வணிகம் பெற்றுள்ள மிக மதிப்புமிக்க சொத்து அதன் வாடிக்கையாளர்களின் நம்பிக்கையே என்பதைப் புரிந்துகொள்ளுங்கள். அந்த நம்பிக்கையைச் சிதைக்கும் எந்தவொரு விளையாட்டாக்கப்பட்ட முயற்சியும், குறுகிய காலத்தில் எவ்வளவு லாபம் தந்தாலும், அது ஒரு தோல்வியே ஆகும்.

விளையாட்டாக்கத்தின் வலிமை என்பது மகிழ்ச்சி, ஈடுபாடு மற்றும் விசுவாசத்தை உருவாக்கும் அதன் திறனில் உள்ளது. பொறுப்புடன் பயன்படுத்தப்படும்போது, அது ஒரு நற்பண்பாக அமைகிறது. தவறாகப் பயன்படுத்தப்படும்போது, அது நுகர்வோரை வேட்டையாடும் தந்திரமாக மாறி, இறுதியில் அந்தப் பிராண்டையே அழித்துவிடும். இந்தத் தேர்வும் பொறுப்பும் அதை உருவாக்குபவர்களிடமே உள்ளது.

கருத்துப்பேழை

விளையாட்டாக்கம் என்பது மனித உளவியலைப் பணத்திற்காகச் சுரண்டும் "இருண்ட வடிவங்கள்" மூலம் அறமற்ற முறையிலும் பயன்படுத்தப்படலாம்.

மோசடிகள் பெரும்பாலும் 'மாறக்கூடிய வெகுமதிகள்' மற்றும் 'மூழ்கிய செலவு மாயை' போன்ற விளையாட்டு நுட்பங்களைப் பயன்படுத்தி நுகர்வோரை ஏமாற்றுச் சுழற்சிகளில் சிக்க வைக்கின்றன.

அறமற்ற விளையாட்டாக்கத்தால் ஏற்படும் நீண்டகால இழப்பு (நற்பெயர் சிதைவு மற்றும் நம்பிக்கையை இழத்தல்), குறுகிய கால லாபத்தை விடப் பெரியது.

ஒரு அறம் சார்ந்த அணுகுமுறைக்கு வெளிப்படைத்தன்மை, உண்மையான மதிப்பை உருவாக்குதல் மற்றும் எல்லாவற்றிற்கும் மேலாக பிராண்டின் கண்ணியத்தைக் காக்கும் அர்ப்பணிப்பு ஆகியவை அவசியம்.

அறம் சார்ந்த விளையாட்டாக்கச் சரிபார்ப்புப் பட்டியல் (The Ethical Gamification Checklist):

வெளிப்படைத்தன்மை: உங்கள் விளையாட்டின் விதிகள் மற்றும் வாய்ப்புகள் பயனருக்குத் தெளிவாகத் தெரிவிக்கப்பட்டுள்ளனவா?

மதிப்பு: விளையாட்டு கூறுகள் இல்லாவிட்டாலும் உங்கள் அடிப்படைத் தயாரிப்பு மதிப்புமிக்கதாக இருக்கிறதா?

வெகுமதி: பங்கேற்பதற்கான வெகுமதி பயனருக்கு உண்மையான, அர்த்தமுள்ள மதிப்பைத் தருகிறதா?

கட்டுப்பாடு: விளையாட்டிற்குள் பயனர் தனது செயல்களின் மீது அதிகாரத்தையும் கட்டுப்பாட்டையும் உணர்கிறாரா?

கண்ணியம்: இந்தப் பிரச்சாரம் நமது பிராண்டின் அடிப்படை மதிப்புகளுடனும், வாடிக்கையாளர்களுடனான நீண்டகால அர்ப்பணிப்புடனும் ஒத்துப்போகிறதா?

16. ஏ. ஐ. விளையாட்டு

AI Game Master

> *"செயற்கை நுண்ணறிவு (Artificial Intelligence) மனித ஆற்றலைப் பதிலீடு செய்யாது, மாறாக அதனைப் பலமடங்கு பெருக்கும்."*
> ***ரீட் ஹாஃப்மேன்*** *(லிங்க்டுஇன் இணை நிறுவனர்)*

நிறுவனங்கள் செயற்கை நுண்ணறிவைப்[4] பற்றிச் சிந்திக்கும்போது, பெரும்பாலும் அதனை ஒரு தொழில்நுட்பக் கட்டமைப்பாகவே (கட்டமைப்பு, மாதிரிகள், தரவுப் பாதைகள் மற்றும் கருவிகள்) அணுகுகின்றன. ஆனால், இதில் வெற்றிபெறும் நிறுவனங்கள் முற்றிலும் மாறுபட்ட ஒரு பாதையைப் பின்பற்றுகின்றன. அவர்கள் ஏ.ஐ.' இன் வருகையை ஒரு "மாற்றத்திற்கான விளையாட்டாக" (game of transformation) கருதுகின்றனர்.

வெற்றிகரமான ஒவ்வொரு விளையாட்டைப் போலவே, ஏ.ஐ.' இன் ஏற்பும் (AI adoption) உளவியல் மற்றும் நடத்தை சார்ந்த நுட்பங்களையே நம்பியுள்ளது[5]. இவைதான் விளையாட்டுகளை ஈடுபாடுமிக்கதாகவும், ஊக்கமளிப்பதாகவும் மாற்றுகின்றன. விளையாட்டாக்கம் (Gamification) எனும் கோணத்தில் செயற்கை நுண்ணறிவை அணுகும்போது, சில நிறுவனங்கள் ஏன் அதிவேகமாக முன்னேறுகின்றன, மற்றவை ஏன் ஆரம்பக்கட்ட முயற்சிகளிலேயே தேங்கி நிற்கின்றன என்பது புலப்படும்.

ஏ.ஐ. என்பது வெறும் செயல்திறனுக்கான கருவி மட்டுமல்ல; அது அனுபவங்களை வடிவமைக்கும் ஒரு வலிமைமிக்க சக்தியாக உருவெடுத்துள்ளது. விளையாட்டாக்கத்தின் கொள்கைகளுடன் ஏ.ஐ. இணையும்போது, தனித்தனியாகச் செய்வதை விடப் பலமடங்கு ஆற்றல்மிக்க விளைவை அவை உருவாக்குகின்றன. இந்த ஒருங்கிணைப்பு என்பது வெறும் கூடுதல் அம்சம் அல்ல; இது வணிகத்திற்கான ஒரு அடிப்படை மாற்றமாகும். இது குறைந்த ஈடுபாடு, முடங்கிப்போன புத்தாக்கம் மற்றும் சீரற்ற செயல்திறன்

---

[4] செயற்கை நுண்ணறிவு என்பது நல்ல தமிழாக்கமாக இருந்தாலும், தெளிவுக்காக இனிமேல் ஏ.ஐ. (AI) என்றே குறிப்பிடுவோம்

[5] இந்த புத்தகமே ஒரு எடுத்துக்காட்டு . பல மணி நேரம் பிடிக்கும் புத்தக வாசிப்பை, ஏ. ஐ. மூலம் நாம் படங்களாய் உருமாற்றி அதை 24 நிமிடத்திற்குள் படிக்குமாறு அமைப்பது என்பது சாத்தியமானது . இதையே மனித ஆற்றல் கொண்டும் வடிவமைக்கலாம். ஆனால் அதற்கு பல நாட்களும், நோட்டுகளும் செலவாகும்.

போன்ற தீராத சவால்களை எதிர்கொள்ள நிறுவனங்களுக்கு வழிவகுக்கிறது.

இந்த புதிய துறையை நாம் **"அல்காரிதமிக் விளையாட்டாக்கம்"** (Algorithmic Gamification) என்று அழைக்கிறோம். இது மனித உந்துதல் அறிவியலையும் (science of human motivation), இயந்திர நுண்ணறிவின் துல்லியத்தையும் ஒன்றிணைக்கிறது. இது துடிப்பான, தனிப்பயனாக்கப்பட்ட மற்றும் ஆழ்ந்த ஈடுபாட்டைத் தரும் அனுபவங்களை உருவாக்குகிறது. நிலையான விதிகளின்படி இயங்கும் பாரம்பரிய விளையாட்டாக்கப்பட்ட அமைப்புகளைப் போலல்லாமல், ' ஏ.ஐ. விளையாட்டு மேலாளர்' ஒவ்வொரு ஊழியரின் அல்லது வாடிக்கையாளரின் நகர்விற்கு ஏற்ப அனுபவத்தை மேம்படுத்துகிறார். இது பழக்கவழக்கங்களை ஆய்வு செய்கிறது, தேவைகளை முன்கூட்டியே உணர்கிறது மற்றும் கடினத்தன்மை, வேகம் மற்றும் வெகுமதிகளை நிகழ்நேரத்தில் (real time) மாற்றியமைக்கிறது. சுருக்கமாகச் சொன்னால், விளையாட்டாக்கம் என்பது விளையாட்டை வடிவமைக்கிறது என்றால், ஏ.ஐ. அந்த விளையாட்டின் மேலாளராக மாறி, நிறுவன இலக்குகளை நோக்கிய பயணத்தைக் கடமையாக உணரச் செய்யாமல், அர்த்தமுள்ள முன்னேற்றமாக உணர வைக்கிறது.

ஏன்: ஈடுபாடற்ற நிலையிலிருந்து தனிப்பயனாக்கப்பட்ட நிபுணத்துவம் வரை

வணிக உலகம் ஒரு முரண்பாட்டை எதிர்கொள்கிறது: நிறுவனங்கள் பயிற்சி, செயல்திறன் மேலாண்மை மற்றும் நல்வாழ்வுத் திட்டங்களுக்காகப் பில்லியன் கணக்கில் செலவிடுகின்றன. இருப்பினும், 'கேலப்' (Gallup) தரவுகளின்படி, உலகளாவிய ஊழியர்களின் ஈடுபாடு 20% என்ற அளவிலேயே தேங்கி நிற்கிறது. இதற்குக் காரணம் முயற்சியின் குறைபாடு அல்ல, மாறாகப் பொருத்தமின்மையே ஆகும். பாரம்பரிய முறைகள் அனைவரையும் ஒரே மாதிரியாக நடத்துகின்றன; இது அனைவருக்கும் பொருந்தக்கூடிய ஒரே மாதிரியான (one-size-fits-all) அனுபவத்தை அளிப்பதால், அதன் உந்துதல் வேகம் விரைவில் குறைந்துவிடுகிறது.

அல்காரிதமிக் விளையாட்டாக்கத்தின் வாக்குறுதி என்பது, மிகப் பெரிய அளவில் தனிப்பயனாக்கப்பட்ட (hyper-personalization) வளர்ச்சியை வழங்குவதாகும். இது தேக்க நிலையில் உள்ள அமைப்புகளை உயிருள்ள சூழல் அமைப்புகளாக மாற்றுகிறது. உங்களுக்குப் பிடித்தமான இணையத் திரையிடல் சேவையை (streaming service) நினைத்துப் பாருங்கள். நீங்கள் அதில் தொடர்ந்து ஈடுபடுவதற்குத் திரையில் தோன்றும் உள்ளடக்கம் மட்டும் காரணமல்ல; உங்களின் அடுத்த விருப்பத்தை உங்களை விடச் சிறப்பாகக் கணிக்கும் அல்காரிதம்களுமே காரணம். ஏ.ஐ. இதே கொள்கையைத் தொழில்முறை வளர்ச்சியிலும் பயன்படுத்துகிறது: இது ஒருவரின் செயல்திறன் வரலாறு, கற்றல்

வேகம், கவனிக்கும் திறன் மற்றும் அன்றாடப் பணிகளை ஆய்வு செய்து, எப்போது ஒரு சவாலை வழங்க வேண்டும், எப்போது வெகுமதி அளிக்க வேண்டும் அல்லது எப்போது ஓய்வு கொடுக்க வேண்டும் என்பதைத் துல்லியமாக அறிந்து கொள்கிறது. இதன் விளைவாக, ஒரு தனிநபரை நிபுணத்துவத்தை நோக்கி வழிநடத்தும் பயிற்சி முறை உருவாகிறது. இது அளவிடக்கூடிய முடிவுகளைத் தருகிறது:

அளவீடு (Metric)	ஏ.ஐ. **மேம்படுத்தப்பட்ட விளையாட்டாக்கத்தின் விளைவு**	**ஆதாரம் / ஒப்புமை**
ஊழியர் ஈடுபாடு	முக்கிய நிறுவன முயற்சிகளில் பங்கேற்பு விகிதம் 50% அதிகரிப்பு.	வணிகக் கற்றல் தளங்கள்
செயல்திறன் / விற்பனை	மாற்றியமைக்கப்படும் பயிற்சி (adaptive coaching) மூலம் இலக்குகளை அடைவதில் 15-20% உயர்வு.	கார்ட்னர் ஆராய்ச்சி (Augmented Analytics)
திறன் கையகப்படுத்துதல்	அதிக அறிவுத் தக்கவைப்புடன் (knowledge retention) பயிற்சித் தொகுப்புகளை 2 மடங்கு வேகமாக முடித்தல்.	டுயோலிங்கோ (Duolingo) தரவுகள்

எப்படி: நவீன நிறுவனங்களுக்கான ஆறு மாற்ற இயந்திரங்கள்

ஏ.ஐ. மற்றும் விளையாட்டாக்கத்தின் இணைவு, நிறுவனங்கள் தங்கள் ஊழியர்களுடனும் வாடிக்கையாளர்களுடனும் எவ்வாறு தொடர்பு கொள்கின்றன என்பதை மாற்றியமைத்து, தெளிவான போட்டி நன்மைகளை உருவாக்குகின்றன.

1. கற்றல் வளைவைத் தனிப்பயனாக்குதல் (Personalizing the Learning Curve)

கற்றல் மற்றும் மேம்பாட்டின் அடுத்த கட்ட இயந்திரமாகச் ஏ.ஐ விளங்குகிறது. கற்பவர்கள் எங்கே சிறந்து விளங்குகிறார்கள் அல்லது எங்கே தடுமாறுகிறார்கள் என்பதை ஆய்வு செய்து, உள்ளடக்கத்தையும் சவால்களையும் இது மாற்றியமைக்கிறது. இதன் மூலம் ஒவ்வொரு நபருக்கும் சரியான நேரத்தில், சரியான கடினத்தன்மையுடன் பாடங்கள் கிடைப்பதை இது உறுதி செய்கிறது.

ஆய்வு: டுயோலிங்கோ **(Duolingo).** மொழிக் கற்றலில் முன்னணியில் இருக்கும் இந்நிறுவனத்தின் 'ஏஐ லாட்டிஸ்' (AI Lattice) அமைப்பு விடைகளைத் திருத்துவதோடு மட்டுமல்லாமல், ஒரு பயனர் ஒரு குறிப்பிட்ட சொல்லை எப்போது மறக்கக்கூடும் என்பதையும் கணிக்கிறது. இதில் உள்ள பதக்கங்கள் மற்றும் முன்னிலை அட்டவணைகள் உந்துதலைத் தருகின்றன; அதே வேளையில் ஏ.ஐ. கற்றல் வேகம் பயனருக்குப் பொருத்தமாக இருப்பதை உறுதி செய்கிறது.

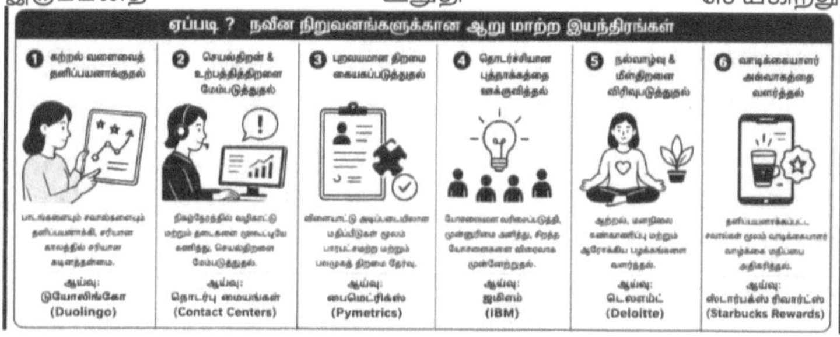

2. செயல்திறன் மற்றும் உற்பத்தித்திறனை மேம்படுத்துதல்

செயல்திறன் மேலாண்மையில், சாதாரணத் தரவுத் திரைகளை (dashboards) அறிவார்ந்த அமைப்புகளாகச் ஏ.ஐ. மாற்றுகிறது. நடந்ததை மட்டும் அறிக்கை செய்யாமல், வரவிருக்கும் தடைகளைக் கணித்து, சரியான பாதையில் செல்ல நுண்ணிய ஆலோசனைகளை வழங்குகிறது. இது முடிவுகளை நிர்வகிப்பதிலிருந்து நடத்தையை மேம்படுத்துவதை நோக்கிய மாற்றமாகும்.

ஆய்வு: தொடர்பு மையங்கள் **(Contact Centers).** உலகளாவிய அழைப்பு மையங்கள் ஊழியர்-வாடிக்கையாளர் உரையாடல்களை நிகழ்நேரத்தில் கண்காணிக்கச் ஏ.ஐ பயன்படுத்துகின்றன. ஊழியரின் குரலில் அழுத்தம் தெரிந்தாலோ அல்லது ஒரு முக்கியமான விதியைத் தவறவிட்டாலோ, ஏ.ஐ. உடனடியாக ஒரு சிறிய "தேடல்" (quest) அல்லது ஆலோசனையைத் திரையில் தோற்றுவிக்கிறது. இது மேலாளரின் தலையீடு இன்றியே குறைகளைக் களைய உதவுகிறது.

3. புறவயமான திறமை கையகப்படுத்துதல் (Objective Talent Acquisition)

ஆட்சேர்ப்பில் ஏ.ஐ. சார்ந்த விளையாட்டாக்கம், பாரம்பரிய நேர்காணல்களில் நிலவும் பாரபட்சங்களைக் களைகிறது. விண்ணப்பதாரர்கள் நிஜப் பணிச் சவால்களைப் பிரதிபலிக்கும் ஊடாடும் விளையாட்டுகளில் பங்கேற்கின்றனர். ஏ.ஐ அவர்களின் அறிவாற்றல் மற்றும் உணர்ச்சி ரீதியான பலங்களை நடுநிலையோடு மதிப்பீடு செய்கிறது.

ஆய்வு: பைமெட்ரிக்ஸ் (Pymetrics). இந்தத் தளம் விண்ணப்பதாரர்களின் சுயவிபரக் குறிப்புகளை விட, அவர்களின் உண்மையான திறமைகளின் அடிப்படையில் பணிகளுடன் அவர்களை இணைக்கச் ஏ.ஐ. ஆல் இயங்கும் விளையாட்டுகளைப் பயன்படுத்துகிறது. இது நிறுவனங்களில் பன்முகத்தன்மையை (diversity) அதிகரித்து, பணியிலிருந்து விலகும் விகிதத்தைக் குறைக்கிறது.

4. தொடர்ச்சியான புத்தாக்கத்தை ஊக்குவித்தல்

பெரிய நிறுவனங்களில் நல்ல யோசனைகள் பெரும்பாலும் நிர்வாகச் சிக்கல்களில் தொலைந்து போகின்றன. விளையாட்டாக்கப்பட்ட புத்தாக்கத் தளங்கள் அனைவரையும் பங்கேற்கத் தூண்டுகின்றன; அதே நேரத்தில் ஏ. ஐ. அந்த யோசனைகளை வரிசைப்படுத்தவும் முன்னுரிமை அளிக்கவும் உதவுகிறது.

ஆய்வு: ஐபிஎம் (IBM). இந்நிறுவனம் உலகளாவிய புத்தாக்கப் போட்டிகளை நடத்துகிறது. ஊழியர்கள் சமர்ப்பிக்கும் யோசனைகளைச் ஏ. ஐ. ஆய்வு செய்து, சந்தைப் பொருத்தத்தையும் உத்திசார் முன்னுரிமையையும் மதிப்பிடுகிறது. சிறந்த யோசனைகளுக்குத் தானாகவே நிபுணர்களின் ஆலோசனைகளும் வளங்களும் ஒதுக்கப்படுகின்றன.

5. நல்வாழ்வு மற்றும் மீள்திறனை விரிவுபடுத்துதல்

ஏ.ஐ. ஆல் இயங்கும் நல்வாழ்வுச் செயலிகள், தனிநபரின் ஆற்றல் மற்றும் மனநிலையைக் கண்காணித்து ஆரோக்கியமான பழக்கங்களை உருவாக்க உதவுகின்றன. இது நேரடியாகத் தொழில்முறைச் செயல்பாடுகளில் தாக்கத்தை ஏற்படுத்துகிறது.

ஆய்வு: டெலாய்ட் (Deloitte). இந்நிறுவனம் ஊழியர்களின் மனநலம் மற்றும் பணி-வாழ்க்கை சமநிலையைப் (work-life balance) பேண விளையாட்டாக்கப்பட்ட சவால்களை அறிமுகப்படுத்தியுள்ளது. ஏ. ஐ. தினசரி "தேடல்களை" (எ.கா. தியானம் அல்லது குறிப்பிட்ட நேரக் கவனம்) பரிந்துரைப்பதன் மூலம் நல்வாழ்வை அளவிடக்கூடியதாகவும், வெகுமதி அளிக்கக்கூடியதாகவும் மாற்றுகிறது.

6. வாடிக்கையாளர் விசுவாசத்தை வளர்த்தல்

வாடிக்கையாளர் பயணங்களைத் தனிப்பயனாக்குவதன் மூலம் அவர்களின் வாழ்நாள் மதிப்பினை (Customer Lifetime Value) ஏ. ஐ. அதிகரிக்கிறது.

ஆய்வு: ஸ்டார்பக்ஸ் ரிவார்ட்ஸ் (Starbucks Rewards). ஸ்டார்பக்ஸ் தனது விசுவாசத் திட்டத்தில் வாடிக்கையாளரின் வாங்கும் பழக்கத்தைச் ஏ. ஐ. மூலம் ஆய்வு செய்கிறது. அனைவருக்கும் ஒரே மாதிரியான சலுகைகளுக்குப் பதிலாக, ஒவ்வொரு

வாடிக்கையாளருக்கும் தனிப்பட்ட சவால்களை (எ.கா. "இந்த வாரம் ஒரு இனிப்புப் பண்டம் வாங்கினால் 50 கூடுதல் ஸ்டார்கள்") இது வழங்குகிறது. இது வாடிக்கையாளர்களைத் தொடர்ந்து கொள்முதல் செய்யத் தூண்டுகிறது.

ஏ. ஐ. விளையாட்டு மேலாளரை இயக்குதல்: ஒரு உத்திக் கட்டமைப்பு

இந்தத் துறையில் ஏ. ஐ. ன் உண்மையான வலிமை என்பது மனித முயற்சியை மாற்றுவதில் இல்லை, மாறாக அதனைப் பலப்படுத்துவதிலேயே உள்ளது. இது பின்னூட்டத்தை ஊக்கமாகவும், தரவை ஞானமாகவும், வழக்கமான பணிகளை அர்த்தமுள்ள அனுபவங்களாகவும் மாற்றுகிறது.

உங்கள் நிறுவனத்தில் அல்காரிதமிக் விளையாட்டாக்கத்தை அறிமுகப்படுத்தத் திட்டமிட்டால், அதனை ஒரு உத்திசார் முயற்சியாகக் கருத வேண்டும். தொழில்நுட்பத்திற்கும் மனித உளவியலுக்கும் இடையே சமநிலையைப் பேணும் கீழ்க்கண்ட கட்டமைப்பைப் பின்பற்றுங்கள்:

உத்திசார் மதிப்பெண் பலகையை (Strategic Scoreboard) **வரையறுக்கவும்:** விளையாட்டாக்கப்பட்ட அமைப்பு எந்த ஒரு முக்கியமான வணிக மாற்றத்தைக் கொண்டு வர வேண்டும்? புதிய ஊழியர்களின் பயிற்சி நேரத்தைக் குறைப்பதா, விற்பனையை அதிகரிப்பதா அல்லது விதிகளுக்குக் கீழ்ப்படிவதை உறுதிப்படுத்துவதா? வெற்றி என்பது அளவிடக்கூடிய வருவாய் (ROI) அடிப்படையில் இருக்க வேண்டும்.

நிபுணத்துவத்தில் அனுபவத்தை நிலைநிறுத்துக: சிறந்த 'ஏஐ விளையாட்டு மேலாளர்கள்' வெறும் முடிவுகளுக்கு மட்டும் வெகுமதி அளிக்காமல், தொடர்ச்சியான முயற்சி மற்றும் திறன் மேம்பாட்டிற்கும் வெகுமதி அளிக்கிறார்கள். ஒரு ஊழியர் எப்போதும் தனது திறமையின் உச்சியில் (Flow state) இருப்பதை உறுதி செய்யக் கடினத்தன்மை நிலைகளை மாற்றியமைக்கும் பயணத்தை வடிவமைக்கவும்.

வெளிப்படைத்தன்மை மற்றும் நம்பிக்கைக்கு முன்னுரிமை அளிக்க: ஊழியர்களின் தரவு எவ்வாறு பயன்படுத்தப்படுகிறது என்பதை அவர்கள் புரிந்துகொள்வதை உறுதி செய்யுங்கள். இது அவர்களின் அனுபவத்தை மேம்படுத்த மட்டுமே பயன்பட வேண்டும், தண்டனை வழங்குவதற்காக அல்ல. வெளிப்படையான விளையாட்டு மேலாளர் உளவியல் பாதுகாப்பிற்கு (psychological safety) ஒரு அடித்தளத்தை உருவாக்குகிறார்.

தொடர்ச்சியான அல்காரிதமிக் சீரமைப்பு: ஈடுபாட்டு முறைகள் மற்றும் வெற்றி விகிதங்களைத் தொடர்ந்து ஆய்வு செய்யச் ஏ. ஐ. பகுப்பாய்வைப் பயன்படுத்தவும். இந்த விளையாட்டாக்கப்பட்ட அமைப்பை ஒரு உயிருள்ள தயாரிப்பாகக் கருதி, பயனர் நடத்தைக்கு ஏற்பத் தொடர்ந்து

மேம்படுத்தவும்.

கருத்துப்பேழை

வணிகத்தின் எதிர்காலம் என்பது யார் கடினமாக உழைக்கிறார்கள் என்பதைப் பொறுத்தது அல்ல, மாறாக யார் தங்கள் ஊழியர்களுக்கு மிகவும் ஈடுபாடுமிக்க மற்றும் நோக்கமுள்ள சூழலை வடிவமைக்கிறார்கள் என்பதைப் பொறுத்தே அமையும். புத்திசாலித்தனமான நிறுவனங்கள் ஏ. ஐ.யை வெறும் வேலைகளைத் தானியங்கிமயமாக்கப் பயன்படுத்தாது; அவை முன்னேற்றத்தை விளையாட்டாக உணரச் செய்யவும், அந்த விளையாட்டின் மூலம் நிலையான முன்னேற்றத்தை உருவாக்கவும் பயன்படுத்தும்.

சிந்தனைக்கான கேள்விகள்

உங்கள் நிறுவனத்தின் கற்றல், செயல்திறன் அல்லது புத்தாக்கம் ஆகிய துறைகளில், முயற்சிக்கும் ஈடுபாட்டிற்கும் இடையே அதிக இடைவெளி உள்ள பகுதி எது?

உங்கள் வணிகத்தின் எந்த ஒரு செயல்பாட்டு அளவீட்டை விளையாட்டாக்கம் மூலம் 10% மேம்படுத்தினால், அது தெளிவான லாபத்தைத் தரும்?

உங்கள் தற்போதைய செயல்திறன் மதிப்பீட்டு முறையை, ஆண்டுக்கு ஒருமுறை நடக்கும் நிலையான நிகழ்விலிருந்து நிகழ்நேரத்தில் வழிகாட்டும் ஒரு அனுபவமாக எவ்வாறு மாற்றலாம்?

உங்கள் ஊழியர்கள் அல்லது வாடிக்கையாளர்கள் எதிர்கொள்ளும் பொதுவான குழப்பம் அல்லது உராய்வுப் புள்ளி எது? அதனை நீக்க ஒரு 'ஏஐ விளையாட்டு மேலாளர்' அந்தப் பயணத்தை எவ்வாறு தனிப்பயனாக்கலாம்?

பகுதி 3

ஏன்
விளையாட்டாக்கம்?

விளையாட்டாக்கம் ஏன் முக்கியம்?

Why Gamification?

நவீன காலத் தொழில்முறை வல்லுநர்களுக்கு மிகப்பெரிய சவால் என்பது தகவல்கள் கிடைக்காதது அல்ல; மாறாக, தகவல்கள் மிதமிஞ்சிக் காணப்படுவதே ஆகும். உண்மையில் அவர்களுக்குத் தேவையான உற்சாகம் அங்கே இல்லை. நிறுவனங்களாக இருந்தாலும் சரி, தனிநபர்களாக இருந்தாலும் சரி, இன்றைய போட்டி நிறைந்த சூழலைத் தீர்மானிப்பது 'கவனம்' (Attention) மட்டுமே. தரவுகள் மலிந்து கிடக்கும் இவ்வுலகில், தன் ஊழியர்களையோ, வாடிக்கையாளர்களையோ அல்லது உடன் பணியாற்றுபவர்களையோ ஊக்குவிக்கவும், ஊக்கப்படுத்தவும், அவர்களின் கவனத்தை ஈர்க்கவும் தெரிந்திருப்பது ஒருவரது வாழ்க்கைப் பயணத்தையே தீர்மானிக்கும் திறமையாகும். இது வெறும் மென்திறன் (soft skill) மட்டுமல்ல; இது ஒரு முக்கிய உத்திசார் தேவையாகும். விளையாட்டாக்கத்தை ஏற்றுக்கொள்வது என்பது ஏதோ விளையாட்டு விளையாடுவது அல்ல; அது 'ஈடுபாட்டைக் கையாளுதல்' (art of engagement) எனும் கலையில் நிபுணத்துவம் பெறுவதாகும்.

ஒரு தொழில்முறை வல்லுநராக (உங்கள் பணியில்)

1. பொருத்தமானவராக இருங்கள்: வருங்காலப் பணிகளில் நிபுணத்துவம் பெறுங்கள்

வேலைவாய்ப்பு உலகம் அதிவேகமாக மாறிவருகிறது. ஒரு காலத்தில் மனிதர்களால் மீண்டும் மீண்டும் செய்யப்பட்ட பணிகள் இன்று ஏ. ஐ. ஆல் (AI) தானியங்கிமயமாக்கப்படுகின்றன. இன்று படைப்பாற்றல், ஒருங்கிணைந்து செயல்படுதல் மற்றும் விமர்சன ரீதியான சிந்தனை ஆகியவையே புதிய மதிப்பீடுகளாக உள்ளன. பயிற்சி, சந்தைப்படுத்துதல் மற்றும் மனிதவள மேம்பாடு போன்ற முக்கிய வணிகச் செயல்பாடுகளில் விளையாட்டாக்கம் முன்னணியில் உள்ளது. நிஜ உலகப் பிரச்சினைகளுக்கு விளையாட்டின் நுட்பங்களை எவ்வாறு பயன்படுத்துவது என்பதைப் புரிந்துகொள்வதன் மூலம், எந்தவொரு நிறுவனத்திற்கும் ஈடுஇணையற்ற ஒரு சொத்தாக நீங்கள் மாறுவீர்கள். விளையாட்டாக்கத்தைக் கற்றுக்கொள்வது இன்று உங்கள் வேலையில் உங்களைச் சிறந்தவராக்குவது மட்டுமல்லாமல், எதிர்காலத்திற்கும் உங்களைத் தயார்படுத்துகிறது. இது தானியங்கி மயமாக்கப்படும் காலத்திற்கான ஒரு உத்திசார் திறமையாகும்; இது இயந்திரங்களால் செய்ய முடியாத 'மனிதத் தன்மையை' முன்னிலைப்படுத்த உங்களுக்கு உதவுகிறது.

2. ஈடுபாட்டை அதிகரித்தல்: திட்டங்களை இலட்சியப் பணிகளாக (Missions) மாற்றுங்கள்

ஈடுபாடற்ற நிலை என்பது உற்பத்தித்திறனை அமைதியாகக் கொல்லும் ஒரு நச்சாகும். வெறும் சரிபார்ப்புப் பட்டியலை (checklist) முடிப்பதாக நினைக்கும் ஒரு குழுவை விட, தாங்கள் ஒரு பெரும் இலட்சியப் பணியில் இருக்கிறோம் என்று நினைக்கும் குழுவே அதிகத் திறனுடன் செயல்படும். விளையாட்டாக்க உத்திகள் சாதாரணத் திட்டங்களைக் கூட ஈர்க்கக்கூடிய தேடல்களாக (quests) மாற்றும். நீங்கள் ஒரு விற்பனைப் போட்டியை வடிவமைக்கும்போது, அது யார் அதிகம் விற்கிறார்கள் என்பதை மட்டும் பார்க்காமல், யார் அதிக 'வாடிக்கையாளர் நாயகன்' (customer champion) பதக்கங்களைப் பெறுகிறார்கள் என்பதைக் கவனிக்கும் வகையில் இருக்கலாம். ஒரு காலாண்டுத் திட்டமிடல் கூட்டத்தை ஒரு கூட்டு "உத்தி விளையாட்டாக" (strategy game)

மாற்றலாம்; அங்கு ஆக்கப்பூர்வமான யோசனைகளுக்கும் தெளிவான செயல் திட்டங்களுக்கும் புள்ளிகள் வழங்கப்படும். இந்த அணுகுமுறை வேலையைச் சுறுசுறுப்பாக்குவது மட்டுமல்லாமல், அதனை ஒரு பகிரப்பட்ட, அர்த்தமுள்ள அனுபவமாக மாற்றுகிறது. இது உங்கள் நிறுவனத்தின் வெற்றியில் செயலற்ற பங்கேற்பாளர்களைச் சுறுசுறுப்பான வீரர்களாக மாற்றும் கலையாகும்.

3. சிறந்த தகவல் தொடர்பு: தகவலை ஒரு கதையாக மாற்றுங்கள்

நீண்ட விளக்கக் காட்சிகள் அல்லது கட்டாயப் பயிற்சி வகுப்புகளின் போது மக்களின் கவனத்தை ஈர்க்க நீங்கள் எப்போதாவது சிரமப்பட்டதுண்டா? விளையாட்டாக்கத்தின் மிக வலிமையான அம்சம் என்னவென்றால், சிக்கலான தலைப்புகளைக் கதை சொல்லல் (storytelling) மற்றும் விளையாட்டு கூறுகள் மூலம் எளிமைப்படுத்துவதாகும். சலிப்பூட்டும் விதிமுறைப் புத்தகங்களுக்குப் பதிலாக, புதிய ஊழியர்கள் வெவ்வேறு சூழல்களைக் கையாண்டு, சிக்கல்களைத் தீர்த்து, புதிய தகவல்களைத் தெரிந்துகொள்ளும் ஒரு "ஊடாடும் தேடல்" (interactive mission) முறை இருப்பதைச் சிந்தித்துப் பாருங்கள். இந்த அணுகுமுறை தகவலை வெறும் நுகர்வாக இல்லாமல், ஒரு சுறுசுறுப்பான, மறக்க முடியாத அனுபவமாக மாற்றுகிறது. நீங்கள் மக்களிடம் சலிப்பை உண்டாக்கும் ஒரு தலைவராக இல்லாமல், அவர்களை ஒரு பயணத்தில் வழிநடத்தும் வழிகாட்டியாக மாறுவீர்கள்; இது தகவல்கள் அவர்கள் மனதில் தங்குவதையும் அவர்கள் செயல்படுவதையும் உறுதி செய்கிறது.

முடிவு: நீங்கள் ஒரு புத்தாக்கத் தலைவராக உருவெடுப்பீர்கள்

விளையாட்டாக்கத்தில் நிபுணத்துவம் பெறுவதன் மூலம், நீங்கள் உங்கள் துறையின் புள்ளிவிவரங்களை மட்டும் மேம்படுத்துவதில்லை; மக்கள் தங்கள் வேலையைப் பற்றி உணரும் விதத்தையே மாற்றுகிறீர்கள். கடினமான சிக்கல்களுக்கு ஆக்கப்பூர்வமான தீர்வுகள் காண்பவர் என்றும், இலக்குகளை நோக்கித் துடிக்கும் குழுக்களை உருவாக்குபவர் என்றும் நீங்கள் அடையாளப்படுத்தப்படுவீர்கள். நீங்கள் வெறும் வேலையைச் செய்யச் சொல்லும் தலைவராக இல்லாமல், வெற்றிபெற விளையாட அழைக்கும் ஒரு நவீன காலத் தலைவராகத் திகழ்வீர்கள்.

நிறுவனங்களுக்கு: விளையாட்டாக்கத்திற்கான வணிகக் காரணங்கள்

நிர்வாகக் குழு வெறும் வேடிக்கைகளை விரும்புவதில்லை. அவர்கள் எதிர்பார்ப்பது முடிவுகள்: உற்பத்தித்திறன், லாபம் மற்றும் சந்தைப் பங்கு. விளையாட்டாக்கம் என்பது உத்திசார் கண்ணோட்டத்தில் பார்க்கும்போது, ஒரு தேவையற்ற கருவி அல்ல; மாறாக அது வணிக இலக்குகளை அடைவதற்கான ஒரு வலிமையான வழியாகும். இது பழைய சிக்கல்களுக்குப் புதிய தீர்வுகளை வழங்குகிறது.

உற்பத்தித்திறனை அதிகரித்தல்

விற்பனை மற்றும் செயல்பாட்டுக் குழுக்கள் பெரும்பாலும் சலிப்பூட்டும் பணிகளைச் செய்கின்றன. இது காலப்போக்கில் மனச்சோர்வை (burnout) ஏற்படுத்தும். விளையாட்டாக்கம்

இத்தகைய பணிகளை ஒரு சுவாரசியமான சவாலாக மாற்றி புத்துயிர் அளிக்கிறது. இலக்குகள், பதக்கங்கள் மற்றும் நிகழ்நேர அங்கீகாரம் ஆகியவற்றை அறிமுகப்படுத்துவதன் மூலம், மனிதர்களின் சாதனை புரியும் ஆர்வத்தைத் தூண்டலாம். இது நேரடியாக அதிக உற்பத்தித்திறன் மற்றும் சீரான முடிவுகளுக்கு வழிவகுக்கிறது.

வாடிக்கையாளர் விசுவாசத்தை வளர்த்தல்

நெரிசல் மிகுந்த சந்தையில், வாடிக்கையாளர் விசுவாசமே (customer loyalty) மிகச்சிறந்த வெற்றியாகும். நுகர்வோர் பயணத்தை ஒரு வெகுமதி அளிக்கும் அனுபவமாக மாற்றுவதன் மூலம் இதனை விளையாட்டாக்கம் சாத்தியமாக்குகிறது. புள்ளிகள், தொடர் செயல்பாடுகள் (streaks) மற்றும் சவால்கள் ஆகியவை

வாடிக்கையாளர்களைத் மீண்டும் மீண்டும் உங்கள் நிறுவனத்தை நாட வைக்கின்றன. இது ஒரு எளிய வணிகப் பரிமாற்றத்தை (transaction) ஒரு சுவாரசியமான பயணமாக மாற்றுகிறது; இதன் விளைவாக உங்கள் பிராண்டிற்கும் வாடிக்கையாளருக்கும் இடையே ஆழமான உணர்வுப்பூர்வமான தொடர்பு உருவாகிறது.

வேகமான கற்றல் மற்றும் விதிமுறை இணக்கம் (Compliance)

பாதுகாப்பு விதிகள் முதல் டிஜிட்டல் திறன்கள் வரையிலான கட்டாயப் பயிற்சிகள் பெரும்பாலும் ஊழியர்களால் சலிப்பாகவே பார்க்கப்படுகின்றன. விளையாட்டாக்கம் இதனை ஒரு சுறுசுறுப்பான அனுபவமாக மாற்றுகிறது. சலிப்பூட்டும் விளக்கக் காட்சிகளுக்குப் பதிலாக, ஊழியர்கள் ஒரு மெய்நிகர் சூழலில் சிக்கல்களைத் தீர்த்து பாடங்களைக் கற்கலாம். இது பயிற்சியை முடிக்கும் விகிதத்தையும் நினைவாற்றலையும் வியத்தகு முறையில் அதிகரிக்கிறது.

புத்தாக்கப் பண்பாட்டை வளர்த்தல்

புத்தாக்கம் (Innovation) என்பது தனிமையில் நிகழ்வதில்லை; அது துணிச்சலாக முடிவெடுப்பதையும் ஆக்கப்பூர்வமான தீர்வுகளையும் ஊக்குவிக்கும் ஒரு சூழலிலேயே நிகழ்கிறது. நிறுவன அளவிலான போட்டிகள் மற்றும் சவால்களை வடிவமைப்பதன் மூலம், துறைகளுக்கு இடையேயான ஒத்துழைப்பை ஊக்குவிக்கலாம். இது புதிய யோசனைகளை உருவாக்குவதோடு மட்டுமல்லாமல், புத்தாக்கத்தை ஒரு கொண்டாட்டமாக மாற்றுகிறது.

முடிவு: வலுவான வணிக அடித்தளம்

இறுதியில், விளையாட்டாக்கத்திற்கான வணிகக் காரணம் மிகவும் தெளிவானது. இது ஒரு உத்திசார் முதலீடு: உயர் செயல்திறன் கொண்ட ஊழியர்கள், உற்சாகமான குழுக்கள் மற்றும் உங்கள் பிராண்டோடு ஆழமாக இணைந்த வாடிக்கையாளர்கள் எனப் பல நேர்மறையான முடிவுகளை இது தருகிறது. இது உங்கள் நிறுவனம் கடினமாக உழைக்காமல், புத்திசாலித்தனமாக விளையாட வழிவகுக்கிறது.

தனிநபர்களுக்கு: தனிப்பட்ட வளர்ச்சியின் விளையாட்டை விளையாடுதல்

விளையாட்டாக்கத்தின் கொள்கைகள் வெறும் அலுவலகத்தோடு முடிந்துவிடுவதில்லை; அவை உங்களை நீங்களே மேம்படுத்திக் கொள்ள உதவும் ஒரு வலிமையான கருவியாகும். தனிப்பட்ட வளர்ச்சிக்கான கடினமான பயணத்தைச் சலிப்பில்லாத ஒரு சுவாரசியமான தேடலாக இது மாற்றுகிறது.

சுய முன்னேற்றத்தைச் சுவாரசியமாக்குங்கள்

சுய முன்னேற்றத்திற்குப் பெரிய தடையாக இருப்பது ஊக்கமின்மை மற்றும் தொடர்ச்சியான ஒழுக்கமின்மையே. விளையாட்டாக்கம் இந்தச் செயல்முறையையே வெகுமதி அளிப்பதாக மாற்றுவதன் மூலம் இந்தச் சிக்கலைத் தீர்க்கிறது. உடற்பயிற்சி மற்றும் மொழிக் கற்றல் செயலிகள் இதனை வெற்றிகரமாகச் செய்கின்றன. நீங்கள் வெறும் உடற்பயிற்சி செய்யவில்லை; உங்கள் முந்தைய சாதனையை முறியடிக்க ஒரு 'போட்டியில்' இருக்கிறீர்கள். இது கடமையுணர்வைச் சவாலாக மாற்றுகிறது.

முன்னேற்றத்தைக் கண்காணித்துக் கொண்டாடுங்கள்

முன்னேற்றம் கண்ணுக்குத் தெரியாதபோது நாம் சோர்வடைகிறோம். விளையாட்டாக்கம் உடனடி மற்றும் தெளிவான பின்னூட்டத்தை வழங்குவதன் மூலம் இதற்குத் தீர்வு காண்கிறது. புள்ளிகள் மற்றும் தரவுத் திரைகள் உங்கள் வளர்ச்சியைத் துல்லியமாகக் காட்டுகின்றன. ஒவ்வொரு முறை ஒரு பதக்கத்தைத் திறக்கும்போதும் உங்கள் மூளை அடையும் மகிழ்ச்சி, அந்தச் செயலைத் தொடர்ந்து செய்ய உங்களைத் தூண்டுகிறது. இது "முன்னேற்றம் அடைதல்" எனும் அருவமான இலக்கை, கண்ணுக்குத் தெரியும் கொண்டாட்டங்களாக மாற்றுகிறது.

பழக்கவழக்கங்களை உருவாக்குங்கள்

எவை அளவிடப்பட்டு வெகுமதி அளிக்கப்படுகின்றனவோ, அவை சிறப்பாகச் செய்யப்படுகின்றன. தினசரி சவால்கள்

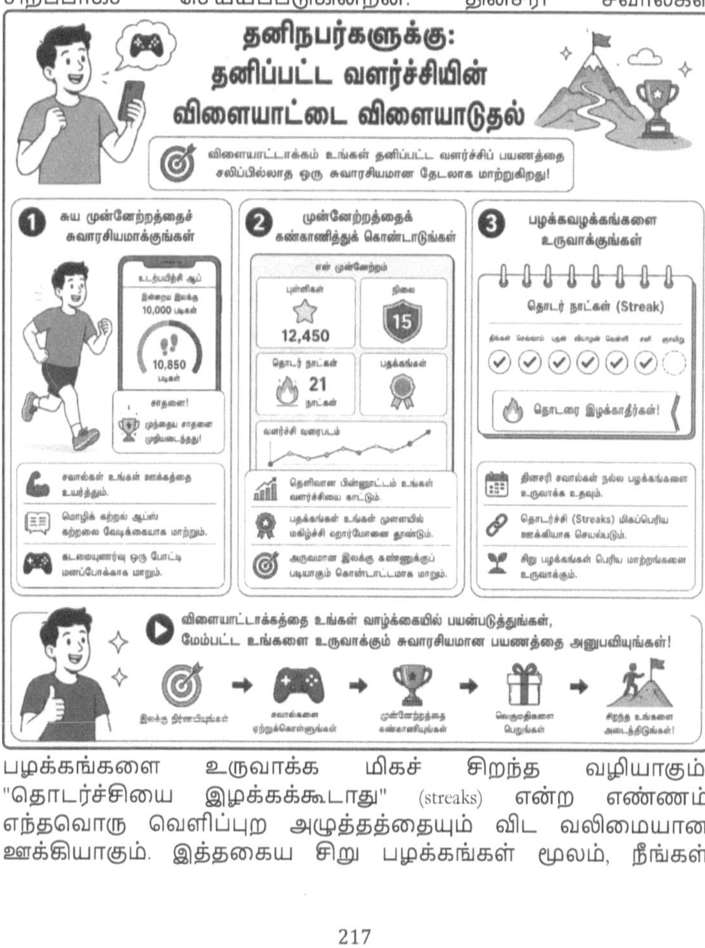

பழக்கங்களை உருவாக்க மிகச் சிறந்த வழியாகும். "தொடர்ச்சியை இழக்கக்கூடாது" (streaks) என்ற எண்ணம் எந்தவொரு வெளிப்புற அழுத்தத்தையும் விட வலிமையான ஊக்கியாகும். இத்தகைய சிறு பழக்கங்கள் மூலம், நீங்கள்

உணராமலேயே உங்கள் வாழ்வில் பெரிய மாற்றங்களை ஏற்படுத்தலாம்.

முடிவு: வளர்ச்சி என்பது திணிப்பு அல்ல, அது ஒரு இன்பம்

தனிப்பட்ட வளர்ச்சிக்கான விளையாட்டாக்கம் என்பது உங்கள் பயணத்தை ஒரு விளையாட்டு மைதானமாக மாற்றுவதாகும். உங்கள் இலக்குகளை ஒரு போராட்டமாகப் பார்க்காமல், உங்கள் முந்தைய சுயத்துடன் நடத்தும் ஒரு விளையாட்டாகப் பார்ப்பீர்கள். கற்றல் இனி ஒரு சலிப்பான பணி அல்ல, அது ஒரு விறுவிறுப்பான தேடல். விளையாட்டாக்கத்தின் கொள்கைகளைத் தழுவுவதன் மூலம், தொடர்ச்சியான வளர்ச்சியை ஒரு கடமையாகப் பார்க்காமல், மகிழ்ச்சியின் ஊற்றாக மாற்றலாம்.

சுருக்கம்: மாற்றத்தை உருவாக்கும் விளையாட்டாக்கத்தின் வலிமை

விளையாட்டாக்கம் என்பது வெறும் ஒரு ட்ரெண்ட் (trend) அல்ல; வேலை, வணிகம் மற்றும் தனிப்பட்ட வளர்ச்சியை நாம் அணுகும் முறையில் ஏற்பட்டுள்ள ஒரு அடிப்படை மாற்றமாகும். இது மனிதனின் இயல்பான போட்டி மற்றும் வெகுமதி உணர்வை நாம் அடைய வேண்டிய இலக்குகளுடன் இணைக்கும் ஒரு உத்தியாகும்.

எளிமையாகச் சொன்னால், விளையாட்டாக்கம் என்பது தீவிரமான விஷயங்களை வேடிக்கையாகவும், சலிப்பான விஷயங்களை ஈடுபாடுமிக்கதாகவும், கடினமான விஷயங்களை அடையக்கூடியதாகவும் மாற்றும் ஒரு கலையாகும். வெறும் வேலையைச் செய்யாமல், வெற்றிபெற விளையாட விரும்பும் எவருக்கும் இதுவே சிறந்த வழிகாட்டிப் புத்தகம்.

விளையாட்டத்தாக்கத்தில் எனக்கு என்ன பயன்?

What's In It for Me?

வணிகம் மற்றும் தனிநபர் மேம்பாடு எனும் இந்த அதிவேக உலகில், ஒவ்வொருவரும் ஒரு தனித்துவமான முன்னேற்றத்தையே தேடுகிறார்கள். ஒரு புதிய உத்தியைக் கையாளும்போது நாம் கேட்க வேண்டிய மிக வலிமையான கேள்வி, "எனக்கு இதில் என்ன பயன்?" (WIIFM) என்பதே ஆகும். விளையாட்டாக்கத்தைப் (Gamification) பொறுத்தவரை, இதற்கான விடை என்பது வெறும் ஒரு ஒற்றைப் பயன் அல்ல; அது உங்கள் பணி, கற்றல் மற்றும் வளர்ச்சி ஆகியவற்றின் தன்மையையே மாற்றியமைக்கும் தொடர்ச்சியான நன்மைகளின் தொகுப்பாகும். இது 'கடமைக்காகச் செய்தல்' என்பதிலிருந்து 'ஈடுபாட்டுடன் செய்தல்' எனும் நிலைக்கு மாறும் ஓர் அடிப்படை மாற்றமாகும்; இது அன்றாட வழக்கமான பணிகளை ஒரு வெகுமதி அளிக்கும் அனுபவமாக மாற்றுகிறது.

1. பணி மற்றும் கற்றலை அதிக இன்பமானதாக மாற்றுகிறது

உண்மையை ஒப்புக்கொள்வோம்: காலாண்டு அறிக்கைகளைத் தயாரிப்பது, கட்டாய விதிமுறைப் பயிற்சிகளை முடிப்பது அல்லது வழக்கமான கூட்டங்களில் அமர்ந்திருப்பது என நாம் அன்றாடம் எதிர்கொள்ளும் பல பணிகள் சலிப்பை ஏற்படுத்துபவை. விளையாட்டாக்கம் இதனை மாற்றுகிறது. இத்தகைய சலிப்பான பணிகளைத் தெளிவான விதிகள் மற்றும் உடனடிப் பின்னூட்டங்களைக் கொண்ட ஈர்க்கக்கூடிய சவால்களாக (challenges) மாற்றுவதன் மூலம், அது உங்கள் மனப்போக்கை மாற்றுகிறது. ஒரு பணியை ஏதோ கட்டாயத்தினால் செய்யாமல், ஒரு நோக்கத்தோடும் விளையாடும் ஆர்வத்தோடும் அணுகுவீர்கள். "செய்ய வேண்டும்" எனும் கட்டாயத்திலிருந்து "செய்ய வாய்ப்பு கிடைத்துள்ளது" என மாறும் இந்த மனநிலை மாற்றமே நீடித்த உந்துதலின் ரகசியமாகும்.

2. உந்துதலையும் கவனத்தையும் தக்கவைக்கிறது

உந்துதல் (Motivation) என்பது ஒரு நிலையான விஷயம் அல்ல; அது தொடர்ந்து புதுப்பிக்கப்பட வேண்டிய ஒரு துடிப்பான ஆற்றல். விளையாட்டாக்கம் என்பது சிறு வெற்றிகள், பதக்கங்கள் (badges), தொடர் செயல்பாடுகள் (streaks) மற்றும் முன்னேற்றப் பட்டைகள் (progress bars) ஆகியவற்றின் மூலம் ஒரு தொடர்ச்சியான சாதனை உணர்வை வழங்குகிறது. அடிக்கடி கிடைக்கும் இந்தச் சிறு வெகுமதிகள் மூளையில் 'டோபமைன்' (dopamine) எனும் வேதிப்பொருளைச் சுரக்கச் செய்து, அந்தச் செயலைத் தொடர்ந்து செய்ய உங்களைத் தூண்டுகின்றன. ஒரு சிக்கலான திட்டமாக இருந்தாலும் சரி, புதிய திறனைக் கற்பதாக

இருந்தாலும் சரி அல்லது ஆரோக்கியமான வாழ்முறையைப் பின்பற்றுவதாக இருந்தாலும் சரி, நீண்ட கால இலக்குகளில் உறுதியாக இருக்க இந்த முறை மிகவும் சிறந்தது.

3. தெளிவான முன்னேற்றக் கண்காணிப்பு

எந்தவொரு நீண்ட கால முயற்சியிலும், நமது முன்னேற்றத்தைக் கண்ணால் காண முடியாமல் போவது மனச்சோர்வைத் தரும். விளையாட்டாக்கம் கண்ணுக்குத் தெரியாத அந்த முன்னேற்றத்தைப் புலப்பட வைக்கிறது. நிலைகள் (levels), தரவுத் திரைகள் (dashboards) மற்றும் பொது அங்கீகாரங்கள் மூலம் உங்கள் வளர்ச்சியை நீங்கள் நிகழ்நேரத்தில் (real-time) காண முடியும். இந்தத் தொடர்ச்சியான பின்னூட்டம் உங்கள் தன்னம்பிக்கையை அதிகரிப்பதோடு மட்டுமல்லாமல், உங்கள் உழைப்பை இன்னும் திறம்பட நிர்வகிக்கவும் உதவுகிறது. நீங்கள் எந்த நிலையில் இருக்கிறீர்கள், எதைச் சாதித்துள்ளீர்கள் மற்றும் அடுத்து என்ன செய்ய வேண்டும் என்பது உங்களுக்கு எப்போதும் தெரிந்திருக்கும்.

4. அங்கீகாரம் மற்றும் அந்தஸ்து

நாம் அங்கீகாரத்தை விரும்பும் சமூகப் பிராணிகள். உங்கள் சாதனைகளைப் பொதுவெளியில் வெளிப்படுத்த விளையாட்டாக்கம் ஒரு தெளிவான வழியை வழங்குகிறது. முன்னிலை அட்டவணைகள் (leaderboards), டிஜிட்டல் பதக்கங்கள் அல்லது சான்றிதழ்கள் ஆகியவை வெறும் குறியீடுகள் மட்டுமல்ல; அவை உங்கள் கடின உழைப்பு மற்றும் நிபுணத்துவத்தின் அடையாளங்கள். இந்த அங்கீகாரம் அலுவலகத்திலோ அல்லது நீங்கள் கற்கும் இடத்திலோ உங்கள் மீதான நம்பகத்தன்மையை உருவாக்குகிறது. இது தனிப்பட்ட ரீதியில் திருப்தியையும், தொழில்முறை ரீதியில் ஒரு மதிப்பையும் உங்களுக்கு வழங்குகிறது.

5. விரைவான திறன் வளர்ச்சி

ஒரு புதிய திறனைக் கற்றுக்கொள்வது ஒரு மலையை ஏறுவது போன்றது. விளையாட்டாக்கப்பட்ட கற்றல் முறை இத்தகைய பிரம்மாண்டமான சவால்களை மிகச் சிறிய, எளிதில் கையாளக்கூடிய "தேடல்களாக" (quests) பிரிக்கிறது. ஒரு பெரிய திறனை அடையக்கூடிய சிறு சிறு பணிகளாக மாற்றுவதன் மூலம், தொடர்ச்சியான கற்றலை ஒரு சுவாரசியமான மற்றும் பயனுள்ள செயலாக மாற்றுகிறது. இங்கே நீங்கள் வெறும் ஒரு பாடத்தைப் படிக்கவில்லை; மாறாக "தரவுப் பகுப்பாய்வு மேதை" (Data analysis master) அல்லது "டிஜிட்டல் சந்தைப்படுத்தல் வித்தகர்" (Digital marketing wizard) ஆவதற்கான ஒரு வீரப் பயணத்தில் இருக்கிறீர்கள்.

6. தனிநபர் உற்பத்தித்திறனை மேம்படுத்துகிறது

உற்பத்தித்திறனை ஒரு விளையாட்டாக மாற்றுவதன் மூலம் விளையாட்டாக்கம் ஒழுக்கத்தை ஊக்குவிக்கிறது. உதாரணமாக, நேர மேலாண்மை மற்றும் பணிகளைப் பட்டியலிடும் செயலிகள் (apps), அன்றாட இலக்குகளுக்குப் புள்ளிகள் மற்றும் வெகுமதிகளை வழங்குகின்றன. நீங்கள் இப்போது வெறும் வேலைகளை முடிப்பதில்லை; உங்கள் தினசரித் தேடல்களை முடிப்பதன் மூலம் புள்ளிகளைச் சம்பாதிக்கிறீர்கள். இந்த எளிய மாற்றமானது நீங்கள் அதிகக் கவனத்துடனும் ஒழுக்கத்துடனும் செயல்பட உதவுகிறது, இது உங்கள் ஒட்டுமொத்த உற்பத்தித்திறனில் குறிப்பிடத்தக்க முன்னேற்றத்தைக் கொண்டுவரும்.

7. மற்றவர்களுடன் சிறந்த ஈடுபாடு

வேலையோ அல்லது கற்றலோ அரிதாகவே தனிமையில் நடப்பவை. விளையாட்டாக்கம் சகாக்களுடன் ஆரோக்கியமான போட்டியையும் ஒத்துழைப்பையும் வளர்க்கிறது. குழு சார்ந்த சவால்கள் மற்றும் கூட்டுத் தேடல்கள் ஒரு பொதுவான நோக்கத்தை உருவாக்கி, மனிதர்களுக்கிடையிலான பிணைப்பை வலுப்படுத்துகின்றன. விளையாட்டாக்கப்பட்ட சூழலில், நீங்கள் வெறும் ஒரு சக ஊழியர் மட்டுமல்ல; நீங்கள் ஒரு குழுத் தோழராகவோ அல்லது ஒரு விறுவிறுப்பான பயணத்தின் கூட்டாளியாகவோ இருக்கிறீர்கள். இது குழுவின் செயல்பாடுகளை மிகவும் நேர்மறையானதாக மாற்றுகிறது.

8. பணிக்கு அப்பாற்பட்ட தனிநபர் மேம்பாடு

விளையாட்டாக்கத்தின் நன்மைகள் உங்கள் பணி வாழ்க்கையோடு முடிந்துவிடுவதில்லை. உடற்பயிற்சி, பண மேலாண்மை அல்லது தியானம் சார்ந்த பல செயலிகள், நீடித்த மற்றும் நேர்மறையான பழக்கங்களை உருவாக்க விளையாட்டாக்கும் நுட்பங்களைப் பயன்படுத்துகின்றன. உங்கள் முன்னேற்றத்தைக் கண்காணிப்பதன் மூலமும், உங்கள் தொடர் முயற்சிகளுக்கு வெகுமதி அளிப்பதன் மூலமும், இந்தத் தளங்கள் உங்கள் ஆரோக்கியம், நிதிநிலை மற்றும் உறவுகள்

மேம்பட உதவுகின்றன.

கருத்துப்பேழை

விளையாட்டாக்கம் உங்கள் தொழில்முறை மற்றும் தனிப்பட்ட வாழ்க்கையில் மகிழ்ச்சி, உந்துதல், அங்கீகாரம் மற்றும் முன்னேற்றத்தைத் தருகிறது. இது உங்களை ஒரு செயலைச் செய்யக் கட்டாயப்படுத்தாமல், அந்தச் செயலின் மூலம் நிறைவைப் பெற உதவும் ஒரு வலிமையான கருவியாகும்.

முடிவுரை

அருவமான உத்திகளும் (abstract strategies) சிக்கலான கட்டமைப்புகளும் நிறைந்த இவ்வுலகில், தலைவர்களுக்கு இன்று மிக அவசியமாகத் தேவைப்படுவது தெளிவான, உடனடியாகச் செயல்படுத்தக்கூடிய ஒரு வழிகாட்டியாகும். **பி.எல்.ஏ.ஒய். (P.L.A.Y.)** மாதிரி என்பது அத்தகைய ஒரு வழிகாட்டியே. இது வெற்றிகரமான விளையாட்டாக்கத்தின் (gamification) தத்துவங்களை நான்கு எளிய, வரிசைமுறைப் படிகளாக வடிக்கிறது: **நோக்கம் (Purpose), ஏணிகள் (Ladders), பாராட்டு (Applause), மற்றும் விளைச்சல் (Yield).** இந்த மாதிரியானது, ஈடுபாடற்ற ஒரு பணியாளர் கூட்டத்தை, உயர் செயல்திறன் கொண்ட உத்வேகமான குழுவாக மாற்றுவதற்கான ஒரு கட்டமைக்கப்பட்ட அணுகுமுறையை வழங்குகிறது. "விளையாட்டு" (play) எனும் அருவமான கருத்தாக்கத்தை, ஒரு உறுதியான, அளவிடக்கூடிய வணிக உத்தியாக இது மாற்றுகிறது.

1. நோக்கம் (Purpose): "ஏன்?" என்பதை வரையறுத்தல்

முதல் மற்றும் மிக முக்கியமான படி உங்கள் நோக்கத்தை வரையறுப்பதாகும். ஒரு சிறு விளையாட்டு நுட்பத்தை வடிவமைக்கும் முன்பே, நீங்கள் அடைய விரும்பும் வணிக இலக்கை மிகத் தெளிவாகவும் வெளிப்படையாகவும் அறிவிக்க வேண்டும். நோக்கம் இல்லாத விளையாட்டாக்கம் என்பது வெறும் கவர்ச்சியான வித்தை (gimmick) மட்டுமே; அது ஒரு தற்காலிக திசைதிருப்பலாக இருக்குமே தவிர, நிலையான முடிவுகளைத் தராது.

ஒரு முன்னணி ஆலோசனை நிறுவனம் இந்தப் பாடத்தைக் கடினமான முறையில் கற்றுக்கொண்டது. அவர்கள் ஒரு கூட்டுப் பண்பாட்டை (collaborative culture) வளர்க்கும் நோக்கில், பதிவுகளை இடுபவர்களுக்குப் புள்ளிகளும் பதக்கங்களும் வழங்கும் ஒரு உள்முக சமூகத் தளத்தைத் தொடங்கினர். தொடக்கத்தில் அந்தத் தளம் விறுவிறுப்பாக இயங்கியது. ஆனால் விரைவில் அது புள்ளிகளுக்கான ஒரு பந்தயமாக மாறியது; தரமற்ற, மேலோட்டமான பதிவுகளால் தளம் நிறைந்தது. அந்த "விளையாட்டு" ஈடுபாடுமிக்கதாக இருந்தபோதிலும், அதற்குத் தெளிவான வணிக நோக்கம் இல்லை. "ஏன்" செய்கிறோம் என்பதைப் புரிந்துகொள்ளாமல், "எப்படி" என்பதில் மட்டுமே அந்த நிறுவனம் கவனம் செலுத்தியது.

இதனைச் சரியாகச் செய்ய, நீங்கள் பின்வருவனவற்றை உங்களிடமே கேட்டுக்கொள்ள வேண்டும்:

விற்பனையை அதிகரிக்க முயல்கிறீர்களா?

பயிற்சி விதிமுறை இணக்கத்தை (compliance) மேம்படுத்துகிறீர்களா?

புத்தாக்கத்தை வளர்க்கிறீர்களா?

பணியாளர் தக்கவைப்பை (retention) உயர்த்துகிறீர்களா?

இந்தக் கேள்விக்கான விடையே உங்கள் ஒட்டுமொத்த விளையாட்டாக்க உத்திக்கும் ஒரு 'துருவ நட்சத்திரம்' (North Star) போன்ற திசைகாட்டியாக அமையும். ஒவ்வொரு புள்ளியும், ஒவ்வொரு பதக்கமும், ஒவ்வொரு முன்னிலை அட்டவணையும் ஒரு குறிப்பிட்ட, மதிப்புமிக்க வணிக நோக்கத்திற்காகச் சேவை செய்வதை இது உறுதிப்படுத்தும்.

2. ஏணிகள் (Ladders): நிபுணத்துவத்திற்கான பாதையை உருவாக்குதல்

உங்கள் நோக்கம் தெளிவாகத் தெரிந்தவுடன், அதனை அடைவதற்குப் பயனர்களுக்கான ஒரு தெளிவான பாதையை நீங்கள் உருவாக்க வேண்டும். இதுவே 'ஏணிகள்' எனும் படிநிலை. இதில் ஒரு பெரிய இலக்கைச் சிறிய, எட்டக்கூடிய படிகளாகப் பிரித்து, பயனர்கள் தங்களின் முன்னேற்றத்தைக் காண்பதற்கான ஒரு அமைப்பை உருவாக்குவது அடங்கும். இங்குதான் புள்ளிகள், நிலைகள் (levels) அல்லது படிநிலைப்படியான பதக்க முறையை அறிமுகப்படுத்தி, ஒரு தெளிவான சாதனை உணர்வைத் தருகிறோம்.

ஒரு மருந்து தயாரிப்பு நிறுவனம் (pharmaceutical company), தனது விற்பனைப் பிரதிநிதிகளுக்குச் சிக்கலான மருந்துத் தகவல்களைக் கற்பிக்க விளையாட்டாக்கப்பட்ட பயிற்சித் தளத்தைப் பயன்படுத்திய உதாரணத்தைக் கருத்தில் கொள்ளுங்கள். நீண்ட பாடத்தின் இறுதியில் ஒரே ஒரு பயமுறுத்தும் தேர்வினை வைப்பதற்குப் பதிலாக, அந்த நிறுவனம் பயிற்சியைச் சிறு சிறு பகுதிகளாகப் (micro-modules) பிரித்தது. ஒவ்வொன்றுக்கும் தனித்தனி புள்ளிகளும் பதக்கங்களும் வழங்கப்பட்டன.

ஒரு பகுதியை முடித்ததற்காக "சிகிச்சைத் துறை நிபுணர்" (Therapeutic Area Specialist) பதக்கமும், அனைத்தையும் முடித்ததற்காக "தலைமை மருத்துவர்" (Master Clinician) பதக்கமும் பிரதிநிதிகளுக்கு வழங்கப்பட்டன. இந்த ஏணி போன்ற படிநிலை அமைப்பு, ஒரு கடினமான பணியைச் சுலபமாக உணர வைத்தது. தொடர்ச்சியான சிறு வெற்றிகள், அந்த முழு செயல்முறை முழுவதும் விற்பனைப் பிரதிநிதிகளை ஊக்கத்துடன் வைத்திருக்க உதவின.

3. பாராட்டு (Applause): அங்கீகார முறையை நிலைநிறுத்துதல்

சாதனையும் முன்னேற்றமும் வலிமையானவைதான், ஆனால் அங்கீகாரம் இல்லையெனில் அவை தங்கள் தாக்கத்தை இழக்கின்றன. 'பாராட்டு' என்பது சிறு வெற்றிகளையும் பெரிய மைல்கற்களையும் பொதுவெளியில் கொண்டாடுவதற்கான ஒரு முறையை உருவாக்குவதாகும். பணியாளர்கள்

பின்னூட்டத்திற்காகவும் (feedback) அங்கீகாரத்திற்காகவும் ஏங்கும் இக்காலத்தில், விளையாட்டாக்கப்பட்ட அமைப்புகள் தொடர்ச்சியான நேர்மறை ஊக்கத்தை வழங்க முடியும்.

பணத்தை விட அங்கீகாரம் பெரும்பாலும் ஒரு வலிமையான உந்துசக்தியாக இருக்கிறது. ஹார்வர்ட் பிசினஸ் ரிவ்யூ (HBR) ஆய்வின்படி, பாராட்டப்படுவதாக உணரும் ஊழியர்கள் அதிக உற்பத்தித்திறன் மற்றும் அர்ப்பணிப்புடன் செயல்படுகின்றனர். ஒரு தொழில்நுட்பத் தொடக்க நிறுவனம் (tech startup), தங்களின் சிக்கல்களைத் தீர்ப்பதில் சிறந்து விளங்கும் ஊழியர்களைக் கௌரவிக்கப் பொதுவான முன்னிலை அட்டவணைகளைப் பயன்படுத்தியது. இதன் விளைவாக, ஒரு வாரத்தில் தீர்க்கப்படும் புகார்களின் எண்ணிக்கை 30% அதிகரித்தது. அந்தப் பாராட்டு, நிகழ்நேரத்தில் வழங்கப்பட்டு நிறுவனம் முழுவதற்கும் தெரிந்ததால், அது செயல்திறனைக் கொண்டாடும் ஒரு பண்பாட்டை உருவாக்கியது.

உங்கள் பாராட்டு முறையில் இவை இருக்க வேண்டும்:

நிகழ்நேரப் பின்னூட்டம்: ஒரு பணியை முடித்தவுடன் வழங்கப்படும் வாழ்த்துச் செய்திகள்.

பொது அங்கீகாரம்: முன்னிலை அட்டவணைகள், விருதுகள் அல்லது சமூக ஊடகப் பாராட்டுகள்.

நிதிசாரா வெகுமதிகள்: குழு கூட்டத்தில் ஒரு சிறப்புக் குறிப்பு அல்லது ஒருவரின் சுயவிபரப் பக்கத்தில் ஒரு எளிய பதக்கம்.

4. விளைச்சல் (Yield): முடிவுகளை அளவிடுதல்

இறுதிப் படி என்பது 'விளைச்சல்' அல்லது உங்கள் முதலீட்டின் பலனை அளவிடுவதாகும். ஒரு சிறந்த விளையாட்டாக்கப்பட்ட அமைப்பு என்பது ஒருமுறை அமைத்துவிட்டு அப்படியே விட்டுவிடும் தீர்வு அல்ல; அது தொடர்ந்து மேம்படுத்தப்பட வேண்டிய ஒரு துடிப்பான கருவியாகும். இங்குதான் உங்கள் அமைப்பு உண்மையில் விரும்பிய வணிக விளைவுகளைத் தருகிறதா என்பதை உறுதிப்படுத்த 'முக்கிய செயல்திறன் குறிகாட்டிகளைக்' (KPIs) கண்காணிக்கிறீர்கள்.

உங்கள் வெற்றியைக் கணக்கிட, நீங்கள் செய்ய வேண்டியவை:

உங்கள் நோக்கத்துடன் இணைத்தல்: உங்கள் நோக்கம் விற்பனையை அதிகரிப்பதாக இருந்தால், பெற்ற பதக்கங்களின் எண்ணிக்கையை மட்டும் பார்க்காமல், விற்பனை எண்களைக் கண்காணிக்கவும்.

மேம்படுத்தத் தரவுகளைப் பயன்படுத்துதல்: எந்த விளையாட்டு நுட்பங்கள் சிறப்பாகச் செயல்படுகின்றன, எவை கவனிக்கப்படாமல் விடப்படுகின்றன என்பதைப் பகுப்பாய்வு செய்யுங்கள்.

மீண்டும் மீண்டும் திருத்தியமைக்கத் தயாராக இருங்கள் (Iterate): தரவுகளைப் பயன்படுத்தி உங்கள் உத்தியை மாற்றியமைக்கவும், செயலற்ற கூறுகளை நீக்கி, புதிய சவால்களை அறிமுகப்படுத்தி அமைப்பை எப்போதுமே சுவாரசியமாக வைத்திருக்கவும்.

பி.எல்.ஏ.ஒய். (P.L.A.Y.) மாதிரி என்பது விளையாட்டாக்கம் எனும் அருவமான கருத்தை ஒரு வலிமையான வணிகக் கருவியாக மாற்றுவதற்கான தெளிவான வழிகாட்டியாகும். நீங்கள் எடுக்கும் ஒவ்வொரு நடவடிக்கையும் ஒரு உத்திசார் நோக்கத்துடன் இணைக்கப்பட்டுள்ளதையும், பயனர்களுக்குத் தெளிவான பாதையை வழங்குவதையும், அதிகபட்ச தாக்கத்திற்காகத் தொடர்ந்து மேம்படுத்தப்படுவதையும் இது உறுதி செய்கிறது.

பி.எல்.ஏ.ஒய். (P.L.A.Y.) மாதிரிச் சரிபார்ப்புப் பட்டியல்

நோக்கம் (Purpose): இந்த முயற்சியின் வணிக இலக்கு தெளிவாகவும் அளவிடக்கூடியதாகவும் இருக்கிறதா?

ஏணிகள் (Ladders): முதன்மை இலக்கைக் கண்ணுக்குத் தெரியும் சிறிய படிகளாகப் பிரித்துள்ளீர்களா?

பாராட்டு (Applause): பயனர்களின் சாதனைகளை அங்கீகரிக்கவும் கொண்டாடவும் ஒரு அமைப்பு இருக்கிறதா?

விளைச்சல் (Yield): இந்த அமைப்பு செயல்படுவதை உறுதிப்படுத்த நீங்கள் எந்தச் செயல்திறன் குறிகாட்டிகளைக் (KPIs) கண்காணிப்பீர்கள்?

இன்று உங்கள் நிறுவனத்தில் "விளையாட்டும்" "நோக்கமும்" இணைந்து செயல்படக்கூடிய மிகப்பெரிய வாய்ப்பு எங்கே இருக்கிறது?

பின்னுரை: எதிர்காலச் சிற்பி

The Future Architect

பணிச் சூழலின் விதிகள் இன்று மீண்டும் எழுதப்படுகின்றன. வழக்கமான பணிகளைத் தானியங்கி முறைகள் கையாள்கின்றன; பகுத்தறிவு சார்ந்த பணிகளைச் ஏ. ஐ. மேம்படுத்துகிறது. ஆனால், விளையாடுவதற்கும், கற்றுக் கொள்வதற்கும், அர்த்தமுள்ள ஒன்றை உருவாக்குவதற்குமான உந்துதல் என்பது எதனுடனும் ஒப்பிட முடியாத, மாற்ற முடியாத ஒரு தனித்துவமான மனிதப் பண்பாகும்.

செயல்திறனுக்காக வழங்கப்படும் வெகுமதி 'விளையாட்டு' அல்ல; மாறாக, செயல்திறன் நிகழ்வதற்குக் காரணமே 'விளையாட்டு' தான் என்பதை இந்தப் புத்தகம் உங்களுக்கு உணர்த்தியிருக்கும்.

வருங்காலம் என்பது 'அனுபவக் கலைஞர்களுக்கு' (experience architects) சொந்தமானது. உத்திகளை அனைவரும் இணைந்து வெல்ல வேண்டிய ஒரு விளையாட்டாக வடிவமைப்பவர்கள், இலக்குகளை இலட்சியப் பணிகளாக (missions) மாற்றுபவர்கள் மற்றும் விளையாட்டை உயிர்ப்புடன் வைத்திருக்க அதன் விதிகளைத் தொடர்ந்து மறுவடிவமைப்பு செய்பவர்களே வருங்காலத் தலைவர்கள்.

இனி உங்கள் நிறுவனம் ஒரு அலுவலகத்தைப் போலத் தோற்றமளிக்காது; அது வளர்ச்சிக்கான ஒரு உயிருள்ள தளமாக (living platform for growth) இயங்கும். குழுக்கள் தேடல்கள் (quests) மூலம் ஒன்றிணைந்து செயல்படும், அங்கீகாரங்கள் சமூக அளவிலும் நிகழ்நேரத்திலும் பகிரப்படும், மேலும் ஏ. ஐ. உதவியாளர்கள் ஒவ்வொருவருக்கும் தனிப்பயனாக்கப்பட்ட கற்றல் பாதைகளைப் பரிந்துரைப்பார்கள். இத்தகைய உலகில், நோக்கத்திற்கும் (purpose) விளையாட்டிற்கும் (play) இடையே வேறுபாடே இருக்காது.

வளர்ச்சிக்காக விளையாடும் (play to grow) நிறுவனங்களைக் கட்டமைப்பவர்களிடமே இறுதிப் போட்டித் திறன் இருக்கும். ஏனெனில், இறுதியில் விளையாட்டு என்பது வேலைக்கு எதிரானது அல்ல; அது வளர்ச்சியின் மொழி.

இப்போது விளையாட வேண்டிய முறை உங்களுடையது.

வெற்றிபெற விளையாடுங்கள்! (Play to win!)

மேற்கோள் கட்டிய நூல் மற்றும் காணொளி காட்சிகள்

@AmithSaiD. (n.d.). *YouTube.* Retrieved from I Made Maggi in 2 Minutes!: https://youtube.com/shorts/hyJqqFWiMhg?si=b9tOAT1x9lTGuRd5

Accenture. (n.d.). *Instagram.* Retrieved from Accessible climate action is key!: https://www.instagram.com/reel/CvKXEPNg27m/?utm_source=ig_web_copy_link&igsh=NTc4MTIwNjQ2YQ==

Adult, L. A. (n.d.). *Youtube.* Retrieved from What Is A Hackathon And How Does It Help Innovation?: https://www.youtube.com/watch?v=39V0YmdyjHE

Biles, M. (2017, Aug). *medium.com.* Retrieved from medium.com: https://medium.com/@mary_c_biles/anandamide-the-bodys-own-antidepressant-and-how-to-boost-it-naturally-895cdafcf7fe

Brand-News. (n.d.). *YouTube.* Retrieved from ROYAL ENFIELD - HIMALAYAN CAMPAIGN: https://youtu.be/ZtN-MwIyx8A?si=cPXka4ptdQuu1vAh

Childrenshospgh. (n.d.). Retrieved from Kid-Centric Imaging Rooms: https://youtu.be/LMGoKDA0UXw?si=6eIn3-7_KS-Fa-9A

Entrepreneurs, M. (n.d.). *YouTube.* Retrieved from gPause Seoul: Mindful Entrepreneurs: https://youtu.be/NkbgjfSol4U?si=71AuXciPk8xKBmC1

Group, M. (n.d.). *Facebook.* Retrieved from Mahindra Rise Challenge 2025: https://www.facebook.com/share/v/15Y3FFBKxaM/

InsideIIM. (n.d.). *YouTube.* Retrieved from TAS: The Ultimate Launchpad for a General Management Career: https://youtu.be/_Mqmu4RmMJc?si=WujzBt14-ZA9GaEq

Klein, G. (Sep 2007). Performing a Project Premortem. *Harvard Business Review.*

Lorenz, M. (2013). *How Good Management Stifles Breakthrough Innovation.* Harward Business Review.

Morris, P. W. (2013). *Reconstructing project management.* Cambridge, MA:: John Wiley.

O'BOYLE JR., E. a. (2013). THE BEST AND THE REST: REVISITING THE NORM OF NORMALITY OF INDIVIDUAL PERFORMANCE. *Personnel Psychology.*

Pink, D. H. (2011). *Drive: The Surprising Truth about What Motivates Us.* Phaidon SARL: Riverhead Books.

PMI. (2018). *Pulse of the Profession 2018.* Project Management Institute .

Robert, J. (2017). *Spiral Staircase Project Management.* Notion Press.

Robert, J. (2017). *Spiral Staircase Project Management: A Framework to Succeed Complex-Cognitive Projects.* Chennai: Notion Press.

Shop, S. (n.d.). *YouTube.* Retrieved from My Marriott Hotel Social Media Game Trailer: https://youtu.be/ULOwlkiRM18?si=ToRpaAd6G8NxVf2p

Stephen R. Covey, R. R. (2008). *The SPEED of Trust: The One Thing That Changes Everything.* Simon and Schuster.

TATAev. (n.d.). *Youtube.* Retrieved from Harrier.ev Climbs The Impossible | The Elephant Rock Challenge: https://youtu.be/wpLuwS6maQY?si=6zWoZhI69vad2tvr

University at Buffalo (North Campus). (n.d.). Retrieved from Cybersecurity Escape Room Challenge: https://youtube.com/shorts/VBX7D61LQS4?si=ZN-1SfF7BfRRz8Q9

Workforce. (n.d.). *YouTube.* Retrieved from GE's Journey From Crotonville to BrilliantYOU™: https://youtu.be/cJGfWjbxN2c?si=_xVaKvw6kiV-8Beo

YouTube. (n.d.). *@ChrisFrezza.* Retrieved from How to Redeem FREE Food in McDonald's Monopoly! : https://youtube.com/shorts/6rYDp_F8sqM?si=xEZ2kX2-iz2ojC4z

YouTube. (n.d.). *Moonshot Systems.* Retrieved from **Moonshot's Project Management Workshop**: https://youtube.com/shorts/-XzmxMqhS8g?si=vG_FtmI1dbcHEKwF

Blue Ocean Strategy, Expanded Edition, How to Create Uncontested Market Space and Make the Competition Irrelevant By W. Chan Kim, Renee Mauborgne · 2014

நிகழ்வாய்வுகளின் இணைப்புகள்

Kid-Centric Imaging Rooms | UPMC Children's Hospital of Pittsburgh's Radiology Department
https://www.youtube.com/watch?v=LMGoKDA0UXw

Cybersecurity Escape Room Challenge
https://www.youtube.com/shorts/VBX7D61LQS4

I Made Maggi in 2 Minutes! 😲 @AmithSaiD
https://www.youtube.com/shorts/hyJqqFWiMhg

Mahindra Rise Challenge 2025 by Mahindra Group
https://www.facebook.com/share/v/15Y3FFBKxaM/

The Elephant Rock Challenge by TATAev
https://www.youtube.com/watch?v=wpLuwS6maQY

ROYAL ENFIELD - HIMALAYAN CAMPAIGN by Brand-News
https://youtu.be/ZtN-MwIyx8A?si=ZeHkZ-e0T7a84dpa

Moonshot's Project Management Workshop by @MoonshotSys
https://youtube.com/shorts/-XzmxMqhS8g?si=vG_FtmI1dbcHEKwF

What Is A Hackathon And How Does It Help Innovation? - Learn As An Adult
https://youtu.be/39V0YmdyjHE?si=iZnh8jQngVx8UTBS

Accessible climate action is key! accenture
https://www.instagram.com/reel/CvKXEPNg27m/?utm_source=ig_web_copy_link&igsh=NTc4MTIwNjQ2YQ==

gPause Seoul: Mindful Entrepreneurs
https://youtu.be/NkbgjfSol4U?si=-B3fAJSMAwtpsEEP

GE's Journey From Crotonville to BrilliantYOU™
By Workforce
https://youtu.be/cJGfWjbxN2c?si=zJnBrdrb2KW_e_9R

TAS: The Ultimate Launchpad for a General Management Career by Konversations By InsideIIM
https://youtu.be/_Mqmu4RmMJc?si=dqR2NCrCOvDwZJNy

My Marriott Hotel Social Media Game Trailer by Shoppers Shop
https://youtu.be/ULOwlkiRM18?si=aLpB-UqWt2NLAeP2

How to Redeem FREE Food in McDonald's Monopoly! 🍟 by @chrisFrezza
https://youtube.com/shorts/6rYDp_F8sqM?si=xEZ2kX2-iz2ojC4z

சொற்களஞ்சியம்

Accountability	பொறுப்புக்கூறல்
Algorithmic	நேறிமுளற சார்ந்த
Artificial Intelligence	செயற்கை நுண்ணறிவு (அல்லது ஏ.ஐ.)
Asymmetric Design	சமநிலையற்ற அமைப்பு
Autonomy	சுயம் - தேர்ந்தெடுக்கும் அதிகாரம் / தன்னாட்சி
Badge	பதக்கம்
Badges	பதக்கங்கள்
Basal Ganglia	அடிப்படை நரம்பு முடிச்சுகள்
Behavioral Economics	நடத்தை சார் பொருளியல்
Blue Ocean Strategy	நீலப் பெருங்கடல் உத்தி
Burnout	மனச்சோர்வு / பணிசோர்வு
Carbon footprint	கார்பன் தடம்
Challenges	சவால்கள்
Cognitive bias	அறிவாற்றல் சார்பு
Collaboration	ஒத்துழைப்பு
Compliance	விதிமுறைப் பின்பற்றல்
Compliance training	கட்டாய விதிமுறைப் பயிற்சி
Corporate Training	நிறுவனப் பயிற்சி
CRM	வாடிக்கையாளர் உறவு மேலாண்மை
Crowns	மகுடங்கள்
Cultural Gamification	பண்பாட்டு விளையாட்டாக்கம்
Design Principle	வடிவமைப்புக் கொள்கை
Disciplined attention	ஒழுக்கமான கவனம்
Dopamine	டோபமின்
Eco-friendly behaviors	சுற்றுச்சூழல் நட்பு நடத்தைகள்
Empathy	இரக்கம்
Empathy by Design	வடிவமைக்கப்பட்ட இரக்கம்
Employee engagement	ஊழியர்களின் ஈடுபாடு
Engagement	ஈடுபாடு
Experience points	அனுபவப் புள்ளிகள்
Experiential Learning	அனுபவ வழிக் கற்றல்
Extrinsic motivators	வெளிப்புற ஊக்கிகள்
Feedback	பின்னூட்டம்
Feedback loops	பின்னூட்டச் சுழற்சிகள்
Flow state	முழு ஈடுபாட்டு நிலை
Gamification	விளையாட்டாக்கம்
Gamified	விளையாட்டாக மாற்றப்பட்ட
Goal-setting	இலக்கு நிர்ணயம்
Hackathon	ஹேக்கத்தான்
Human-centered design	மனிதனை மையப்படுத்திய வடிவமைப்பு
IKEA Effect	ஐகியா விளைவு
Immediate Feedback	உடனடி பின்னூட்டம்

Inertia	செயலின்மை
Infographic	விளக்கப்படம்
Innovation	புத்தாக்கம்
Intrinsic motivators	உள்ளார்ந்த ஊக்கிகள்
Knowledge workers	அறிவுசார் பணியாளர்கள்
Key Performance Indicators(KPI)	செயல்திறன் குறிகாட்டிகள்
Leaderboards	முன்னிலை அட்டவணைகள்
Levels	நிலைகள்
Loyalty program	விசுவாசத் திட்டம்
Magnetic Resonance Imaging (MRI)	காந்த ஒத்ததிர்வு வரைவு
Marketing Strategy	சந்தைப்படுத்தல் உத்தி
Mastery	தேர்ச்சி / ஆளுமை
Micro-challenge	நுண்-சவால் / குறுஞ்சவால்
Micro-goals	குறு-இலக்குகள்
Milestones	மைல்கற்கள்
Mini MBA	சிறு மேலாண்மைப் பாடம்
Missions	பணிகள் / இலட்சியப் பணிகள்
Moral architecture	நெறிசார் கட்டமைப்பு
Motivation	ஊக்கம்
Narrative	கதை சொல்லும் முறை
Neurotransmitter	நரம்புக்கடத்தி
Pattern-seeking	பாட்டர்ன்-தேடல்
Points	புள்ளிகள்
Prefrontal Cortex	முன்பக்க மூளைப் பகுதி
Progress bar	முன்னேற்றப் பட்டை
Progression	முன்னேற்றம்
Prototype	முன்மாதிரி
Psychological safety	உளவியல் பாதுகாப்பு
Purpose	நோக்கம்
Quarterly report	காலாண்டு அறிக்கை
Quests	தேடல்கள்
Rapid Prototyping	விரைவான முன்மாதிரிகள்
Resource Constraints	வளக் கட்டுப்பாடு
Retention	நினைவாற்றல் / பணியாளர் தக்கவைப்பு
Rewards	வெகுமதிகள்
ROI	அளவிடக்கூடிய வருவாய்
Safe-to-fail	தோற்றாலும் பாதிப்பில்லாத
Scarcity	அபூர்வம்
Servant Leadership	தொண்டுள்ளத் தலைமைத்துவம்
Shared Mission	பகிரப்பட்ட இலட்சியம்
Simulation	சிமுலேஷன் / உருவகப்படுத்துதல்
Status	தகுநிலை
Storytelling	கதைசொல்லல்
Strategic blueprint	உத்திவார் திட்ட வரைபடம்
Strategic Gamification	உத்திசார் விளையாட்டாக்கம்
Strategic Thinking	வியூக சிந்தனை

Streaks	தொடர் சாதனைகள்
Structured learning systems	கட்டமைக்கப்பட்ட கற்றல் முறைகள்
Sunk cost fallacy	மூழ்கிய செலவு மாயை
Sustainability	நிலைத்தன்மை
Systems Thinking	அமைப்புசார் சிந்தனை
Trading cards	வணிக அட்டைகள்
Transparency	வெளிப்படைத்தன்மை
Turnover rate	பணிவிலகல் விகிதம்
Unlockable Perks	திறக்கப்படக்கூடிய சலுகைகள்
User Experience (UX) Design	பயனர் அனுபவ வடிவமைப்பு
Variable Rewards	மாறக்கூடிய வெகுமதிகள்
Video game	காணொலி விளையாட்டு
Virtual Reality	மெய்நிகர் உண்மை
Zeigarnik Effect	ஸீகார்னிக் விளைவு

நன்றி

இந்தப் புத்தகம் பல வழிகளில் ஒரு துணைவிளைபொருளாக உருவானதே ஆகும்; இது ஒரு மேசையிலமர்ந்து எழுதப்பட்டதல்ல, மாறாகக் களப்பணியில் பிறந்தது. பயிற்சிப் பணிமனைகளை வடிவமைத்து நடத்திவந்தபோதுதான், இந்தப் பக்கங்களில் உள்ள பல கருத்துக்கள் உருப்பெற்றன. மேலாளர்களும் தலைவர்களும் தங்களுடைய பணியை எவ்வாறு இன்னும் ஈடுபாட்டுடனும் திறம்படவும் மாற்றியமைக்கலாம் என்ற சிந்தனையே இந்நூலுக்கு மூல காரணமாக அமைந்தது.

கடந்த இருபத்தைந்து ஆண்டுகளில், நூற்றுக்கணக்கான திட்டங்களை முன்னின்று நடத்தும் பெருவாய்ப்பு எனக்குக் கிடைத்தது. சிறந்த செயலாக்கம், விரைவான முடிவுகள் மற்றும் அதிக ஆற்றல்மிக்க குழுக்கள் ஆகியவற்றை நோக்கிய தொடர் தேடலே எனது சிந்தனையை வடிவமைத்தது. மின்னணு வணிகம், விமான நிறுவனங்கள் முதல் தங்கும் விடுதிகள், பள்ளிக்கூடங்கள் வரை பல்வேறு துறைகளில் விளையாட்டுகள் எவ்வாறு அமைதியாக மனித நடத்தையை மாற்றியமைக்கின்றன என்பதைக் கவனித்தபோது எழுந்த முதன்மைக் கேள்விதான் இந்தப் புத்தகத்திற்கு வித்திட்டது. நாள்தோறும் புதியன கற்றுக் கொள்ளவும், பழையன மறக்கவும், என்னை மேம்படுத்திக் கொள்ளவும் தூண்டிய எனது சக ஊழியர்கள், வழிகாட்டிகள், மாணவர்கள் மற்றும் தொழில்முறைப் பங்காளிகளுக்கு எனது மனமார்ந்த நன்றிகள்.

கருத்துக்களைச் செம்மைப்படுத்தவும், எழுதும் செயல்முறையை விரைவுபடுத்தவும் உதவிய நவீன செயற்கை நுண்ணறிவு (AI) கருவிகளின் பங்கையும் நன்றியோடு நினைவு கூர்கிறேன். இக்கோட்பாடுகளில் பலவற்றிற்கு உயிர் கொடுக்கும் வகையில் ஓவியங்களை வரைந்து தந்த ஜே. ஆர். ஷெரன் அவர்களுக்கு எனது பாராட்டுகள்.

இறுதியாக, எனது குடும்பத்தினரான சந்தனமேரி, ஷெரான் மற்றும் தான்யா ஆகியோருக்கு எனது ஆழந்த நன்றிகள். ஷெரான் எனக்கு மகளாகவும், அதே நேரத்தில் இந்த நூலின் ஓவியராகவும் இருவேறு பொறுப்புகளைத் தாங்கியுள்ளார். உங்களின் அசைக்க முடியாத ஆதரவும், பொறுமையும், நம்பிக்கையும்தான் எனது ஒவ்வொரு முயற்சியையும் சாத்தியமாக்குகின்றன. நான் புதியனவற்றைப் படைப்பதற்குக் களமும் காலமும் அமைத்துக் கொடுத்த உங்களால்தான் இந்தப் புத்தகம் இன்று சாத்தியமாகி இருக்கிறது.

இந்தப் பயணத்தில் என்னோடு இணைந்திருந்ததற்கு நெஞ்சார்ந்த நன்றிகள்.

ஆசிரியரைப் பற்றி

முத்தம்பட்டி ஜான் ராபர்ட் அவர்கள் ஒரு நூலாசிரியர், தலைமைத்துவப் பயிற்சியாளர் மற்றும் இரண்டு தசாப்தங்களுக்கும் மேலாகப் பொறியியல், செயல்பாடுகள் மற்றும் பெருமளவிலான திட்டங்களில் களப்பணியாற்றிய திட்ட மேலாண்மை வல்லுநர் ஆவார். நிறுவனங்கள் தங்களது திட்டங்களை மிக வேகமாகவும், புத்திசாலித்தனமாகவும், அதிக தாக்கத்துடனும் செயல்படுத்துவதற்கு உதவும் புரட்சிகரமான அணுகுமுறைகளில் கவனம் செலுத்தும் 'Moonshot Systems' என்ற நிறுவனத்தின் இணை நிறுவனரும் ஆவார்.

தனது தொழில்முறைப் பயணத்தில், ஜான் அவர்கள் சிக்கலான உள்கட்டமைப்புத் திட்டங்களையும், நூற்றுக்கணக்கான ஆராய்ச்சி மற்றும் மேம்பாட்டுத் திட்டங்களையும் முன்னின்று நடத்தியுள்ளார்; இதன் மூலம் வேகம், செலவினக் குறைப்பு மற்றும் செயல்திறன் ஆகியவற்றில் அளவிடக்கூடிய பல மேம்பாடுகளைப் பெற்றுத் தந்துள்ளார். மேலும், இவர் உலகின் மிகச்சிறந்த திட்ட மேலாண்மைத் தலைவர்களில் ஒருவராகவும் வரிசைப்படுத்தப்பட்டுள்ளார்.

பொறியியல் படிப்பும், முதுநிலை வணிக மேலாண்மை (MBA) பட்டமும் பெற்ற ஜான் அவர்கள், மிகச்சிறந்த செயல்திறன் கொண்ட குழுக்களையும், எதிர்கால சவால்களை எதிர்கொள்ளத் தயாராக இருக்கும் நிறுவனங்களையும் உருவாக்குவதற்காக– உத்தி, முறைமைச் சிந்தனை மற்றும் விளையாட்டாக்கம் ஆகியவற்றை ஒன்றிணைப்பதில் மிகுந்த ஆர்வம் கொண்டவர்.

இவரது தயாரிப்புகள் மற்றும் ஆர்வங்களைப் பற்றி மேலும் அறிய https://moonsys.in/ என்ற இணையதளத்தைப் பார்வையிடவும். இவரை johnrobert99@gmail.com என்ற மின்னஞ்சல் முகவரி மூலமாகவோ அல்லது https://www.linkedin.com/in/johnrobertmanuel என்ற LinkedIn பக்கத்தின் வழியாகவோ தொடர்புகொள்ளலாம்.

ஆசிரியரின் மற்ற புத்தகங்கள்

புதையல் தன்னம்பிக்கை களஞ்சியம்

பானைகளில் அல்ல, பண்டைய ஏடுகளில்தான் நிஜமான புதையல் ஒளிந்துகொண்டிருக்கிறது. ஆத்திச்சூடி மிக நல்ல உதாரணம். இயற்றப்பட்டு 2,000 ஆண்டுகள் ஆகிவிட்டன என்றாலும் இன்றும் நம்மை வியக்க வைக்கும், இன்றும் நம்மை உத்வேகம் கொள்ள வைக்கும் பல அரிய கருத்துகள் அதற்குள் பொதிந்து கிடக்கின்றன.. வாழ்வியல் பாடங்கள் முதல் நிர்வாகவியல் பாடங்கள்வரை; சுவையான சுயமுன்னேற்றக் கருத்துகள் முதல் நம் பார்வையை மாற்றியமைக்கும் தத்துவப் பார்வைகள்வரை ஒரு முழு உலகையும் உள்ளடக்கிய நூல் இது. சாதிக்க விரும்பும் அனைவருக்குமான கையேடு.

https://amzn.to/3J2lOL2

2-minute Stories :

Business Parables for Managers and Leaders

Embark on a journey with "2-minute Stories," a collection that brings together bite-sized parables, business case studies, and real-life events from the world of managers and leaders. Originating as a celebrated series of newsletters on LinkedIn, the overwhelming positive response has propelled these narratives into a concise and impactful book.

The primary goal of "2-minute Stories" is to nurture the growth of adept managers and inspirational leaders. Within the compact motivational narratives lies a wealth of wisdom, designed to elevate decision-making, leadership skills, and problem-solving abilities. Beyond personal development, these stories serve as potent tools for inspiration and team motivation. As storytelling emerges as a novel strategy for making a compelling point, you can also use these stories to anecdote in many situations.

https://amzn.to/4n4juBf

ஆசிரியரின் மற்ற புத்தகங்கள்

www.ingramcontent.com/pod-product-compliance
Lightning Source LLC
LaVergne TN
LVHW100304210926
848480LV00003B/1018